NGUYỄN TÀI NGỌC

BẮC KỲ
tuyển tập
truyện ngắn 2

Nhân Ảnh
2016

BẮC KỲ
tuyển tập
truyện ngắn 2

Thực Hiện: **Nguyễn Tài Ngọc**
Bìa: **Khánh Trường**
Trình Bày: **Lê Hân**
Copyright @ by **Nguyễn Tài Ngọc**
ISBN: **978-1-927781-23-4**
Nhân Ảnh
Xuất Bản
2016

có nuôi con mới biết công bố mẹ,

có vợ hiền mới thấy quý hôn nhân,

có nguy cơ mới thấy tình anh chị,

cảm ơn Trời đời tôi đủ yêu thương.

Bắc Kỳ

Trong những buổi nói chuyện với bạn bè, nếu người nào nói chuyện gì có vẻ khó tin và rào trước đón sau cao hơn cả bức tường Đông Bá Linh, tôi thường hay nói giễu cợt là họ nói chuyện như người Bắc Kỳ Hà Lội.

Bấy lâu nay tôi tưởng đó chỉ là một bình phẩm vô bổ, thế nhưng gần đây vài người email "phê bình xây dựng" là tôi không nên nói xấu người Bắc thường nhật vì không phải người Bắc nào cũng như thế. Là người có tinh thần hoà giải luôn có đầu óc cầu tiến, thấy sai thì nhận thức mình đúng ngay lập tức để sửa đổi, tôi hoàn toàn đồng ý không phải tất cả người Bắc nào cũng vẽ hươu vẽ vượn; thế nhưng sự thật là phần đông tính tình người Bắc giống nhau. Mở quyển tự điển Việt Nam của hai tác giả Nguyễn Tài Đức và Nguyễn Tài Tình (hai người này đều là bà con ruột thịt của tôi) tra khảo chữ "khách sáo", lời giải thích sẽ là: *một người sinh trưởng hay có máu mủ liên hệ trực thuộc ở miền Bắc.*

Trước khi độc giả cực lực phản đối cho tôi lên đoạn đầu đài là tôi nói xấu người Bắc, tôi xin khẳng định rất tỏ tường tôi không phải là điệp viên nằm vùng quê em miền Tây Ninh trà trộn vào hàng ngũ người miền Bắc làm mật thám: tôi cũng là người miền Bắc. Bố mẹ tôi sinh ở làng Bách Cốc, huyện Vụ Bản, tỉnh Nam Định. Tuy rằng tôi sinh trưởng trong Sàigon ở nhà thương Đức Chính đường Cao Thắng, đối diện rạp Đại Đồng gần chợ Bàn Cờ, cái văn hóa giáo dục tôi thấm nhuần là từ bố mẹ tôi người miền Bắc, hoàn toàn không có một chút pha loãng hay ảnh hưởng một tí nào của người miền Nam. Thật sự là văn hóa miền Bắc ghi khắc quá sâu đậm trong tôi đến nỗi khi tôi vừa mới lên lên ba tuổi, bố mẹ tôi đã tốn rất nhiều tiền cho tôi vào trường học sửa giọng để tôi nói "lấy cái chổi" chứ không phải "nấy cái chủi", "lái xe" thay vì "nái xe".

Hạn chế chỉ tiếp xúc với người trong gia đình nên hành động và cư xử của tôi như người miền Bắc từ lúc bé, tôi chỉ phát hiện sự khác biệt giữa Bắc Kỳ và Nam kỳ khi vào học tiểu học. Trước khi đi học, bố tôi đã dạy tôi tập đọc ở nhà, lối dạy đánh vần của bố tôi khác với ở trường cô giáo người miền Nam dạy. Chẳng hạn như chữ "tam", bố tôi dạy đọc là "te^-a-ta-em-tam", trong khi cô giáo dạy: "a-em-am, tờ-am-tam". Chữ "đàn", bố tôi đọc là "đê-a-đa-en-đan-huyền-đàn", trong khi cô giáo dạy "a-en-an-huyền-àn, đờ-àn-đàn". Ban đầu tôi hơi ngớ ngẩn một tí nhưng khám phá ra ngay là tuy khác lối đánh vần, chữ đọc cuối cùng cũng giống nhau. Có một lần khi cãi nhau, tôi nói với người bạn là: *"Đồ mặt dầy"*. Nó đứng thộn mặt ra, hỏi tôi mặt dầy là mặt gì, tôi cũng không biết làm sao mà giải thích được cho nó hiểu nên cuộc cãi cọ chấm dứt. Làm sao cãi cọ khi hai bên không hiểu nhau? Rồi có những lúc đám bạn Nam Kỳ chọc tôi, hát: *"Bắc Kỳ ăn cá rô cây, Ăn nhằm lựu đạn chết cha Bắc Kỳ"*, thì tôi biết chắc là tôi không phải là người Nam.

Tôi kể chuyện vòng vo tam quốc như thế để xác định chính tôi cũng là Bắc kỳ, do đó nếu có chỉ trích người Bắc thì tôi là người tay trong, có đầy đủ thẩm quyền và kinh nghiệm để phân tích và phê bình.

Nước Việt Nam cấu tạo với ba miền Bắc, Trung, Nam. Vì lịch sử và địa thế, cách phát âm và cá tính của người ba miền khác nhau. Người Việt bắt đầu từ miền Bắc rồi đi dần vào miền Trung và miền Nam. Các vua nhà Trần thôn tính nước Chiêm Thành từ Quảng Bình đến Phú Yên vào thế kỷ thứ Mười Lăm, và vua Quang Trung Nguyễn Huệ xâm chiếm miền Nam của người Khmer vào thế kỷ Mười Bảy. Người ở miền Trung do đó phát âm tiếng Việt với âm hoà lẫn của người Chiêm Thành, và người miền Nam phát âm tiếng Việt hoà lẫn với âm tiếng Khmer. Cộng thêm ảnh hưởng văn hóa, cá tính của người miền Trung và Nam có đặc thù rõ rệt so với người miền Bắc.

Người miền Bắc ảnh hưởng sâu đậm của đạo giáo Khổng Tử, vua ra vua, tôi ra tôi, kẻ sĩ là kẻ sĩ. Lễ là một đức tính quan trọng trong năm đức tính nhân, nghĩa, lễ, trí, tín. Hơn nghìn năm bị người Tầu đô hộ sáng nào cũng ăn *đim-sâm* làm người miền Bắc ngao ngán luôn mang ý tưởng nổi dậy đánh đuổi người Trung Hoa dành lại độc lập để có cơ hội ăn lại được bát phở. Người miền Nam ảnh hưởng Phật Giáo, của nền văn minh Khmer, ruộng lúa phì nhiêu vì nằm trong đồng bằng sông Cửu Long, thức ăn đầy dẫy với tôm cá, lúa gạo nên dân tình phè phỡn. Cá tính của người miền Bắc do đó khác hẳn người miền Nam: Người miền Bắc tiết kiệm, cần cù, siêng năng, khoe khoang, tài giỏi, khéo ăn nói, khách sáo, trong khi người miền Nam hiền từ, chất phác, thành thật, đơn giản, thoải mái trong đời sống, suy nghĩ, thẳng thắn có sao nói vậy.

Tôi lấy vợ người Nam, có bạn cả người Nam lẫn người Bắc nên am tường cả hai nền văn hóa. Trước 75 khi từ ngoài Bắc di cư vào Nam, chúng tôi không gọi ba má là bố mẹ mà gọi là Thầy U thì đủ biết là tôi hấp thụ nền văn hóa Bắc Kỳ mức thượng thừa đến chừng nào. Người Bắc lúc nào cũng lịch sự, khi nói chuyện với bạn của người thân trong gia đình vai vế nhỏ hơn mình thì luôn luôn hạ danh xưng mình bằng người thấp hơn. Tôi còn nhớ khi còn học tiểu học, một cậu bé đến nhà rủ tôi đi học chung. Lúc ấy tôi đang tắm, bố tôi ngồi trong nhà mới nói với cậu bé:

- *Em còn đang tắm, anh vào nhà ngồi chơi một chốc đợi em nó xong thì sẽ ra đi với anh.*

Thằng nhỏ người Nam mặt non choẹt, chỉ mới có mười tuổi thấy ông già râu tóc bạc phơ ngồi trên ghế sa-lông gọi mình là anh nên sợ vãi đái ra cả quần không dám đứng đợi tôi, bỏ ù chạy mất.

Sự khách sáo về lễ nghi không phải một sớm một chiều một người có thể thu hoạch được. Nó giống như bí quyết kiếm hiệp huyền bí Tịch Tà Kiếm Phổ trong Lục Mạch Thần Kiếm phải tu luyện trên núi Bảo Long ba mươi năm mới trở nên cao thủ võ lâm. Bố mẹ dạy ngày đêm hết năm này sang năm khác, bị chửi te tua *"Dạy con như nước đổ lá khoai!"*, *"Cái thằng tối như đêm, dầy như đất!"*, *"Nói con như nói van nói lậy!"* thì mới trở nên điêu luyện trong việc khách sáo.

Một lần lễ lộc nhà nấu xôi chè, sau khi cúng kiếng và gia đình đã ăn xong, mẹ tôi sới xôi và chè ra hai bát nhỏ, xôi chè vẫn còn rất nhiều ở trong nồi, và bảo anh tôi, lúc bấy giờ khoảng chừng sáu tuổi, mang sang biểu nhà bà Bác ở xóm kế bên.

Anh tôi khệ nệ bưng hai bát xôi chè sang nhà bà Bác và trở về nhà mười lăm phút sau với bộ mặt tươi rói, báo cáo với bố tôi là sứ mạng đã hoàn thành:

- *Thưa Thầy con đã mang chè sang biểu Bác.*
- *Con giỏi lắm. Bác có nhà không con?*
- *Vâng, Bác có nhà. Bác ăn chè ngay vì Bác nói Bác đang đói bụng.*

- *Thế Bác có nói gì không?*
- *Bác bảo về nói với U là U nấu chè ngon, và cảm ơn Thầy U.*
- *Con mang sang cho Bác, có nói gì với Bác không?*
- *Dạ, con nói với Bác là nhà cháu ăn thừa mang sang biếu Bác...*

Bố tôi nghe đến đây thì nổi ngay lên một cơn nhồi máu cơ tim:
- *Ối giời ơi cái thằng chết tiệt! Ai bảo con lại nói thế? Cái thằng tối như đêm, dầy như đất!*

Bố tôi giận dữ vì quá hiển nhiên là anh tôi trình độ khách sáo vẫn còn quá sơ đẳng, thấy sao nói vậy người ơi. Nhưng nhận thức ra lỗi này không phải là lỗi của anh tôi mà là là lỗi chính mình chưa rèn luyện chín chắn cho con nên bố tôi phải dành ra vài phút thì giờ huấn luyện anh tôi lại cho thấu đáo nền văn hóa Bắc Kỳ:

- *Bận sau con không nên nói như thế. Khi mang biếu cho Bà hay bất cứ ai, con phải nói là U cháu trước khi nấu món này cả tháng trước đó chỉ nghĩ đến Bác. Đêm qua U cháu trước khi nấu đã trằn trọc cả đêm vì cứ hình dung là Bác ăn bát chè sẽ thấy ngon miệng vì U cháu nấu chỉ quyết ý dành riêng cho Bác....*

Khách sáo có nghĩa là có tính chất xã giao, lịch sự bên ngoài, không thật lòng. Vì vậy mà tuy rằng gia đình nghèo rớt mồng tơi, các con đứa nào cũng được bố dặn dò kỹ lưỡng là ai cho gì cũng không lấy, có đói đến đâu, đến nhà người khác được mời ăn thì cũng phải từ chối. Mang cái chỉ thị tối cao như vậy nên ngày xưa tôi chỉ thích đến nhà bạn người Nam vì nếu ba má chúng nó mời ăn uống, tôi không bao giờ trả lời không; trong khi đó nếu đến nhà bạn Bắc Kỳ, lúc nào cũng vậy, chưa đến mà tôi đã no tuy rằng trong bụng thì đói meo khi được bố mẹ bạn mời: *"Dạ, cháu mới ăn ở nhà"*, *"Không cháu không uống"*.

Chữ khách sáo bao hàm ý nghĩ không thật lòng nên nói chuyện với người Bắc một người lúc nào cũng nên đề cao cảnh giác như ngày xưa lính Việt Nam Cộng Hòa đứng gác sông Bến Hải vĩ tuyến thứ 17 vì không biết đâu là hư, đâu là thực. Chỉ có người Bắc uyên thâm có bằng Tiến Sĩ, Thạc Sĩ, đầu óc mới thông suốt để đoán biết lúc nào người Bắc nói thật, lúc nào ý của họ ngược lại 180 độ.

Một cô bạn vợ tôi người Nam lấy chồng người Bắc, nhà ở California, sang thăm mẹ chồng ở Ohio. Máy bay đến khuya, sáng 7:30 bà mẹ chồng đã đến gõ cửa phòng hỏi dậy chưa. Cô ta trả lời vẫn còn ngái ngủ. Bà mẹ chồng trả lời: *"Thế thì con cứ ngủ tiếp đi nhé, chừng nào dậy cũng được"*. Cô bạn người Nam của vợ tôi không có kinh nghiệm chiến trường giao thiệp với người Bắc nên tưởng bà ấy nói thật, ngủ luôn một mạch cho đến 11 giờ. Trong thời gian này thì bà mẹ chồng đã nấu điểm tâm cho thằng con trai ăn sáng, rồi bắt đầu chuẩn bị cho buổi ăn trưa. Về nhà sau này anh chồng kể bị bà mẹ dũa thê thảm là lấy con vợ không có ý tứ, sáng không biết dậy sớm lo điểm tâm cho chồng hay cho bố mẹ chồng. Cô bạn vợ tôi nói:*"Chính bả nói mình cứ ngủ, mình nghe lời bả ngủ tiếp mà bả lại chửi mình!"*

Vợ tôi là người miền Nam, khi lấy tôi đã học xong đại học Văn Khoa ở Việt Nam, đang học dở chừng đại học bên Paris, sang đây học tiếp đại học Mỹ nên đầu óc tương đối thông suốt: chỉ trong vòng vài tháng đầu là nàng đã tiếp thụ được lối nói chuyện vòng vo tam quốc của người Bắc gia đình chúng tôi thay vì đi vào thẳng vấn đề. Mỗi lần nàng xuống bếp, chỉ cần nàng nói: *"Cái bếp hôm nay sao bẩn quá"* là tôi tự khắc hiểu ý nàng nói ngay là *"Anh Ngọc đi lau cái bếp!"*, tôi phải nhanh chân đi lau bếp; hay hôm nào đi làm về nàng nói: *"Hôm nay sao Loan thấy hơi nhức đầu"*, là tôi hiểu ngay ý nàng nói *"Tối nay Loan không nấu cơm"*, tôi tự động chèo thuyền ra sông Đồng Nai câu cá về chiên ăn một mình. Nói thế nhưng không có nghĩa lúc nào tôi cũng hiểu ý nàng. Có một lần đứng trong phòng khách, nàng nói *"Nhà mình sơn mầu khác chắc đẹp"*, tôi dịch nghĩa ngay là: *"Anh Ngọc, sơn nhà bên trong mầu khác!"*. Phòng có nhiều đến đâu, cực đến đâu đi nữa tôi cũng có khả năng sơn lại cả căn nhà, thế nhưng phòng khách nhà tôi khoảng khoát, trần nhà cao hai tầng không cách gì tôi sơn được ngoại trừ mướn thợ với cầu thang chuyên môn có thể với tuốt tận trên cao để sơn trần nhà. Khảo giá thì thợ nói sơn lại cả bên trong nhà khoảng $2,000 làm tôi bệnh mấy ngày liền vì nếu tôi sơn thì chỉ tốn $500 là cao lắm. Lo lắng vài tuần mất ăn mất ngủ, tôi sụt cân vài pounds. Nàng hỏi lý do thì tôi thú thật trả lời. Lúc ấy nàng mới cho tôi biết là nàng không có ý muốn tôi sơn lại nhà, chỉ nói một câu bâng quơ vậy thôi!

Khi mình nói chuyện có tính chất bên ngoài không thật lòng thì từ điểm đó đến điểm nói chuyện phóng đại tô mầu Eastmancolor cũng không xa nhau là mấy. Ở điểm này, người Bắc cũng bỏ xa người miền Nam, đặc biệt là người sinh sống ở miền Bắc.

Tôi có một người chị cùng cha khác mẹ ở Nam Định tên là chị Hiền. Sau khi bố tôi di cư vào Nam thì khoảng năm 1960 mọi liên lạc thư từ bị miền Bắc cắt đứt nên hai bên không biết tin tức nhau. Đến năm 1995 khi tôi về Sàigòn lần đầu tiên, thăm một gia đình họ hàng xa ở Vũng Tầu, những người này vẫn còn liên lạc với gia đình người chị tôi ở ngoài Bắc nên họ dẫn tôi ra bưu điện để gọi điện thoại ra Nam Định để nói chuyện với chị ấy:

- *Thưa chị, em là Ngọc, con thứ năm của Thầy U. U và cả gia đình sang định cư bên Mỹ từ năm 1975, hiện tất cả bình yên. Em là người đầu tiên trong gia đình về lại Sàigòn thăm nhà. Lúc Thầy U vào Nam thì em chưa sinh...*

- *Giời ơi, Ngọc đã về quê hương đấy à.* Chị tôi khóc nức nở rồi nói tiếp:

- *Lúc em sinh ở Sàigòn chị có biết vì Thầy U có biên thư cho chị.*

- *Anh chị không bận thì vào Sàigòn thăm em, em có một tí quà biếu anh chị.*

- *Chị yếu lắm, đi tầu hoả 40 giờ vào trong Nam chị rất là ngại. Em đã đi xa xôi vạn dặm từ Mỹ về Việt Nam mà sao em không đi nốt ra Bắc thăm chị?*

Rời Việt Nam tháng 4 năm 1975, trở về Sàigòn lần đầu tiên hai mươi năm sau nơi căn nhà cũ và những đường phố quen thuộc từng sinh sống mà tôi còn lo sợ không yên lòng, huống gì nói chuyện đi ra Bắc? Đã thế người nhà họ hàng tôi ở Vũng Tầu ai cũng một lòng ngăn cản tôi không nên đi: *"Chú đi ra ngoài Bắc thì thế nào họ cũng thịt chú. Cướp bóc nhiều lắm!"*. Vì thế, dù rằng tôi rất ước ao gặp lại người chị cùng máu mủ từ bố tôi nhưng tôi không dám ra Bắc mà muốn chị ấy vào Nam để chị em gặp nhau.

- *Em ngại ra Bắc...*

- *Thôi em nói chuyện với anh Lễ nhé.* Anh Lễ là chồng

của chị tôi, chị trao máy cho anh Lễ:

- *Cậu Ngọc đã về Việt Nam rồi đấy à?*

- *Thưa vâng.*

- *Từ ngày miền Nam được giải phóng, anh chị đã tưởng gặp lại Thầy U và các em, thế nhưng chỉ trong một thời gian ngắn cháu Vinh và Toàn tập kết vào Nam báo tin cho anh chị hay là Thầy đã mất từ năm 1970, còn U và các em đã đi đâu mất làm anh chị khóc cả mấy ngày đêm. Sau này biết U và các em định cư ở Mỹ anh chị cũng mừng. Giờ thì em đã về lại quê hương, giòng máu mủ duy nhất của Thầy mà em lại không ra Bắc thăm anh chị...*

- *Em sợ lắm. Em nhất định không đi.*

- *Nếu thế thì anh và cháu Tuấn đi xe hoả vào thành phố đón cậu ra đây. Nhà ta có chú Biên trong quân đội, sẽ ra đón cậu ở nhà ga, cậu không phải sợ gì cả.*

Sau khi anh ấy nài nỉ đến bao nhiêu lần, cuối cùng tôi cũng xiêu lòng theo lời đề nghị, chờ anh ấy và cậu con trai vào Nam rồi tháp tùng tôi ra Bắc.

Tôi xuống nhà ga Nam Định sau khi ngồi trong chuyến tầu hoả kinh hoàng gần 44 giờ, và đúng như anh Lễ nói, anh Biên, đại gia đình vợ chồng anh Lễ chị Hiền cùng con, cháu, chắt, và bao nhiêu là người lạ đã đến đón vợ chồng chúng tôi. Từ nhà ga đi bộ về nhà khoảng chừng hai cây số. Nhận thấy chúng tôi là người ở ngoại quốc về, những người khác ở trong làng túa ra đi bộ với chúng tôi càng ngày càng đông, cho đến khi về đến nhà thì tôi không còn biết ai là ai vì số người đứng vây quanh tôi đông vô số kể. Trong bao nhiêu tiếng xì xầm bàn tán về tôi, tôi bỗng nghe tiếng đàm thoại rất rõ của hai đứa nhỏ nói chuyện đứng ngay kế bên tôi:

- *Ai đấy?* Một thằng bé người lạ hỏi.
- *Ông tao đấy. Ông tao ở Mỹ mới về.*

Chị của tôi năm nay 70 tuổi, đã có con lẫn cháu chắt, nên tôi là vai ông với những đứa cháu chắt này. Tôi nghĩ thằng bé đang nói là một trong những đứa cháu chắt của chị ấy đang nói về tôi.

- *Thế ông mày nói tiếng gì?*
- *Ông tao đấy hả? Gớm, ông tao nói tiếng Mỹ, tiếng Tây, tiếng Tầu.., tiếng gì cũng được cả.*

Tôi nghe thằng bé nói mà trố mắt nhìn xem mặt mày nó ra như thế nào. Nó non choẹt, chỉ độ chừng bảy tuổi là cùng, chưa bao giờ gặp tôi, tôi cũng chưa bao giờ biết nó. Thế mà nó đã khoe xoen xoét ông của nó - là tôi - với thằng bạn nó là tôi nói đủ thứ tiếng!

Chị tôi mừng vô hạn khi gặp lại tôi. Hai bàn tay gầy guộc dơ xương của chị ấy cứ bấu chặt vào tay và vai của tôi trong khi nước mắt chị khóc ròng.

- *Thầy mất chị không được gặp Thầy nhưng bây giờ gặp được em, xem như là chị cũng mãn nguyện rồi. Em giống Thầy như đúc...*

Tuy mừng gặp lại người chị cùng cha khác mẹ, tôi vẫn còn mối quan tâm trong lòng về tình trạng an ninh ở ngoài Bắc mà người thân trong Nam đã nói cho tôi biết. Có lẽ biết được nỗi lo sợ của tôi, anh Lễ xen vào:

- *Cậu có thấy là ở đây bình yên vô sự làm gì có cướp bóc phải không? Người ở trong Nam họ nói láo, hăm dọa cậu không muốn cậu ra Bắc, cố tình ngăn chận tình ruột thịt của anh chị em mình chứ ngoài Bắc làm gì có cướp bóc, cậu thấy không? Tất cả mọi sự đều bình thản vô tư.*

Đêm hôm ấy ngủ trên gác nhà chị Hiền mà tôi trọc trằn ngủ không yên tuy rằng đã được anh Lễ trấn an ngoài Bắc không có chuyện cướp bóc. Giữa đêm tôi xuống dưới nhà vì cần đi toilette. Căn nhà này bước vào là phòng khách, dài khoảng bảy thước, rồi có một gian trống khoảng bốn thước không có nóc nhà nhìn thẳng lên trời chị tôi dùng làm nhà bếp. Sau gian trống này là một gian nhỏ toilette và chỗ để tắm. Từ phòng khách muốn đi toilette phải mở cửa đi vào nhà bếp trước.

Ban đêm trời tối đen như mực không thấy gì ở phía trước, tôi mò mẫm vịn thành thang gác xuống lầu rồi chậm chạp tiến về cửa hướng ra nhà bếp. Sờ soạng được mặt cửa, tôi mò tay xuống quả đấm, xoay đẩy cửa ra ngoài thì tiếng soong chảo khoảng dưới cánh cửa rớt đổ vang ầm trong đêm tối, to còn hơn bom nguyên tử nổ ở Nagasaki. Tôi bàng hoàng chưa đoán biết sự gì đã xẩy ra thì cái đèn vàng héo hắt trong nhà ai đã bật lên. Nhìn kỹ lại tôi thấy anh Lễ đang ngủ ở giường kế bên cửa đã bật ngồi dậy và với tay vào công-tắc bật đèn lên vì tiếng động khua anh ấy dậy. Qua ánh đèn, bây giờ tôi mới biết tại sao có tiếng soong chảo rớt đổ: nhà nghèo cửa mở ra sau nhà bếp không có khóa nên anh Lễ ban đêm sợ ăn trộm vào nhà nên để vài nồi niêu soong chảo ngay dưới bực cửa. Ai mở cửa ra là nồi sẽ rớt xuống đất, tạo ra một hệ thống báo động ăn trộm cực kỳ tinh vi không tốn một đồng xu nào.

Nhà chị tôi nghèo, chả có gì đáng ăn cắp mà anh tôi còn "gắn" hệ thống báo động ăn trộm soong chảo, thế mà vào lúc ban ngày anh ấy nói với tôi là ngoài

Bắc không có cướp, tôi cứ thoải mái vô tư! Đúng là chỉ có người Bắc chúng tôi mới ba hoa chích chòe đến thế!

Cái tật vẽ hươu vẽ vượn của người Bắc nó đã tồn tại từ cả nghìn năm nay. Lịch sử Việt Nam chúng ta có nhiều bằng chứng cụ thể: Phù Đổng Thiên Vương lên ba không biết nói cười nhưng khi có giặc Ân tràn xuống thì vươn vai thành người ba trượng cỡi ngựa đánh tan quân giặc, Lý Thường Kiệt giả cho người vào đền thờ ngâm thơ bài Nam Quốc Sơn Hà Nam Đế Cư trong đêm để vận đông tinh thần binh sĩ đánh bại quân nhà Tống.

Một thói quen hay tật xấu thường hay khó thay đổi. Trường hợp tôi cũng là thí dụ điển hình. Cho dù tôi có óc sửa sai cải tiến, có nhận thấy người Bắc có nhiều khuyết điểm sai lầm để sửa đổi, mà vợ tôi người Nam cứ khen người Bắc phát âm chính xác, nói năng bặt thiệp lưu loát thì chắc chắn đến Tết Congo người Bắc chúng tôi cũng sẽ không bao giờ có sự thay đổi!

(2010)

Câu Chuyện
Không Đoạn Kết

Cường ngồi trong phòng chờ đợi của CFS - *Los Angeles County Department of Children and Family Services* - trong bụng nóng nảy bồn chồn. Buổi hẹn hôm nay là ba giờ. Lúc hai giờ, Cường xin nghỉ việc làm của mình là thợ tiện, ghé qua tiệm nail chở vợ đến đây sớm nửa giờ vì không muốn đến trễ. Đối diện Cường là một cô gái 16 tuổi người Á Đông, ngồi bên cạnh người mẹ nuôi *foster parent* người Mỹ trắng của nó, cũng đến cái buổi hẹn ba giờ đó như Cường. Khác với Cường, cả cô bé lẫn bà mẹ nuôi không có vẻ gì là lo lắng. Hai tay cô bé mang mấy cái vòng trang sức tròn mầu bạc lủng lẳng, hai tai mang hai bộ hoa tai, miệng nhai *chewing gum* liên tục. Bà Mỹ trắng người mập phục phịch, tay gác trên bụng, không để ý gì đến đứa con nuôi, mắt ngó dảo dác không tự chủ, lúc chú trọng vào người đang nói, lúc thì đảo chung quanh phòng.

Vợ chồng Cường không xa lạ gì với cô bé Á Đông 16 tuổi đó. Nó là người Việt Nam, tên là Trinh, con gái đầu lòng của hai người. Qua nhiều diễn tiến xẩy ra trong mấy năm sau này, nó không ở với vợ chồng Cường nữa mà bây giờ về ở với người mẹ nuôi hai năm trước. Nơi nó ngồi cách xa chỗ Cường chỉ có vài cái ghế, khoảng cách tuy gần nhưng xa vạn dặm như là mặt trăng mặt trời. Chỉ cần Cường với nó với tay ra là hai bên có thể bắt được tay nhau; nhưng cái khoảng cách ngắn ngủi đó xa vời và rộng mênh mông như sông Bến Hải, ngăn chặn hai cha con hoàn thành động tác yêu thương rất vô cùng đơn giản ấy.

Cô nhân viên của CFS nói tiếng Mỹ rồi một cô Việt Nam nhân viên của County Ventura mà Cường đã có gặp một lần trước đây thông dịch lại bằng tiếng Việt cho vợ chồng Cường. Tiếng Anh Cường không khá nhưng đàm thoại căn bản hàng ngày Cường nghe tương đối hiểu. Trái lại, vợ Cường, Bích, thì *"bù trớt"*. Bích làm nghề *nail*, từ ngày sang bên Mỹ nhảy ngay vào ngành nail không đi học, đi làm từ đó đến giờ. Bạn bè Bích hầu hết là người Việt trong giới làm nail nên dù đã ở đây hơn mười năm, vốn liếng Anh ngữ rất là kém. Cường nghe một lần tiếng Mỹ, rồi cô Việt Nam thông dịch lại tiếng Việt. Một ý nghe lại hai lần khiến đầu óc Cường đôi lúc lảng vảng đi về quá khứ…

Mười sáu năm trước khi vẫn còn là một chàng trai độc thân với 25 tuổi đời, Cường về Việt Nam nhiều lần với chủ yếu tìm vợ như nhiều chàng trai Việt khác. Nhà Bích ở cách căn nhà Gò Vấp cũ của Cường chỉ có một xóm. Tiếng sét ái tình bùng nổ khi gặp nhau làm hai người không kiềm chế được dục tình, Bích mang thai sinh ra Trinh ở SàiGòn. Xúc tiến việc làm giấy tờ hôn nhân cho Bích khi trở về Mỹ, Cường khám phá ra thủ tục không ngắn gọn nhanh chóng như Cường tưởng. Bích sinh con. Cường mỗi năm về lại Việt Nam thăm hai mẹ con. Khi Trinh lên năm tuổi thì hai mẹ con mới được giấy tờ chính thức đoàn tụ sang Mỹ.

Cảm giác vô tư lự sống trong mộng ảo của thời kỳ yêu đương được nhanh chóng thay bằng thực tế trước mắt phải tìm kế sinh nhai để nuôi gia đình. Nghề kiếm tiền nhanh nhất không cần biết tiếng Anh trên đất Mỹ là làm nail. Bích tìm được một chân làm nail không một chút khó khăn một năm sau khi sang Mỹ. Hãng Cường lớn, có cả xuất làm việc ban đêm nên Cường xin thuyên chuyển để ban ngày ở nhà giữ con khi Bích đi làm trong những năm đầu tiên hai vợ chồng sinh sống. Nói là để giữ con nhưng ban ngày ngủ gà ngủ gật nên Cường cũng không có thời giờ dạy dỗ con cái. Sau này nhờ có mẹ Cường dọn đến ở cùng một thành phố nên bà giữ con cho Cường trở lại đi làm ban ngày.

Có đứa con đầu tiên nên hai vợ chồng chiều chuộng con, nó muốn gì được nấy. Đòi mà không được thì Trinh thường ăn vạ, dẫy đành đạch, quát tháo lại bố mẹ và không chịu ăn uống nên vợ chồng Cường cứ chiều nó cho yên nhà. Thành thử ra Trinh muốn gì là được. Chiều mãi đâm ra quen thói. Biết rằng bố mẹ chịu nhân nhượng nên càng ngày Trinh càng xem bố mẹ không ra gì, đua đòi lắm thứ với bạn bè. Đến lúc vợ chồng Cường nhận thức con quá hư hỗn, bắt đầu sửa trị thì quá trễ: mỗi lần quấy rầy nó là mỗi lần xung đột giữa hai cha con, nói bao nhiêu nó cãi lại bấy nhiêu.

Hai lần nó ăn cắp hàng hoá ở tiệm bị nhân viên bắt gặp gọi cảnh sát, Cường phải đến nhận lãnh và nộp tiền phạt bồi thường. Đi học thì không biết bao nhiêu lần nó bỏ trốn học rồi khai láo với nhà trường. Ở trường Thầy Cô khiển trách thì nó quát tháo Thầy Cô. Một lần nó tức điên lên, hùng hổ chọi quyển sách vào tường khiến nhà trường gọi vợ chồng Cường lên văn phòng, trục xuất nó khỏi trường bảy ngày. Ở nhà thì cứ thỉnh thoảng vợ chồng Cường mất tiền trong ví vì nó ăn cắp. Một lần mẹ nó bắt gặp quả tang, hai mẹ con cãi nhau long trời lở đất. Khi Cường về nhà nghe vợ kể lại, chửi mắng nó. Không những nó không nhận lỗi mà còn nói với Cường là thứ nhất, nó chỉ lấy có mấy chục dollars chứ không phải bạc nghìn, và thứ hai nó là con thì tiền cha mẹ là tiền nó làm Cường phát điên, tát lên đầu nó một cái. Vừa tát xong thì nó bốc điện thoại gọi khẩn cấp 911 khai báo là bị Cường đánh.

Trong khoảnh khắc mấy xe cảnh sát đến nhà. May là tuy rằng trong cơn giận dữ Cường còn khôn khéo biết rằng đánh nó trọng thương hay chảy máu thì sẽ vào tù nên kìm hãm cơn nóng mà chỉ tát nhẹ nó vào đầu nên không bị phiền phức với cảnh sát. Cường không bị liên lụy gì với luật pháp vì đó là lần phạm lỗi đầu tiên.

Hai năm trước đây, sau mấy lần liên tiếp nó trốn học đi chơi, ở nhà thì không học hành, đi chơi với bạn thì không bao giờ xin phép bố mẹ, Cường mất hết kiên nhẫn và sau một lần bố con chạm trán về chuyện trốn học, nó cứ ương ngạnh cãi tay đôi làm Cường nổi sùng tát nó một lần nữa. Lần này thì cái tát để lại dấu bàn tay trên mặt cô con gái. Nó dĩ nhiên lại gọi khẩn cấp 911 khai báo bị bố hành hung. Ba chiếc xe cảnh sát đến nhà còng Cường giải về bót về tội hành hung gây trọng thương cho người khác. Sáu tiếng sau, vợ Cường đóng tiền thế chân $2000 dollars để Cường được ra khỏi tù tại ngoại hầu tra.

Đó là lần thứ hai Cường đánh con nên CFS (Children Family Service) không cho vợ chồng Cường giữ con, tạm thời giữ quyền quản lý Trinh, mang nó ra khỏi nhà và tìm một nhà *foster parent* cha mẹ nuôi khác nuôi Trinh tạm thời (*foster parents* tình nguyện nuôi con người khác với tài chính do chính phủ trả). Một tháng trôi qua, vợ chồng Cường ra hầu toà. Thông thường ở buổi toà đầu tiên ông Thẩm phán duyệt xét lại tình trạng gia đình, bố mẹ sẽ khóc lóc năn nỉ quan toà trả con lại cho mình, hứa sẽ không tái phạm việc đánh con.

Ông thẩm phán sau khi đã điều tra lý lịch "can phạm" không thấy có tiền án, thường thì trả đứa con về gia đình với vài lời cảnh cáo cho bố mẹ. Nhưng hôm nay thì khác. Vợ chồng Cường đã quá mệt mỏi tinh thần lẫn vật chất với đứa con gái của mình nên không muốn giữ con. Viện dẫn thêm một lý do nữa là vợ chồng Cường có thêm hai đứa con nhỏ, Trinh sẽ noi gương xấu cho hai em, Cường xin toà cho nó ở luôn với người cha mẹ nuôi. Ngược lại, Trinh cũng không muốn ở nhà với bố mẹ, nói rằng ở nhà lúc nào cũng bị bố mẹ chửi rủa, không được tự do nên ao ước ở với cha mẹ nuôi mà không ở với cha mẹ ruột. Thể theo lời yêu cầu của cả đôi bên, quan toà chấp nhận cho Trinh sinh sống với gia đình cha mẹ nuôi.

Vì có quá nhiều trẻ con không cha mẹ cần nơi nương tựa và sự khuyên bảo dẫn dạy của người lớn, nhất là trẻ em bị khuyết tật hay trí óc bị khờ lẫn, chính phủ Hoa Kỳ khuyến khích dân chúng khắp mọi tiểu bang làm *foster parent* với yểm trợ tài chính từ tiểu bang. Nhưng không phải là ai muốn cũng được. Có những điều kiện cần hội đủ trước khi tiểu bang công nhận một người có thể làm foster parent:

- Ít nhất là 21 tuổi.
- Lương bổng đủ để nuôi chính gia đình mình, không tùy thuộc vào tiền viện trợ của chính phủ trả lại tiền chăm giữ con nuôi mới có đủ điều kiện để sinh sống.
- Không can án.
- Nhà có dư phòng, hội đủ điều kiện vệ sinh, hoả hoạn và an toàn.

Trinh về ở với gia đình bà mẹ nuôi người Mỹ trắng. Bà mẹ nuôi này là người đi cùng với Trinh đến buổi họp ngày hôm nay. Tiểu bang trả phụ cấp cho bà ta mỗi tháng $900 dollars tiền nuôi Trinh nhưng ngược lại bắt vợ chồng Trinh trả lại tiểu bang mỗi tháng $260 dollars. Số tiền này tùy thuộc vào tiền lương của cha mẹ ruột, và vì Cường không khai báo lương chính thức thu nhập làm nail của Bích, Cường thành công vài tháng sau đó trong việc yêu cầu tiểu bang giảm số tiền đóng chỉ còn $100 dollars, viện lẽ không đủ lợi tức trong việc chi tiêu tiền nhà và tiền nuôi hai đứa con tuổi nhỏ hơn Trinh.

Trinh về ở dứt khoát với cha mẹ nuôi, nhưng cuối tuần thỉnh thoảng vẫn gọi vợ chồng Cường đến chở về nhà vì nó vẫn còn thích thức ăn Việt Nam và vẫn còn "dụ" được bố mẹ ruột mua cho nó những món nó ưa thích như quần áo, giầy dép, đồ trang điểm. Tuy rằng đã cách ly với con, vợ chồng Cường vẫn mua sắm cho nó mỗi khi nó về nhà, thậm chí còn cho nó tiền về Việt Nam thăm ông bà ngoại. Có những lúc nó đòi hỏi quá đáng, như một lần nó đòi mua một cái quần jean hơn một trăm dollars, hai người không cho thì nó lại dở tính cũ là ăn cắp. Rồi lại bị cửa hàng bắt. Rồi bố mẹ lại ra sở cảnh sát. Nó đòi chở nó đi xâm mình xỏ mũi, vợ chồng Cường không cho thì khi trở lại nhà bà mẹ nuôi, nó nhờ bạn nó chở đi làm với tiền túi bố mẹ ruột cho.
Gia đình bà mẹ nuôi cũng có thêm hai đứa con nuôi khác. Cả ba đều không phải là con ruột của bà ta nên đứa nào muốn làm gì thì làm, bà ta không cấm cản. CFS không những yểm trợ đứa nhỏ về tài chính (trả tiền cho người cha mẹ nuôi), mà còn về y tế, tinh thần: tánh Trinh hung dữ không suy giảm nên họ gửi Trinh đi *therapy* mấy bận để chữa trị.

Cường không biết lý do gì Trinh, bà mẹ nuôi và vợ chồng Cường được cơ quan CFS gọi lên họp ngày hôm nay nhưng sau vài câu nói mở đầu của nhân viên CFS và qua lời thông dịch của cô Việt Nam, Cường hiểu ngay tại sao: Trinh bây giờ 16 tuổi rưỡi, đã ở với bà mẹ nuôi gần hai năm. Chỉ còn một năm rưỡi là Trinh sẽ được 18 tuổi. Một khi Trinh lên 18 tuổi, Trinh không còn là trẻ em nữa, mọi dịch vụ giúp đỡ tài chính hoặc tinh thần của CFS sẽ hoàn toàn chấm dứt. Bà mẹ nuôi vẫn có thể tiếp tục nuôi Trinh nếu bà ấy muốn nhưng bà ta phải ứng tiền túi vì chính phủ sẽ chấm dứt tiền viện trợ. Thực tế là một khi tiền viện trợ nhà nước chấm dứt, người cha mẹ nuôi sẽ không đồng ý nuôi đứa trẻ ấy nữa. Nếu vợ chồng Cường lúc bấy giờ nhất định không mang con mình về nhà cho nó có chỗ ở thì ngay khi đúng 18 tuổi, Trinh sẽ thành một người *homeless*, không nơi nương tựa.

Đây là một vấn đề trọng đại cho Trinh và vợ chồng Cường nên cô nhân viên CFS nhấn mạnh việc Trinh phải chuẩn bị tinh thần cho hơn một năm trước mắt việc lo miếng ăn, áo mặc, nhà ở..., tất cả sẽ không phải do người khác mà chính Trinh cung ứng. Vì thế ngay từ phút này Trinh phải nghĩ đến chuyện ở nhờ bà con, bạn bè thân thuộc nếu bố mẹ ruột nhất định không nhận con, và lo nghĩ đến việc đi làm bán thời gian hay hoàn thời gian để kiếm tiền sinh sống. Nếu không có sự chuẩn bị đó, việc Trinh cộng thêm vào tên tuổi của những người *homeless* ở nước Mỹ là một chuyện hiển nhiên. Ăn ngủ ngoài đường không những khó khăn về gia cảnh mà vấn đề an ninh cũng hoàn toàn nguy cập.

Buổi họp chấm dứt với Cường nhận xét con mình không có một vẻ gì quan tâm về vấn đề nó mới nghe qua. Nó chỉ nói vỏn vẹn một chữ *"bye"* với bố mẹ khi xong họp, không thêm bớt một chữ. Nhìn nó leo lên xe đi về với người mẹ nuôi, con tim mệt mỏi của Cường bấy lâu nay chai đá vì sợ hãi phải đối đầu hàng ngày với đứa con ngỗ nghịch bỗng dưng trở lại trạng thái lo âu cho đứa con của mình. Cường tự nhủ không biết trong lòng nó có sợ sệt suy nghĩ đến viễn ảnh tương lai khi ngoài mặt nó không tỏ ra gì là lo lắng, để bố mẹ nó một lần nữa chịu thua khi nó lên 18 phải dẫn nó về nhà? Cường với nó bây giờ đúng như là những tay đánh phé *poker* Cường thường thấy trong TV: gương mặt họ lạnh như tiền không cho đối phương biết tẩy cây bài của mình. Mặt của Trinh bây giờ như là tay *poker* chuyên nghiệp, không tỏ gì quan tâm hay sợ hãi.

Cường đóng cửa xe, rồ máy, xem kính chiếu hậu để lùi xe lái đưa vợ về nhà. Nhìn trong kính chiếu hậu, Cường chợt nhận ra mặt mình trong gương xanh tái mét.

(2010)

Lời Trăn Trối

Ngày mai tôi có hẹn giải phẫu buổi chiều bốn tiếng đồng hồ, sẽ được đánh thuốc mê vì cuộc giải phẫu tương đối phức tạp. Đây là nước Tây Phương văn minh tân tiến chuyện gì dân chúng thưa kiện cũng được, phi lý đến đâu nhiều lúc vẫn được xử thắng nên trước khi mổ bệnh nhân ký giấy đồng ý đã duyệt qua tất cả những nguy hiểm có thể xảy ra, phòng trường hợp khi mổ mình quyết định đi theo Công Chúa Diana. Mặc dù người giải phẫu là láng giềng cạnh bên nhà và anh ta cùng tôi theo đảng Cộng Hòa, cơ hội người giải phẫu thuộc phe đối lập Dân Chủ có thể âm thầm nhân cơ hội mổ thủ tiêu tôi không thể nào xảy ra, tôi vẫn có một lo ngại nhỏ nhoi là lúc mê thiếp đi trên bàn mổ tôi có thể sẽ đi luôn không hẹn ngày về. Có vài người trẻ hơn tôi đã đột ngột từ giã cõi đời không lời trăn trối nên không muốn lập lại lỗi lầm của họ, đề phòng trường hợp đáng tiếc có thể xảy ra, tôi muốn viết vài ý nghĩ thiển cận để vợ tôi có thể biết rõ ràng ý của tôi khi tôi chết.

Khi một người mất, việc đầu tiên người còn lại phải lo là vấn đề chôn cất. Tôi sinh sống cuộc đời giản dị, lúc còn sống không bắn pháo bông ầm ĩ thì khi chết cũng muốn âm thầm như tiềm thủy đĩnh tuần dương dưới đáy biển, thiêu xác đi cho xong. Đốt xác thì cái lợi đầu tiên là vợ con lương tâm không bị cắn rứt khi vào nhà quàn. Ngồi xuống nghe nhân viên của họ phân bày tỏ tường nên mua quan tài loại nào, bảo đảm gia đình sẽ tá hoả tam tinh vì lựa chọn không phải một mà là cả chục thứ khác nhau với giá tiền đắt/rẻ cách nhau xa vời diệu vợi còn hơn khoảng cách từ trái đất đến mặt trăng, không biết nên chọn cái nào. Muốn mua quan tài rẻ cho chồng nhưng khách đến thăm viếng thấy linh cữu chồng sẽ phê bình rẻ quá, tội nghiệp cho chàng nên phải mua cái đắt hơn. Nhưng đắt hơn như thế nào? Quan tài làm bằng gỗ ghe đánh cá sắp mục hay gỗ lim mầu tím hoa sim? Quan tài có trang bị âm thanh tuyệt hảo THX Sound với màn ảnh đại vĩ tuyến phẩm chất tốt High Definition hay quan tài có trang bị máy điều hòa không khí 24 giờ một ngày? Quan tài với vải trắng tầm trường hay bọc da tốt nhất của bò cao cấp từ xứ cao-bồi Texas? Quan tài không có gì hết hay trang bị với điện thoại di động *free unlimited text message*? Quan tài tay cầm làm bằng ống nước do công-ty sắt thép Thủ Dầu Một chế tạo hay bằng i-nốc-xi-đáp mạ vàng 24 cà-ra phẩm chất siêu tốt? Bao nhiêu những lựa chọn nan giải mà cái đắt nhất với đầy đủ vật liệu sang trọng, máy móc tinh vi có thể làm cho người còn sống trả tiền góp ba mươi năm vẫn chưa hết méo mặt. Do đó đốt là tốt nhất. Đốt thì đẹp đến đâu cũng vào lửa cháy nên vợ tôi chỉ cần trả tiền cho cái quan tài rẻ nhất đóng bằng mạt cưa. Tiền dư còn lại để nàng mua thêm hai, ba, hay chục cái ví Louis Vuitton thì còn có lý hơn.

Xác tôi khi thiêu xong thì để nhà quàn họ đem đi vất ở bãi rác của sở Vệ Sinh Đô Thành là xong. Không nên lấy đem về nhà làm gì vì một đời người đã chấm dứt. Người ở lại tuy đau buồn trong những ngày tháng đầu tiên mất người thân nhưng không có lý do gì bắt người sống cứ khư khư giữ cái bình tro để nhớ đến tôi vì không thể nào mang người chết trở lại trong đời sống. Vả lại, vợ tôi vẫn còn thân hình hấp dẫn và một đời sống kéo dài chờ đợi trước mắt, tôi chết đi thì nàng nên tái giá. Tái giá hay tái nạm xong, lấy chồng mới về nhà thì thế nào vợ chồng cũng tình tự vào giờ Tí canh ba. Vợ chồng tình tự mà có tôi nằm trong cái bình trên bàn thờ quan sát tất cả hành động và cử chỉ của hai người thì bảo đảm ông chồng mới sẽ teo …(tòa soạn tự ý đục bỏ), làm thế nào ông ấy trình diễn hết khả năng của mình được?

Nhỡ có một người nào mách kế vợ tôi đem tro tôi lên chùa cúng 49 ngày, không có tro của tôi nàng cũng sẽ khỏi mất công hoang mang làm theo lời đề nghị vì khi đến đó, nàng sẽ khám phá ra cuộc đời rất ư là vô cùng phức tạp: nên để tro tôi ở đâu? Tầng dưới cho dễ thấy, linh hồn tôi sẽ được chiếu cố đặc biệt, được tụng kinh hằng ngày để sớm được siêu thoát hay tầng trên cao khuất bóng người đời xa mặt cách lòng không ai để ý, ít người chiêu đãi cúng kiến? Hai vị trí để tro khác nhau thì dĩ nhiên tiền cúng oản cũng khác nhau. Tuy rằng sẽ nhức đầu không biết chọn thứ đắt hay rẻ, tôi biết tính vợ tôi cũng hà tiện giống tôi, nàng sẽ hỏi tại sao phải cúng 49 ngày mà không cúng chín tháng mười ngày, hay tốt hơn nữa, bốn mươi năm mới cúng? Vì thế, vất tro đi không đem về nhà là thượng sách.

Tôi nói với vợ tôi rất nhiều lần là khi tôi chết, đốt xác xong xuôi đâu đấy rồi hãy thông báo với người thân và bạn bè, đừng làm lễ lộc gì cả. Người thân thuộc liên lạc thường xuyên khi còn sống nên sự liên hệ mật thiết đó đã quá đủ, không cần nhọc lòng họ đến một lần nữa tỏ lòng kính trọng người chết lần cuối cùng.

Nếu vợ tôi vì thương tôi quá mà cứ muốn tổ chức một buổi lễ cho người đã khuất thì đừng mời gia đình bạn bè thân thuộc mà mời những người không thích tôi hay tôi không thích khi còn sống. Họ sẽ nể tình là "nó" đã chết nên dĩ nhiên sẽ đến viếng tôi một lần cuối cùng. Trong giờ thăm viếng này, nhà quàn nên để đèn leo lét mờ mờ ảo ảo, bật nhạc rùng rợn của chương trình lúc Không giờ, mở âm thanh phát ra tiếng kẽo kẹt của xác chết bị treo cổ đong đưa qua lại..., tóm lại khung cảnh càng ghê rợn ma quái chừng nào thì càng tốt chừng ấy.

Không một người nào nên ở trong phòng quàng xác của tôi, và những người tôi không thích hay không thích tôi chỉ nên cho vào một lần một người. Bước vào phòng dĩ nhiên là họ sẽ nổi da gà, chỉ muốn rời phòng cho nhanh nên khi họ đến bên quan tài tôi lầm bầm: "Ngọc, tôi với anh không thích nhau, thù oán ngút trời nhưng nếu anh có sống khôn thác thiêng....", chờ cho họ vừa nói đến đấy tôi sẽ trong quan tài ngồi bắn dậy. Bảo đảm không cần tôi nói "oong" "đơ" gì hết, từng người một sẽ đứng tim theo tôi đi đoong về chín suối.

Tôi thường nghe nhiều người giảng đạo đức khi mình gần lìa cõi đời thì nên lấy tình thương xóa bỏ hận thù, mọi oán hờn nên dẹp bỏ. Tôi thật tình không hiểu triết lý này. Tại sao lúc còn sống mình không bắt tay làm lành mà đợi đến lúc chết mới làm? Dẹp thù oán khi còn sống thì hai bên còn cơ hội giao dịch, thư từ thăm hỏi hay có cơ hội đến viếng thăm nhau, chứ chết rồi hai người sống chết không gặp nhau nữa thì hòa giải làm gì? Hay cái lý do mình nên bỏ hết tất cả sự giận hờn, oán ghét người khác khi gần chết là vì tâm hồn mình sẽ được nhẹ nhàng thanh thản, được nhẹ tội hay không còn tội để mình được lên thiên đàng hay hóa sang kiếp khác? Nếu câu trả lời là như thế thì mình tha tội hay làm hòa với người khác vì quyền lợi ích kỷ riêng của mình. Tôi không muốn là con người mâu thuẫn. Mình đã không thích người nào thì chết là cơ hội cuối cùng để tỏ cho người ấy biết ý tưởng thật sự của mình, nằm trong hòm rồi ngồi dậy bất ngờ cho họ kinh ngạc tắt thở để mình cười hả dạ nơi ...địa ngục.

Một lý do nữa tôi muốn vợ tôi không nên tổ chức lễ liếc gì cả khi tôi chu du miền tiên cảnh vì tôi không muốn mọi người không nói sự thật. Vì lịch sự và vì không muốn tang gia thêm bối rối, ai cũng nói cái hay cái tốt của người chết mà không nói về cái xấu của người ấy ở những buổi lễ an táng: "Richard có tính thương người. Ngoài vợ ra, ông ta còn thương bao nhiêu cô khác nữa như là Linda, Jill, Janet.…", "Bà Elizabeth là người thương chồng, mỗi khi đi đâu xa một mình, đến bữa ăn trưa hay tối thay vì ăn một đĩa steak thì bà ăn hai đĩa để nhớ đến chồng", "Ông Tom là người có lòng hảo tâm, có một business trốn thuế để có dư tiền dâng cho nhà thờ vào mỗi sáng Chủ Nhật", "Ông Tửng là người có lòng thờ phượng Chúa" (thật ra khi còn sống ông ta lười đi nhà thờ, năm tháng mới đi một lần), "Bà Tư Mắm là một Phật tử sùng đạo" (mỗi năm chỉ vào dịp Giao Thừa bà Tư Mắm mới lên chùa xin sâm)…

Tôi không muốn khách sáo như Bắc Kỳ Hà Lội, mình có sao thì nên nói vậy, cả cái hay lẫn cái dở. Tội lỗi của tôi trong suốt cuộc đời nếu liệt kê ra có lẽ dài hơn quốc lộ số Một. Khi mười tuổi tôi đã làm tiền cô bạn gái ở nhà bên cạnh, đòi cô ta cho tôi mười đồng, nếu không thì tôi nghỉ chơi cô ấy ra. Năm lớp nhì làm Liên Toán Trưởng, anh chàng Tấn phải hối lộ tôi nửa trái ổi để tôi không ghi tên Tấn lên bảng về tội nói chuyện trong lớp (Bây giờ nghĩ lại tôi mới nhận thức ra là ông Thầy Tiểu học của tôi quá ác. Ông ta dùng tôi làm điềm chỉ viên, bắt tôi lên trên bảng nhìn xuống lớp xem đứa nào nói chuyện trong khi ông ta chấm bài thì ghi tên người ấy trên bảng. Khi chấm xong, ông ta gọi tuần tự từng đứa có tên trên bảng lên, rồi dùng thước khẻ tay tụi nó. Một con người như tôi mang bạn ra tố cáo thì chết đi cho rồi, không còn danh dự gì để sống).

Xưa đi gác nhân dân tự vệ, tôi dùng báng súng gõ cửa lò bánh mì bao nhiêu lần để xin bánh mì ăn. Khi còn độc thân đi làm, ngày nào mẹ tôi cũng làm cơm cho tôi mang theo ăn trưa, nhưng có nhiều hôm ngán quá tôi đổ cơm vào sọt rác, mang hộp không về nói láo với mẹ là tôi đã ăn rồi. Năm tôi học lớp 11, tôi và một anh bạn tên Trung, hai đứa xanh xao gầy mòn nhìn vào khe sông trông anh ốm yếu ho hen, nếu ở vào thời đại Lê Ngọa Triều thì chắc chắn chúng tôi làm quan văn chứ không là quan võ, có một lần chúng tôi gia nhập một nhóm bạn trai cùng lớp đầu trâu nhưng không mặt ngựa, cô hồn nhưng không du đãng, đứng ngắm gái ở cổng sau. Thế rồi không biết vì một lý do gì (chắc chắn là vì con gái nhưng tôi không nhớ tại sao), một nhóm con trai Chu Văn An đi qua gây hấn, hai bên choảng nhau.

Tôi và Trung yếu ớt, làm gì mà oai-nghi anh-hùng dũng-mãnh bạo-phổi lạy-trời-không-sợ-súng như mấy anh con trai trong nhóm lớp tôi mặt đối mặt với địch thủ trường khác, xung Đông kích Tây, khiêng ghế, xách cây đập kẻ thù?. Trái lại hai đứa tôi mặt xanh tái mét đứng xa xa vào một góc không cho địch quân thấy mình, không dám tham chiến.

Một lúc sau thì có hai anh Chu Văn An bị lũ bạn tôi đánh cho xiểng niểng hoa lá cành, mắt không thấy đường, chập choạng rút lui vào chỗ chúng tôi đứng. Trung lúc ấy mở cái cặp của nó ra. Tôi nhìn qua thì thấy trong cặp có hai cây ba-toong Lý Tiểu Long ba khúc dính liền bằng dây xích. Nó cầm một cái rồi đưa cho tôi một cái. Hai chí lớn gặp nhau, không cần nói cho trùng ý mà hai đứa chúng tôi mỗi thằng dùng ba-toong gõ một cú mạnh hơn trời giáng vào đầu hai anh chàng kia. Vừa gõ xong, vì sợ đám Chu Văn An nhận diện để sau này trả thù, Trung thâu hồi ba-toong Lý

Tiểu Long vào trong cặp rồi hai đứa tôi cùng …chạy vắt giò lên cổ về lớp không dám nhìn hai anh chàng kia đang bỏ chạy có cờ. Chúng tôi chạy không dám ngoảnh đầu ngó ra đằng sau, bỏ lại lũ bạn trai còn đang đánh nhau ùm tỏi!

Ấy chỉ là nói về tội lỗi tôi đã làm, còn nói đến cá tính thì còn tệ hại hơn nữa. Cáu kỉnh, khó chịu, gắt gỏng, không nhường nhịn ai khi nói về lập trường sống mình tin theo…Nếu tổ chức lễ an táng thì mọi người vì lịch sự chỉ nói những điểm tốt về tôi (đếm được trên đầu ngón tay), chẳng có ai sẽ nói về những cái xấu (nhiều hơn tóc trên đầu), thành ra tốt hơn tôi nên ra đi một cách âm thầm không lễ nghi quái kiếc gì cả.

Một quan tài đắt tiền, một buổi lễ trịnh trọng, một chỗ chôn quý phái chỉ dành cho những người quý hóa giá trị đời sống hay cái chết. Riêng tôi, tôi chào đời không kèn không trống, không của cải, không người thân, không bạn bè thì nếu tôi có chết, tình huống cũng nên xảy ra giống như vậy. Gia đình tôi chạy loạn hai lần, bố tôi năm 1954 và tôi năm 1975. Lần nào chúng tôi cũng chỉ có mảnh áo trên thân nên hai lần ly loạn dạy cho tôi biết giá trị của của cải trong đời sống là vô nghĩa. Sống đã vô nghĩa thì chết đi mọi sự lại càng chẳng có nghĩa lý gì. Nếu khi chết vợ tôi chỉ cho tôi mặc mỗi một chiếc quần xà-loỏn khi đem đi thiêu thì tôi cũng rất thoải mái không phiền hà, đêm nhất định sẽ không hiện về hỏi thăm tí huyết vợ vì cái quần xà-loỏn đó không theo được với tôi về phương trời xa xăm không một ai biết.

Khác với cái quần xà-loỏn, tôi biết điều này sẽ đi theo với tôi khi tôi chết, và tôi sẽ muôn đời quý trọng nó nơi bên kia thế giới: tình cảm mật thiết của vợ con, của bố mẹ anh chị em, của người thân trong gia đình và của bạn bè thân thuộc.

Vì thế, nếu nhỡ tôi vĩnh viễn không thức dậy sau cuộc giải phẫu, với một lòng tri ân chân thành, tôi thành thật cảm ơn các thân hữu đã cùng tôi chia sẻ ngọt bùi trong cuộc sống.

(2010)

30/04/1975:
Ngày Tôi Ra Đi

<u>Một tuần trước ngày 29/04/1975</u>:

Nằm trên divan trong cái nắng ban trưa oi bức của Sài Gòn thỉnh thoảng nghe tiếng máy bay vận tải C-130 và C-141 bay qua lại trên trời, tôi toát mồ hôi run sợ vì biết rằng nó đang di tản những người may mắn rời khỏi Việt Nam trong khi tôi vẫn còn ở đây. Khi quân đội Cộng Sản bắt đầu cuộc tổng tấn công, không một chiến lược gia trên thế giới nào có thể đoán biết chính phủ Việt Nam Cộng Hoà thua trận liên tiếp nhanh chóng và bất ngờ như vậy. Cuộc chiến bắt đầu vào ngày mùng 10 tháng 3, khi bao nhiêu sư đoàn Cộng Sản với hậu thuẫn hùng hộ của xe tăng 54, đại bác 130 ly, hoả tiễn phòng không SAM..., tấn công vào Quảng Trị, các tỉnh miền nam Trung phần, Tây Ninh và Xuân Lộc cùng một lúc. Chỉ trong vòng ba, bốn tuần Quảng Trị, Ban Mê Thuột, Kontum, Pleiku và các tỉnh miền Trung dọc theo Ai Lao rơi vào tay Cộng Sản. Trong một chiến lược tai hại nhất trong lịch sử chiến tranh, Tổng Thống Thiệu quyết định bỏ hết các tỉnh miền Trung, rút quân về để bảo vệ SàiGòn và các tỉnh miền Tây. Cả triệu dân miền Nam từ vĩ tuyến 17 đến Phước Long, Định Quán trên đường tỵ nạn chạy vào SàiGòn một sớm một chiều rơi vào tay Cộng Sản.

Ngày 21/04, Tổng Thống Nguyễn Văn Thiệu lên đài truyền hình đọc diễn văn từ chức, đổ lỗi cho chính phủ Hoa Kỳ đã không giữ lời hứa bảo vệ Việt Nam

Cộng Hoà. Tuy rằng tuyên bố sẽ ở lại trong những ngày tháng sắp tới để đóng góp vào công tác bảo vệ đất nước, năm ngày sau đó cùng với mười lăm tấn hành lý trong chiếc máy bay vận tải C-118 của Không Quân Hoa Kỳ, ông bỏ nước bay sang Taiwan dù rằng vài tuần trước đã kêu gọi dân chúng cùng nhau sát cánh với Tổng Thống đánh bật địch quân. Hiện giờ Xuân Lộc, cách SàiGòn 60 cây số, đang bị 40,000 quân lính Cộng Sản bao vây. Cuộc chiến ngày càng khốc liệt vì nếu mất Xuân Lộc quân Cộng Sản sẽ tiến đến Biên Hoà, SàiGòn không thể nào tránh khỏi cảnh sụp đổ. Người trong SàiGòn đang bị dây thừng từ từ siết chặt vào cổ mà không ai hay biết vì trong SàiGòn vẫn còn cái an ninh giả tạo khi dân chúng chưa mặt đối mặt địch quân.

Một tuần trước đây tôi và anh tôi lái Honda đi thăm cô vợ Việt Nam của một anh lính Hải Quân Mỹ. Anh ta nhờ anh tôi đến xem vợ và hai con gái anh ta có cần giấy tờ gì nữa không để chuẩn bị cho chuyến bay rời khỏi SàiGòn sang Hoa Kỳ mà anh ấy đã mua vé cho cả ba. Ngày đi: 30/04/1975. Sau khi nói chuyện với cô ta độ một giờ đồng hồ, chúng tôi đi về. Ngồi trên yên sau chiếc xe Honda Dame lòng tôi buồn man mác vì tôi vẫn còn nhớ hình ảnh cô ta chìa ra ba cái vé máy bay cho chúng tôi xem. Tôi ước ao thay vì tên cô ta trong hàng chữ in đen trên chiếc vé máy bay thì là tên của tôi để trong những ngày sắp tới tôi cũng sẽ ăn ngủ không yên nhưng cái ăn ngủ không yên đó không phải vì sợ hãi mà là vì háo hức chờ ngày 30-04 đến để tôi được đi nước Hoa Kỳ tự do với bao nhiêu hứa hẹn cho một cuộc sống mới.

Trường học đã đóng cửa hơn cả tuần. Không có sinh hoạt thường nhật mà chỉ ở nhà cả ngày lẫn đêm làm tôi trở nên bồn chồn vì lo ngại cho an ninh và hạnh phúc cho tôi và cả gia đình nếu Việt Nam Cộng Hoà thất thủ. Bố mẹ tôi đã một lần đi tìm tự do bỏ nơi chôn nhau cắt rốn ngoài Bắc để vào trong Nam xây dựng lại một cuộc đời mới. Ai ngờ đâu chỉ có hai mươi năm sau chính tôi lại đối diện vấn đề bố mẹ tôi đã từng đối diện, và bây giờ thì có vẻ như là tôi không có cách nào di tản như bố mẹ tôi vì gia đình tôi không một ai làm cho người Mỹ, không có thân nhân ở Hoa Kỳ, không giàu có để có thể mua thuyền bè, ba điều kiện tiên quyết nếu muốn rời khỏi Việt Nam trong tình trạng bây giờ.

Ba ngày trước, một người bạn trong lớp của tôi, Thanh, đạp xe đến nhà báo tin:

-Tao sắp đi Mỹ rồi Ngọc à.

-Vậy sao? Chừng nào mày đi?

-Thứ Ba 29 này. Cô tao làm cho Mỹ, dàn xếp được cho tao và ba má tao đi.

Thanh cũng là người Bắc nên tôi hỏi:

-Chắc bố mẹ mày mừng lắm?

-Ừ. Nhất là bố tao. Ông ấy lo áy náy cả mấy tuần nay.

-Đi sang bên ấy rồi nhớ viết thư cho tao.

-Ừ chắc chắn rồi.

-Không biết trong lớp mình có ai đi không?

-Tao không biết.

-Chừng nào vào học trở lại tao sẽ báo cho các bạn biết là mày đi Mỹ rồi. Mừng cho mày nhe.

Chỉ trong vòng có một tuần mà tôi biết hai người may mắn có cơ hội đi Mỹ, tránh khỏi tương lai mờ mịt chờ đón những người còn ở lại Việt Nam như tôi. Tôi không hiểu Thượng Đế làm việc như thế nào, tại sao người có số may mắn, người khác vận số bất hạnh.

<u>Thứ Ba 29/04/1975</u>:

Cả đêm hôm qua tôi trằn trọc ngủ không được vì tiếng đạn pháo kích rớt nghe rất gần đâu đó trong SàiGòn. Sáng ra mới biết là vài đầu đạn rớt trong Chợ Lớn, một rớt gần khách sạn Majestic, vài đạn đại bác 130 ly rớt ở sân bay Tân Sơn Nhất, và một rớt gần toà Đại sứ Hoa Kỳ, giết chết hai người lính Thủy Quân Lục Chiến Mỹ. Anh tôi đã dậy từ sáng sớm bật chiếc radio để nghe tin tức. Đài phát thanh nhắc lại SàiGòn đang nằm trong tình trạng thiết quân luật và giới nghiêm 24 trên 24, ra lệnh cho bác sĩ và y tá vào trình diện ở nhà thương.

Sau một tuần nhậm chức Tổng Thống khi Nguyễn Văn Thiệu từ chức rời Việt Nam vào ngày 21/04, Phó Tổng Thống Trần Văn Hương hoang mang với chức vụ mới và yêu cầu Lưỡng Viện Quốc Hội giao quyền Tổng Thống cho Đại Tướng Dương Văn Minh. Hôm qua đài truyền hình Việt Nam quay buổi lễ trao quyền cho Tân Tổng Thống. Trong bài diễn văn nhận lãnh chức vụ, Đại Tướng Minh ngoài thưa chuyện cùng Quân Đội và dân chúng VNCH cũng đã tuyên bố với chính phủ Cách Mạng Lâm Thời và "Những người anh em bên kia" là ông ta sẵn sàng giải quyết vấn đề VNCH trong hoà bình. Cả buổi chiều sau đó, đến đêm rồi cho đến bây giờ tiếng súng đạn vẫn không ngừng, chứng tỏ là Bắc quân không xem ông ta đóng một vai trò nồng cốt trong cuộc chiến tranh này nữa. Mà làm sao có thể xem ông ta là quan trọng khi lực lượng bảo vệ SàiGòn sắp sửa sụp đổ hoàn toàn, Cộng quân đang siết chặt vòng đai, chỉ còn vài ngày nếu không nói là vài giờ sẽ ngửi mùi chiến thắng?

Trên trời trực thăng Chinook bay hàng hai, hàng ba từ phía biển vào, đánh dấu cho cuộc di tản cuối cùng của người Mỹ ở Việt Nam. Trong cái khung cảnh hỗn loạn của tiếng máy bay trực thăng vần vũ trên trời, của tiếng *thùm thụp* đạn đại bác, của tiếng máy bay Phantom xé không khí với tiếng gầm của động cơ máy bay lẫn tiếng thả bom, của tiếng đạn liên thanh AK47 và M16 liên tục bắn không ngừng, căn xóm lao động của tôi vẫn tiếp tục sống một ngày như mọi ngày. Bà Ba bánh mì đã đẩy xe đi bán. Bà Tám bánh canh cũng sẵn sàng quẩy gánh đi rao. Ông Tôm Càng đã mở cửa chuẩn bị khách trong xóm đến mua hàng chạp phô của mình. Tôi là người miền Bắc nên cái cảm giác bình thường của những người láng giềng miền Nam trong xóm được thay thế bằng nỗi lo âu sợ hãi khi biết rằng ngày tự do của Việt Nam Cộng Hoà sắp sửa chấm dứt. Một tương lai mờ mịt sắp sửa chào đón người dân miền Nam mà tôi cũng như bao nhiêu triệu người khác thúc thủ không làm gì được.

Ở trước cửa nhà có tiếng Honda Dame tắt máy. Tôi nhìn ra cửa, đó là anh Trúc, người anh thứ nhì của tôi. Hớt hãi vào nhà, anh ta nói lớn tiếng:

- *Tất cả thu xếp đồ đạc lên nhà thờ Tin Lành Quốc Tế*

ở Trần Cao Vân, sẽ có trực thăng di tản.
- Chắc không? Mày lấy tin ấy ở đâu ra? Mai, anh cả
của tôi hỏi lại.
- Chắc thì không chắc, nhưng em nghe tin trực thăng
sẽ bốc mục sư Mỹ ở đó.
- Được rồi, như thế thì nhà chuẩn bị đi. Gặp lại vợ
chồng mày ở Trần Cao Vân.
- Ừ, bây giờ em về chở vợ em. Hẹn gặp lại nhau.

Tôi nghe anh Trúc nói mà không tin vào chính tai
của mình. Chỉ chạy ra nhà thờ là được đi Mỹ sao? Tìm
được móc nối để đi Mỹ khó vô cùng. Cho dù chính
phủ Gerald Ford đã đặt áp lực với Đại sứ Mỹ Graham
Martin rất sớm từ đầu tháng 4 ra lệnh di tản nhân viên
Mỹ và những người Việt thiết yếu làm việc cho chính
phủ Hoa Kỳ, Martin từ chối. Ông ta viện lẽ di tản
người Mỹ sẽ làm lung lay tinh thần chiến đấu của quân
đội Việt Nam Cộng Hòa. Do đó ông thông báo cho tất
cả mọi người ai muốn rời SàiGòn phải tuân theo luật
của chính phủ VNCH. Chính vì thế những người đàn
ông Mỹ có vợ con Việt không cưới hỏi phải chạy đôn
chạy đáo lo giấy hôn thú. Những người lo giấy tờ thừa
dịp lợi dụng cơ hội, tiền phí tổn giấy tờ hôn nhân lúc
bình thường không đến 20 đô-la, bây giờ tăng vọt đến
hơn một triệu đồng VN, khoảng một nghìn đô-la.

Từ ngày lập gia đình, anh Trúc ở bên nhà vợ ở
Ngã Bảy. Nhà tôi chỉ có mỗi một mình anh ấy tin
Chúa. Anh Trúc không tin hời hợt như bao nhiêu
người khác mà tin sốt sắng với một ý chí cương quyết
bỏ trọn cuộc đời hầu việc Chúa. Bố tôi không tin vào
đạo nào nên tôi cũng như bố tôi, thế nhưng ở giây phút
tuyệt vọng không lối thoát như thế này, tôi bỗng nhiên
tin vào Chúa của anh tôi vì bây giờ chúng tôi là người
sắp chết đuối được anh tôi thảy phao cấp cứu.

- U đâu rồi? Chị Huyên đâu? Anh Mai hét lớn. *Mấy đứa đi tìm U và chị Huyên nhanh lên!*

Chị Huyên là vợ anh Mai. Nhà chị ấy ở gần nhà tôi, bên kia đường Phan Đình Phùng nên chị ấy thường về nhà thăm ba má, tìm chị ấy có lẽ không khó khăn. Thế nhưng U tôi thì khó tìm, bà ấy quen bao nhiêu người, xóm trên xóm dưới, xóm trước xóm sau, xóm gần xóm xa nên tìm cho ra U tôi là cả một vấn đề. Tôi và chị tôi chia phiên, chị ấy tìm chị Huyên còn tôi thì tìm U. Tôi có cảm tưởng bỏ ra ba thế kỷ đi khắp nẻo đường đất nước thì cuối cùng gặp được U tôi ở nhà cô Bảy may áo.

Dẫn U tôi về nhà, chị tôi đã tìm ra chị Huyên trước. Anh Mai quát tháo mỗi đứa phải tự lo mang theo giấy tờ và những thứ gì cần thiết. Tôi đánh mắt đảo chung quanh nhà. Ý nghĩ đầu tiên trong trí tôi là phải mang theo gì để ăn vì ngay cả Napoléon nhận thức được là quân đội chỉ thẳng tiến khi bụng có đầy đủ thức ăn. Thế nhưng nhà tôi không có tủ lạnh, ăn ngày nào thì U tôi đi chợ mua thịt thà cho ngày ấy nên trong nhà hoàn toàn không có một món gì. Tôi chạy lên lầu. Bây giờ thì tôi nghĩ đến cảnh chạy loạn trong chiến tranh gia đình thất lạc phân tán hoặc người chết kẻ còn. Sợ rằng có thể sẽ không bao giờ gặp lại anh chị em nữa, tôi mở quyển album ra, lướt nhanh từng trang, gỡ khoảng hơn mười bức ảnh có hình của tất cả mọi người trong gia đình. Kế tiếp tôi nghĩ trong khi chạy loạn phải cần tin tức nên lấy cái radio trên bàn rồi đi xuống nhà. Tài sản chạy loạn của tôi chỉ có thế: một chiếc máy radio, hơn mười bức ảnh gia đình và mỗi một bộ quần áo trên người.

Chạy xuống dưới lầu, tôi nghe chị tôi tỉ tê khóc:

- Em không có quần mặc.

- Quần mày đâu? Anh Mai thét.
- Em chỉ có hai cái quần, tối qua giặt hết rồi, bây giờ còn ướt.
- Thì mặc đại vào chứ sao?
- Không được, em đang bị. Đợi em ủi cho khô rồi hãy đi.
- Giặc đến đít rồi làm sao đợi cho mày ủi quần được. Mượn quần của U thì đã sao?

Chị tôi khóc thút thít, lấy cái quần satin đen của U tôi mặc vào. Cái lưng quần lẫn ống quần rộng thùng thình, chị ấy phải buộc cái ống quần cho nhỏ lại trước khi leo lên xe đạp. Đóng và khoá cửa nhà, chúng tôi kiểm điểm lại đủ mọi người trước khi đi: anh Mai chở U tôi, chị Huyên chở đứa con trai năm tuổi của hai vợ chồng. Cả hai đi bằng xe gắn máy trong khi hai bà chị tôi, tôi và thằng em trai đèo nhau trên hai chiếc xe đạp. Mọi người đầy đủ, chúng tôi rời khỏi nhà. Cả xóm lúc này đã tụ tập chung quanh chúng tôi, nhiều người hỏi nhốn nháo đi đâu. Anh tôi không bao giờ nói chuyện với người hàng xóm nên không trả lời. Bà Tư Rỗ hỏi U tôi:

- Bà đi đâu vậy bà Quản?
- Ồ, đi lánh nạn ấy mà. U tôi trả lời.
- Vậy chừng nào bà về?
- Hết súng đạn thì về.
Ông Bắc Kỳ thợ bạc đối diện nhà tôi mặc bộ bà ba trắng đứng trước cửa nhà gật gù:

- Chắc chúng nó đi Mỹ.

Thằng cháu của ông ấy, bằng tuổi tôi mà tôi đặt cái tên chết liền với nó là Cường Cu Lé, chỉ tôi cười hằng hặc:

- Thằng Ngọc đi Mỹ Tho tụi bay ơi!

Đạp bánh xe chuyển bánh, dán mắt xuống đường phía trước, tôi không dám nhìn những người láng giềng với hàng chục con mắt soi mói nhìn theo. Tôi không dám trả lời họ là mình đi đâu vì chính tôi cũng không biết là sẽ đi đâu, và có đi được không. Trong bụng tôi run lo sợ chốc nữa xe ra đến đường cái cả nhà sẽ bị Quân Cảnh chận lại, xét xe không cho đi vì SàiGòn đang trong giờ giới nghiêm. Thế nhưng nhìn anh Mai trong quân phục chạy hướng dẫn ở phía trước, tôi cũng hơi yên lòng. Anh Mai là Bác sĩ Quân Y cho lực lượng Biệt Động Quân, nếu chúng tôi có bị ngừng thì nói với cảnh sát anh ấy là bác sĩ, đi trình diện ở nhà thương. Nói nghe hoàn toàn có lý.

Ngoài đường lác đác thường dân, phần còn lại là quân đội và cảnh sát. Đến mỗi ngã tư có cảnh sát, tôi cứ âm thầm đạp xe không nhìn vì sợ họ huýt còi thổi mình. Chị tôi thỉnh thoảng đạp xe quá chậm; sợ anh tôi bỏ rơi làm tôi cứ hối thúc chị không ngừng. Anh Mai chạy đâu chúng tôi chạy theo đó. Đầu óc tôi quá căng thẳng nên không biết phương hướng đường xá mà chỉ bám sát theo chiếc xe Mobylette của anh ấy. Khoảng nửa giờ sau, vào lúc 8 giờ 30 sáng, chúng tôi đến nhà thờ Trần Cao Vân. Vợ chồng anh Trúc đã đến trước, đón chúng tôi ở cửa.

Khoảng sân xi-măng trước cửa nhà thờ trống vắng, chứng tỏ là ít người chưa biết địa điểm di tản này. Thế nhưng khi bước vào trong nhà thờ thì tôi thấy đã đầy người, có lẽ xấp xỉ đến ba trăm. Chọn một chỗ còn trống, cả hai gia đình ngồi bệt xuống đất. Tôi nghe thoang thoáng anh tôi nói chuyện với vài người khác trong nhà thờ. Họ đều quả quyết trực thăng sẽ đáp xuống di tản giáo sĩ Mỹ ở đây nên tôi hơi yên lòng.

Bây giờ là 11 giờ sáng. Ở nước Mỹ bên kia Thái

Bình Dương, Kissinger ra lệnh thi hành giai đoạn thứ tư và là giai đoạn cuối cùng trong Chiến Dịch Gió Thổi Không Ngừng, Operation Frequent Wind: di tản người Mỹ bằng trực thăng ra hạm đội Mỹ chờ sẵn ở ngoài khơi. Operation Frequent Wind có 4 giai đoạn:

1. Di tản bằng hàng không dân sự từ Tân Sơn Nhất.

2. Di tản bằng máy bay quân sự từ Tân Sơn Nhất.

3. Di tản bằng tầu từ hải cảng chung quanh SàiGòn.

4. Di tản bằng trực thăng (chỉ dành riêng cho người Mỹ).

Quốc Hội Mỹ đã ra chỉ thị rất rõ trong giai đoạn khẩn cấp cuối cùng quân đội chỉ di tản người Mỹ thế nhưng cả Tổng Thống Ford lẫn Đại sứ Martin ngoảnh mặt làm ngơ lệnh này. Trong vòng hai mươi tiếng đồng hồ, quân đội Mỹ huy động 865 lính Thủy Quân Lục Chiến, bay 630 chuyến trực thăng, di tản 1373 người Mỹ, 85 người thuộc các quốc gia khác và 5595 người Việt Nam ra khỏi SàiGòn. Trong số này, số người di tản từ toà đại sứ Mỹ là 2100 người, 978 là người Mỹ.

Tiếng trực thăng Chinook lên xuống không ngừng, tiếng chong chóng đập *phầm phập* rất lớn khiến tôi suy nghĩ ngay là toà đại sứ Mỹ phải gần đâu đây. Bước ra nhà thờ nhìn lên trời, tôi cứ thắc mắc là chiếc nào sẽ ghé xuống đáp ở nhà thờ? Nhìn mãi cả giờ mà không thấy chiếc nào đáp, tôi nản chí. Bây giờ thì không biết ở đâu người ta kéo đến nhà thờ quá đông, ngồi đầy ở sân xi-măng bên ngoài không còn một chỗ trống. Nó làm cho tôi thất vọng não nề: không một chỗ trống cho máy bay đáp xuống thì làm sao mà di tản? Tôi nhìn đồng hồ, bây giờ đã giữa trưa.

Vào lại bên trong nhà thờ ăn miếng xôi của gia đình vợ anh Trúc nấu, cứ mỗi giây phút trôi qua là tôi lại càng lo sợ cho ý nghĩ trong đầu mà tôi nghĩ không thể nào sai: sẽ không có máy bay nào đáp xuống vì tôi không thấy bóng dáng của một giáo sĩ Mỹ. Nếu có di tản thì máy bay đã đáp xuống từ ban sáng. Bắt đầu từ hai giờ trở đi, nhiều gia đình cũng có ý nghĩ như tôi nên họ dần dần bỏ về. Nhà thờ ngày càng thưa thớt, bãi xi-măng phía trước bây giờ trở lại trống vắng. Anh tôi nghĩ nhà thờ kiên cố hơn ở nhà, không đi được thì tạm trú ở đây qua đêm tránh bom vẫn tốt hơn ở nhà nên chúng tôi không tham gia với đám người rời bỏ nhà thờ trở về nhà.

Bốn giờ chiều 29/04. Từ lúc đông nhất khoảng năm trăm người, nhà thờ bây giờ chỉ còn vỏn vẹn độ năm gia đình. Vào khoảng ba giờ trưa Thủ Tướng Vũ Văn Mẫu lên radio ra lệnh cho người Mỹ rời khỏi ViệtNam. Thế là hết. Người Mỹ rời Việt Nam thì Sài Gòn chắc chắn sập, vô phương cứu chữa. Chưa bao giờ tôi tuyệt vọng như bây giờ. Cảm giác của tôi bây giờ như là một con heo sắp bị người đồ tể đem ra chọc tiết thì phá chuồng chạy đi, được tự do. Nhưng cái tự do ấy chỉ ngắn gọn vì nó vẫn còn nằm trong phạm vi nông trại không thoát đi đâu được, không sớm thì muộn người đồ tể sẽ bắt nó lại. Đúng ngay giây phút người đồ tể sắp bắt được nó thì một người chạy Vespa đi vào. Anh này tên là Bằng, nói chuyện với anh tôi và sau khi anh ấy lái xe đi, anh Trúc mặt mừng rỡ nói với cả mọi người:

- *Anh Bằng nói ở ngoài bến Bạch Đằng có tầu đi nhiều lắm, mình ra ngoài đó có cơ hội thoát.*

Chúng tôi lại có người thẩy cho phao cấp cứu lần thứ hai. Lần này gia đình bố vợ anh Trúc có chiếc xe cam-nhông nhỏ nên mọi người nhét vào hết trong xe hơi để anh con trai lớn nhất, tên Sỹ, lái. Anh Mai vẫn chở vợ anh ấy trên xe Mobylette. Anh Trúc chở tôi trên xe Honda. Chiếc xe cam-nhông chạy sau hai chiếc xe gắn máy. Chỉ khoảng mười phút sau chúng tôi đã ra bến Bạch Đằng.

Người nào vì lệnh giới nghiêm nên ở trong nhà khoá cửa, nghĩ rằng ngoài đường chỉ có quân lính thì lầm to. Cả nghìn người nhốn nháo khắp nơi. Người nhung nhúc ở trên đường sau khi đập phá vào các building tước đoạt đủ thứ đồ đạc như quạt máy, bàn ghế, nệm giường, quần áo, điện thoại... lũ lượt tìm đủ mọi phương tiện mang về nhà. Ở con sông Bạch Đằng thì bao nhiêu ghe thuyền lớn nhỏ đủ loại đầy dẫy người ta leo lên, bu kín không còn chỗ trống như ong lợp tổ.

Chạy đến chiếc tầu to nhất, thấy một anh có vẻ như là thủy thủ của chiếc tầu, anh tôi hét hỏi:

- *Tầu này đi đâu vậy anh?*

Anh chàng với gương mặt bất bình, chửi thề:

- *Đ.M., tầu này không có đi đâu hết. Đậu ở đây rồi tự nhiên bà con cô bác ùn ùn leo lên tầu. Không có thuyền trưởng, không có đi đâu hết anh ơi!*

Anh tôi nói cám ơn. Không di chuyển được bằng máy bay thì đường thủy bây giờ là con đường thoát duy nhất. Nhưng làm sao đi? Những chiếc tầu nhỏ ra đại dương rất nguy hiểm đầy những người, trong khi chiếc tầu lớn này thì lại không đi đâu hết. Tiếng súng đạn, tiếng trực thăng, tiếng phản lực, tiếng bom nổ vẫn dồn dập không ngừng làm không ai có thể suy nghĩ chín chắn trong lúc này.

- Anh Mai nhìn kìa!

Anh Trúc hét, chỉ tay về một xà-lan đang trôi chầm chậm trên sông. Xà-lan là một bè sắt lớn hình chữ nhật, diện tích có lẽ bằng một sân tennis, chung quanh là bốn bức tường đầy bao cát cao khoảng ba thước, có lẽ thấp hơn những hàng rào ở sân tennis một tí. Bên ngoài bức tường, ở mép xà-lan chỉ đủ chỗ cho hai người chen vai qua lại. Đằng sau và bên hông có hai lỗ hổng to để bên ngoài có thể vào bên trong xà-lan. Quân đội dùng xà-lan để di chuyển súng ống, hàng hóa ở các tỉnh miền Tây, nhất là trên sông Cửu Long. Tường bao cát kín mít nên tránh đạn quân địch bắn từ hai bên bờ sông rất dễ dàng. Nó không có máy nên một chiếc tầu nhỏ khác kẹp ở bên hông đẩy nó đi. Trên chiếc tầu nhỏ này tôi thấy hai người lính Mỹ cầm súng gác. Hai người lính Mỹ này là lý do anh Trúc chỉ cho anh Mai. Cả hai người đồng ý chạy theo cái xà-lan vì nó sẽ đưa mọi người ra Đệ Thất Hạm Đội.

Quyết định như thế xong, mặc cho bao nhiêu người khác tranh nhau leo lên những chiếc tầu đậu trên sông Bạch Đằng, chúng tôi leo lên xe và chạy theo chiếc xà-lan. Nó chạy trên sông thì chúng tôi bám sát nó dọc theo trên đất liền. Tốc độ nó rất là chậm, và sau khoảng hai mươi phút, nó vào Khánh Hội, khuất vào một nơi mà phía trước có hai cánh cổng lợp bằng mái tôn thật to. Anh Mai và anh Trúc ngừng xe. Từ nãy giờ chúng tôi cứ đinh ninh chiếc xe cam-nhông của bố vợ anh Trúc chạy theo nhưng khi quay đầu lại nhìn thì không thấy bóng dáng chiếc xe đâu hết. Cả hai đều hốt hoảng vì con trai anh Mai và vợ anh Trúc còn ngồi trên chiếc xe ấy. Anh Trúc nói anh Mai ở lại rồi quành đầu xe chạy đi tìm chiếc cam-nhông.

Bố mẹ vợ của anh Trúc, ông Cát, di cư vào Nam năm 1954 như gia đình bố mẹ tôi, có một con trai và hai con gái: Anh Sỹ, chị Lan (vợ anh Trúc) và Huệ. Anh Sỹ có vợ là chị Nho, người Nam, và ba đứa con gái nhỏ. Tất cả ngồi trên xe cam-nhông với U tôi, chị em tôi và vợ con anh Mai. Anh Trúc chạy ngược lại con đường, mắt dảo dác nhìn khắp nơi xem có phát hiện ra chiếc cam-nhông hay không. Trong bụng anh thắc mắc ghê gớm không biết tại sao anh Sỹ không chạy theo anh ấy? Xe hư hay sao? Anh ấy chạy nhanh quá xe cam-nhông bắt không kịp? Cảnh sát thổi giữ xe lại?....

Chạy không đầy hai phút thì anh Trúc thấy chiếc xe đậu ở ngã tư một con đường. Tất cả vẫn còn ngồi trên xe, ngoại trừ hai bố con ông Cát đang ngồi nói chuyện bên lề đường.

Anh Trúc ngừng xe, nóng lòng hỏi:

- *Tại sao bố ngừng xe ở đây? Xe bị hư sao?*

- *Không, xe không hư.* Ông Cát trả lời.

- *Anh Mai đã đến chỗ xà-lan đậu rồi, mình phải đi nhanh lên. Tại sao lại đậu xe ở đây?*

- *Vợ của thằng Sỹ không muốn đi vì sợ nguy hiểm. Vợ nó không đi thì nó cũng không đi. Tao đang thuyết phục nó đi đây.*

- *Anh Sỹ, đã đến đây rồi thì làm sao ở lại được? Phải đi chứ. Đâu phải chỉ có nhà mình thôi đâu mà còn gia đình U em trong xe nữa?*

- *Chị Nho không đi thành ra anh phải ở lại với vợ con.*

Anh Sỹ trả lời.

- Có tụi em với anh chị mà, thôi đi đi!

Anh Sỹ uể oải đồng ý, leo lên xe chạy theo anh Trúc đến chỗ xà-lan ngừng. Anh Mai mừng ra mặt khi thấy chiếc xe cam-nhông trở lại với vợ con anh ấy. Bây giờ thì tôi có dịp quan sát chỗ tôi đang đứng. Sau cái cổng có mái tôn che kín, chúng tôi biết chắc là chiếc xà-lan đang đậu ở bên trong. Bên ngoài cổng là bốn, năm người lính Thủy Quân Lục Chiến Mỹ với súng M16 trên tay đứng gác không cho ai vào. Con đường trước cổng bây giờ xe cộ nhộn nhịp, dù rằng có lệnh giới nghiêm. Cái cổng quá tầm mắt người thường nên không thể nào một ai có thể biết diễn tiến gì đang xẩy ra bên trong. Đứng độ năm phút thì từ xa tôi thấy có một xe bus mầu vàng, trên xe có rất nhiều người da trắng chạy trờ đến. Khi xe ngừng thì người lính gác mở cổng cho xe vào rồi nhanh chóng đóng cổng lại.

Bây giờ thì tôi khám phá ra đây là một trong những địa điểm di tản của chính phủ Mỹ trong Chiến Dịch Gió Thổi Không Ngừng, Operation Frequent Wind. Người Mỹ, ngoại quốc, hay người Việt Nam được phép di tản đều được cung cấp cho một địa điểm di tản và một mật hiệu bí mật, sẽ phát thanh trên radio Hoa Kỳ. Khi nghe tín hiệu bí mật - Bing Crosby hát bài White Christmas - những người đó đến trình diện ở địa điểm đã cho sẵn. Chiếc xe bus này đến địa điểm bí mật đó chở họ đến đây để rời SàiGòn bằng đường thủy.

Vì hai cánh cửa đã đóng, chúng tôi đứng đợi bên lề đường chờ một chiếc xe bus khác đến để lính Mỹ mở ra rồi ùa vào. Thi hành như dự định, mười phút sau chúng tôi lọt vào bên trong không một chút khó khăn. Tôi cứ tưởng đây là địa điểm di tản nên an ninh được bảo đảm, thế nhưng tôi lầm to. Ở bên ngoài tuy rằng có hỗn loạn nhưng không cướp giật, còn ở đây cướp giật trắng trợn giữa ban ngày.

Có khoảng độ chừng hai trăm người nhốn nháo chuẩn bị leo lên xà-lan nhưng cũng có ít nhất một nửa số người khác, phần đông là con nít trẻ trạc bằng tuổi tôi, cướp giật thẳng tay. Chị Huyên đeo một đôi dây chuyền trên cổ, vừa bước ra xe thì một thằng bé đưa tay nắm sợi dây chuyền giật đứt phăng từ trên cổ chị ấy rồi nó lẩn biến mất trong chớp nhoáng. Anh Trúc vừa ngừng tắt máy xe, một gã thanh niên đã đến hỏi anh ấy nếu anh lên xà-lan rời nước thì đưa chìa khoá xe cho gã. Bà mẹ vợ của anh Trúc nấu một nồi xôi rất to, khi di chuyển thì để sau xe cam-nhông. Xe vừa ngừng thì một anh thiếu niên thò hai tay vào khiêng thùng xôi lấy chạy đi mất. Cướp giật khắp nơi không lính tráng kiểm soát.

Tôi nhìn ra bờ sông thì không phải chỉ có một mà có đến ba chiếc xà-lan. Anh Mai, quen với quy củ quân đội, nói gia đình chúng tôi nhanh chân quy tụ thành hàng một rồi bước sang chiếc xe cam-nhông nói gia đình ông Cát cũng làm như thế. Anh Sỹ và bố mẹ là ông bà Cát ra ngoài xe đứng nói chuyện nhưng vợ anh Sỹ và ba đứa con gái nhỏ vẫn còn ngồi trong xe. Chỉ trong khoảnh khắc là bên gia đình tôi và vợ anh Trúc, em gái vợ anh Trúc đã sẵn sàng để di chuyển. Bên kia vẫn chưa nhúc nhích: vợ anh Sỹ vào giây phút chót đổi ý không muốn đi vì thấy xà-lan nguy hiểm. Anh Mai nổi nóng, sau thêm vài phút không đợi được nữa, bảo chúng tôi leo lên xà-lan. Vợ anh Trúc, chị Lan và cô em gái thấy bố mẹ mình không nhúc nhích thì oà lên khóc, hét lớn:

NGUYỄN TÀI NGỌC

- Anh Sỹ, chị Nho, dắt mấy đứa nhỏ đi!

- Thầy U ơi, bỏ hết đi. Theo tụi con leo lên xà-lan!

Ông bà Cát đang chạm trán với một quyết định sống còn không thể nào giải quyết: nên đi theo hai đứa con gái leo lên xà-lan rời bỏ Việt Nam, bỏ lại đứa con trai duy nhất đến phút cuối cùng quyết định không đi vì vợ, và do đó cũng bỏ lại ba đứa cháu ngoại của hai ông bà? Hay ở lại SàiGòn với vợ chồng nó và mấy đứa cháu ngoại, và như thế thì xa rời hai đứa con gái vĩnh viễn vì chúng nó sắp bước chân đi ra nước ngoài? Trước viễn ảnh thế nào cũng mất con, một là con trai, hai là hai con gái, hai ông bà bật khóc. Chị Lan và cô em gái giờ đã leo lên xà-lan cùng gia đình tôi, thấy bố mẹ ra đến đây rồi mà không đi làm cho cả hai điên lên, gào khóc không ngừng. Cả hai thay phiên nhau la hét lên hướng về bố mẹ:

- Thầy U ơi, leo lên tầu đi!

Bà Cát cất tiếng thuyết phục con trai:

- Sỹ à, mày ráng thuyết phục vợ mày đi.

Chống cùi chỏ vào cửa sổ thành xe, anh Sỹ nói với vợ:

- Thôi mình đi đi em.

- Không được đâu. Nhìn cái xà-lan nguy hiểm quá.

- Có gì mà nguy hiểm, người ta đi thì mình cũng đi được chứ sao?
- Nhưng mà ba đứa con mình tụi nó còn nhỏ.

- Thì có Thầy U, rồi cô chú tụi nó lo phụ mình nữa mà.

- Nhưng đi bao nhiêu lâu? Rồi thức ăn, sữa đâu cho con bú?

- Đi ra Vũng Tầu gặp tầu lớn là có thức ăn với sữa chứ gì.

- Anh nói vậy chứ anh đâu biết có thiệt hay là không. Rồi lỡ đi đường trúng đạn chết thì sao? Ở nhà ít ra là không ai chết. Cộng Sản vô nhưng mình là thường dân không làm gì thì đâu có gì sợ, chẳng lẽ họ giết mình sao? Em nhất định không đi.

Quay sang mẹ, anh Sỹ nói:

- Vợ con nhất quyết không đi nên con phải ở lại.

Bà Cát nói với chồng:

- Thằng Sỹ nó không đi thì tôi ở nhà xem cháu.

- Nhưng bà không nhớ mình đã chạy loạn Cộng Sản năm 54 rồi sao? Ông Cát nói với vợ.

- Tôi nhớ chứ. Nhưng bây giờ tôi già rồi, họ có làm được gì tôi.

- Tôi sợ họ lắm rồi, không thể nào ở lại được. Nhưng vợ chồng cả hai sống chết có nhau. Mình lấy nhau hơn ba mươi năm rồi, làm sao tôi đi nếu bà không đi?
- Tôi biết như vậy, nhưng không thể nào bỏ cháu được. Tôi không đi.

Bà Cát đã nhất quyết, không thể nào bỏ mấy đứa cháu ngoại. Ông Cát biết không thể nào thuyết phục được vợ, nước mắt tuôn trào, vẫy tay chào vĩnh biệt hai cô con gái. Chiếc xà-lan thình lình bắt đầu rời bến. Bây giờ không những chỉ có hai chị em chị Lan mà tất cả chúng tôi ai nấy cũng khóc thương cho ông bà Cát ở lại. Chị Lan nằm vật vã trên boong tầu:

- Thầy ơi! U ơi! Thế là chúng con mất Thầy U vĩnh viễn rồi. Bao nhiêu năm Thầy U nuôi chúng con khôn lớn mà bây giờ tình cha con mẹ con của mình vĩnh viễn đứt đoạn như thế này...

Tôi khóc cũng một thời gian khá lâu rồi biết không thể nào thay đổi được số phận của mỗi người, nằm trong xà-lan yên lặng ngắm nhìn mây trôi mà không biết chính số phận của mình bây giờ rồi sẽ trôi về đâu?

Chiếc xà-lan khởi hành vào lúc 5 giờ 45 chiều. Chỉ trong vòng hơn một giờ là trời đã bắt đầu nhá nhem tối. Ánh lửa súng đạn bắn nhấp nhoáng khắp bầu trời, thỉnh thoảng có những tiếng nổ ầm thật lớn mà tôi không biết từ đâu đến. Chín giờ tối thì tiếng máy bình bịch của chiếc tầu kéo từ từ dừng hẳn rồi chiếc xà-lan cặp vào bờ. Ý nghĩ tầu cặp bờ, nếu có Việt Cộng họ sẽ leo vào xà-lan được làm tôi run sợ. Thế nhưng giờ này chắc tất cả lực lượng địch quân đang tập trung đánh SàiGòn và trời tối như mực, đứng xa năm chục thước không thể nào thấy chiếc xà-lan trong màn đêm làm tôi hơi vững bụng. Không biết tầu có bị hư gì không mà ngừng độ một tiếng thì xà-lan lại bắt đầu chạy trở lại.

Thứ Tư 30/04/1975:

Hai giờ sáng thì tầu có lẽ chạy gần ra cửa biển nên họ đổi thế kéo. Thay vì chiếc tầu kẹp vào bên hông xà-lan thì nó chạy ra đằng trước, kéo chiếc xà-lan theo. Thỉnh thoảng trong bóng đêm trên mặt sông một vài chiếc ghe chạy bám theo xà-lan xin phép bỏ ghe, vào bên trong xà-lan. Đêm tối đen như mực không biết đâu là hư thực, đâu là Việt Cộng đâu là Việt Nam Cộng Hoà nên những người có súng đã xung phong đứng ở sau xà-lan để kiểm soát. Những người bỏ ghe được phép lên xà-lan với điều kiện nếu họ có súng thì phải vất súng xuống sông.

Đi độ một giờ nữa thì tôi thấy chiếc xà-lan dừng lại rồi có tiếng người Việt từ chiếc tầu kéo dùng loa phóng thanh truyền tin tức: Trước mặt chúng tôi là một tầu Hải quân Việt Nam ra lệnh cho mình ngừng. Nếu lính trên tầu sang xà-lan bắt đàn ông trong lứa tuổi 17 đến 43 (lứa tuổi cách đây vài tuần ông Thiệu cấm xuất ngoại vì tình hình khẩn trương của đất nước) thì xin mọi người tuân theo lệnh. Hầu như gia đình nào cũng có đàn ông con trai vào lứa tuổi đó nên ai cũng tỏ vẻ quan tâm. Thế nhưng rất nhanh chóng vài người, rồi cả chục người đồng lòng quyết ý theo một anh chàng mặc quần áo lính:

- Đ.M., giờ này mà bắt bớ gì nữa. Bây giờ là mạnh ai nấy lo chạy. Nó qua bắt mình thì đừng có ai đi. Nó có súng mình cũng có súng vậy chứ bộ!

Mọi người chuẩn bị cho cuộc chạm trán thì nửa giờ sau ai nấy thở dài nhẹ nhõm: chiếc tầu Hải Quân Việt Nam sau khi khám phá ra lính Mỹ có mặt trên chiếc tầu kéo xà-lan thì xin đi theo để cũng tìm đường thoát ra biển gặp Đệ Thất Hạm Đội.

Bốn giờ sáng thì tầu ra đến cửa biển. Trên mặt biển bây giờ tôi thấy lấp lánh bao nhiêu là ánh đèn từ những chiếc ghe đã ra đây đợi sẵn. Mấy tuần nay ai đọc tin tức cũng biết là Đệ Thất Hạm Đội Mỹ với năm hàm không mẫu hạm đã đến và chờ đợi ở ngoài khơi, chuẩn bị cho cuộc di tản. Vấn đề là không biết những chiếc tầu chiến này nằm ở đâu nên ghe chài cứ chạy ra đến đây rồi nằm chờ. Chiếc tầu kéo xà-lan không bật đèn chạy âm thầm trong bóng đêm nên từ xa những chiếc ghe thuyền khó phát hiện ra nó.

Xà-lan chạy như thế cho đến khoảng bẩy giờ thì trời mưa tầm tã. Không một ai đem theo áo mưa hay một miếng nylon nào nên hầu hết tất cả mọi người quần áo ướt sũng. Không muốn để cho hành lý bị ướt, người nào cũng dùng thân mình che bọc nó, hy vọng hành lý vẫn được khô. Cơn mưa kéo dài cả giờ, và lần đầu tiên trong đời tôi cảm thấy lạnh kinh khủng. Ngày xưa còn bé mỗi lần mưa tôi cởi áo ra tắm mưa cả hàng giờ mà có khi nào thấy lạnh? Bây giờ thì mặc cho tôi đứng lên ngồi xuống, len lỏi qua bao nhiêu là người, đi ra đi vào, cái lạnh nó vẫn nằm trong tận cùng tim phổi. Lạnh đến nỗi tôi đã có ý nghĩ trong đầu là thà chết còn sướng hơn.

Từ sáng đến giờ không một ai biết là tầu sẽ đi đâu nên từ khi ánh bình minh ló dạng, mọi người cứ khoắc khoải nhìn về phía trước để xem có thấy hình dạng bất cứ một chiếc tầu chiến Mỹ nào không. Đến độ chín giờ thì tôi thấy lố nhố một hàng đen ngòm ở chân trời. Một khung cảnh và cảm tưởng không thể nào quên vì tôi nghĩ đã chứng kiến một cảnh biểu dương oai nghi hùng vĩ của Đệ Thất Hạm Đội Hoa Kỳ: hằng hà sa số chấm đen rạp cả một chân trời. Ai nấy thở phào nhẹ nhõm là cuối cùng mình cũng đến đích. Thế nhưng khi chạy gần đến thì mới vỡ lẽ: hàng trăm chấm đen ấy lại là ghe tầu Việt Nam thứ hai đợi sẵn ngoài khơi! Bây giờ trời đã sáng tỏ, những ghe thuyền này phát hiện ra xà-lan dễ dàng và tất cả chạy theo, tuy rằng họ giữ một khoảng cách xa xa.

11 giờ sáng: Một hình ảnh đẹp nhất trong đời tôi đã từng chứng kiến: một chiến hạm Hoa Kỳ của Đệ Thất Hạm Đội nằm lênh đênh giữa biển. Nó biểu tượng cho sự tự do! Chiếc tầu nhỏ kéo xà-lan cặp vào phần sau đuôi tầu và trên tầu lính Mỹ thòng một cầu thang xuống phần trước của xà-lan. Đoàn ghe thuyền đi theo biết rằng cũng sắp sửa nếm mùi tự do như chúng tôi nên gia tăng tốc độ chạy đến xà-lan. Thế nhưng số phận họ chưa được may mắn bằng chúng tôi: lính Mỹ trên tầu bắn chặn phần đầu ghe, ngăn chận đoàn ghe đến gần chiếc xà-lan. Họ cứ bắn liên tiếp như vậy cho đến một lúc những ghe dẫn đầu phải quành ghe lái rời ra xa. Trên tầu chiến họ ra lệnh không một ai được phép mang súng ống lên tầu nên ai có vũ khí thì phải vất hết xuống biển. Mấy người lính trên xà-lan tuần tự tháo súng, gỡ lựu đạn quăng xuống nước. Anh Mai có mang theo khẩu súng Colt nên lặng lẽ theo mọi người ra mép xà-lan vất súng.

Bên trong xà-lan tôi nghe văng vẳng tiếng lính Mỹ trên tầu quát tháo qua ống phóng loa:

- *Women and children go first! Women and children go first!*

Đám người trong xà-lan tranh nhau ra đằng trước đến chân cầu thang. Toán người đầu tiên không tuân theo lệnh chỉ có đàn bà và con nít được đi trước nên lẫn lộn cả đàn ông. Thế nhưng khi mấy ông Việt Nam hùng hổ gạt đàn bà con nít khác để đi theo vợ con mình thì lính Mỹ trên tầu bắn chỉ thiên, ra lệnh cho họ xuống khỏi cầu thang, đợi trên xà-lan.

Khi hầu hết phụ nữ và con nít đã leo thang vào trong chiến hạm Mỹ, Việt Cộng pháo kích từ trong đất liền. Từ đằng xa tôi có thể thấy một quả đạn pháo rớt xuống biển, bắn tung nước lên cao. Cả trăm chiếc ghe nãy giờ đậu quây quần chiếc chiến hạm Mỹ ở khoảng cách xa xa bây giờ bỏ chạy tung toé khắp nơi, không muốn tụ tập một chỗ để làm bia pháo cho quân địch. Đợi cho người đàn bà và con nít cuối cùng leo lên tầu, lính Mỹ trên tầu rút thang và chiếc tầu chiến rồ máy bắt đầu chạy về phía biển khơi để tránh đạn pháo, kéo theo chiếc xà-lan.

Đám đàn ông còn kẹt lại trong xà-lan, kể cả bốn anh em tôi, hốt hoảng vì vợ con mình đã lên tầu mà mình thì còn kẹt lại ở dưới. Một đám đàn ông ùa đến phần đầu xà-lan chỗ cái thang vừa rút lên, la oai oái: "Vợ tôi, mẹ tôi, con tôi ở trên tầu, cho tôi lên!". Một hàng lính Thủy Quân Lục Chiến Mỹ đứng dàn hàng trên tầu chiến nơi đầu cầu thang hét to:

- *Sit down! Sit down!*

Gọi vài lần như thế mà đám đông vẫn hỗn loạn nên lính Mỹ bắn một tràng chỉ thiên lên trời. Nghe tiếng súng, mấy ông Việt Nam tái mặt ngồi bệt xuống đất. Mang cùng dòng máu người Việt, mục kích cảnh hỗn loạn của người Việt tranh giành phần sống về mình, đến giờ tôi vẫn còn xấu hổ khi nhớ đến cảnh vài anh chàng con nít Mỹ phải dùng súng để thị uy đám đàn ông lớn tuổi vào trật tự quy củ.

Chạy như thế khoảng nửa giờ xa khỏi tầm pháo từ đất liền, chiếc tầu chiến ngừng lại, thòng thang xuống cho đám đàn ông leo lên. Khi xà-lan đã lên hết người, một chiếc xà-lan khác lại cặp vào và cứ như thế người tỵ nạn leo lên cho đến lúc đầy tầu. Khi chúng tôi lên tầu, vì đàn bà và con nít đã lên trước không biết họ ở đâu nên anh Mai ra phần trước tầu, còn anh Trúc dẫn tôi và đứa em ra sau để tìm. Chúng tôi không ngờ là để tránh hỗn loạn đi qua lại giữa đầu tầu và cuối tầu, lính Mỹ gác ở giữa tầu không cho người hai bên qua lại.

Thế là cả một tuần tầu đi đến Subic Bay Phi Luật Tân, anh em tôi bị chia rẽ người đầu tầu, kẻ cuối tầu.

Rất may là anh Mai tình nguyện làm bác sĩ chữa bệnh, anh ấy có quyền đi qua lại trên tầu nên cuối cùng chúng tôi cũng đoàn tụ: ngày cuối cùng khi tầu sắp cặp bến Subic, anh Mai biết người Mỹ sẽ cho người ở nửa đầu tầu xuống Subic để di tản bằng phi cơ sang Guam, phần còn lại sau tầu sẽ tiếp tục cuộc hành trình bằng đường thủy đến cùng một chỗ. Đêm hôm ấy anh giả chúng tôi là bệnh nhân và khiêng chúng tôi từng người một qua phần đầu tầu.

Khi đã tìm được một chỗ trong khoang tầu trú ngụ, tôi bật radio: SàiGòn đã lọt vào tay Cộng Sản. Trong khi ở ngoài khơi chúng tôi chứng kiến sự hiện diện cuối cùng của người Mỹ ở Việt Nam thì vài giờ trước đó trong đất liền ở toà đại sứ Hoa Kỳ vào lúc 5 giờ sáng, Đại Sứ Graham Martin đáp trực thăng rời SàiGòn. Một khi biết Martin đã lên máy bay, Tổng Thống Ford ra lệnh chấm dứt cuộc di tản.

Sau khi nhân viên CIA và lính cận vệ cuối cùng nối đuôi theo Martin ra Đệ Thất Hạm Đội, tòa đại sứ Mỹ chỉ còn khoảng 30 lính Thủy Quân Lục Chiến Mỹ. Ba mươi lính phải đương đầu với hơn 400 người Việt vẫn còn bên trong sân nghĩ rằng mình sẽ được di tản nhưng không biết là máy bay sẽ không trở lại, và hơn 5000 người bao vây bên ngoài đang tìm lối vào bên trong. Lính Mỹ đã thiết lập sẵn ba vòng đai bên trong toà đại sứ. Khi người Mỹ cuối cùng đã được trực thăng di tản, họ bắt đầu rút lui từ vòng đai một, tử thủ cho phần đất cuối cùng là sân thượng để chính những người lính Mỹ này cũng được di tản. Vòng đai thứ nhất là cổng chính. Nhờ dây xích khoá lại mà đám đông bên ngoài không đẩy vào. Thay vào đó, họ leo tường tràn vào nhưng trong suốt thời gian trực thăng đáp xuống di tản, lính Mỹ thành công trong việc phòng thủ cổng, xô ngược những người trèo rào rớt qua trở lại bên kia tường. Khi được lệnh rút lui lên sân thượng, họ bỏ vòng đai thứ nhất đó, chạy vào bên trong toà đại sứ và khoá cửa lại. Đám người bên ngoài nhận thấy không còn lính gác cổng nên thi nhau trèo tường để vào.

Bên trong khuôn viên toà đại sứ cũng có cả trăm người Việt Nam chờ đợi di tản, thế nhưng số họ không may vì không còn trực thăng vào đón họ nữa. Khi thấy lính Mỹ rút vào bên trong toà đại sứ và đóng cửa lại, họ chợt nhận ra là sẽ không có máy bay đáp xuống sân và con đường duy nhất để đi là lên sân thượng đón trực thăng nên đám người bên trong họp với đám người bên ngoài ùa nhau vào cửa chính. Đối diện với cả nghìn người mà ngay chính quân mình chỉ có trên dưới 30 lính, lựu đạn cay có lẽ là phương thức nhanh nhất để giải toả đám đông nhưng Thủy Quân Lục Chiến Mỹ không dám dùng: họ không muốn khiêu khích đám đông. Nếu đám đông nổi giận xông vào cùng một lúc thì bắn bao nhiêu đạn họ cũng không thể nào thoát khỏi SàiGòn. Hơn nữa, không một anh lính nào mang mặt nạ chống lựu đạn cay. Ném lựu đạn ném đi mà đám đông nhặt ném lại thì ngay chính họ cũng bị ngửi hơi cay.

Đám lính rút lên vòng đai cuối cùng là cửa đến sân thượng mái nhà. Họ đổ ngã tủ sắt, lấy những bình chữa lửa khổng lồ chặn cửa để bên ngoài không đẩy cửa vào được. Khoảng 30, 40 người Việt Nam đã phá được cửa bên kia, leo lên sân đậu của máy bay trực thăng. Thế nhưng từ đó họ không thể nào trèo sang mái nhà sân thượng bên này.

30 người lính Mỹ cởi bỏ hành trang lại để có đủ chỗ cho tất cả mọi người. Cả đám chia nhau tấn cửa và quan sát từ trên mái nhà, đề phòng đạn bắn. Tim mọi người đập liên hồi vì họ có thể nghe thấy đám đông Việt Nam đã phá cửa bên dưới, tràn lên bên trên và tìm mọi cách phá bên kia cửa. Nửa giờ đồng hồ đợi trực thăng từ ngoài khơi Vũng Tầu bay trở lại đón tưởng chừng như không bao giờ đến, thế nhưng cuối cùng chiếc CH-46 xuất hiện, đáp xuống và di tản những người lính Thủy Quân Lục Chiến Mỹ cuối cùng rời khỏi SàiGòn: 7 giờ 53 sáng ngày 30/04/1975.

Đúng 10 giờ sáng, Dương Văn Minh phát thanh trên radio tuyên bố đầu hàng. Ký giả Tiziano Terzani người Ý-Đại-Lợi ở trên khách sạn Caravelle nhìn xuống đường Lê Lợi thấy Trung Tá cảnh sát Nguyễn Văn Long đến đứng trước tượng người lính ở công trường trước Quốc Hội, rút súng để vào thái dương bắn tự sát. Độ vài phút sau khi ông ta đang nằm chết, một người lái xe gắn máy đến lấy khẩu súng và một người khác nữa gỡ đồng hồ đeo tay của ông ấy.

Chiến hạm Muller chở chúng tôi đến căn cứ vịnh Subic, Phi Luật Tân vào lúc sáu giờ chiều ngày 04/5/1975. Sau khi tiêu khiển vài thời gian trong trại tỵ nạn ở Phi Luật Tân, Orote Point và Asan ở Guam, ngày 30/5 gia đình tôi nhập trại tỵ nạn Fort Indiantown Gap thuộc tiểu bang Pennsylvania ở Hoa Kỳ.

Vào đầu tháng 7, tất cả mọi người ngoại trừ U tôi và vợ chồng anh Mai được một nhà thờ bảo trợ về định cư ở San Diego. Anh Mai không đi, tình nguyện ở lại trại làm bác sĩ chữa trị bệnh nhân cho đến lúc trại đóng cửa ba năm sau, khi người tỵ nạn Việt Nam cuối cùng rời trại.

Từ ngày sang Mỹ, tôi không hề nghĩ đến việc viết lại ngày định mệnh tôi may mắn rời SàiGòn. Lý do là câu chuyện không có gì đặc sắc và chắc chắn là không sống động bằng nghìn câu chuyện rời nước ra đi của bao người khác. Thế nhưng con tôi bây giờ đã lớn, nhiều lúc có đứa hỏi tôi sang Mỹ vào trường hợp nào. Tuy rằng có kể cho chúng nó nghe qua loa về chuyến phiêu lưu rời quê hương, tôi chưa bao giờ kể chi tiết mà cứ nhủ thầm trong lòng là một ngày nào sẽ viết cho chúng nó đọc. Hôm nay thì tôi nhận thức được là tóc tôi bây giờ đã bạc mầu, không viết thì có thể sẽ không còn cơ hội nên tôi viết lại chuyến đi này, trước bằng tiếng Việt, và sau đó sẽ dịch qua tiếng Anh cho chúng nó hiểu.

Đời sống con người luôn luôn bị kích thích cám dỗ ham vui cái sướng, quên cái khổ, quên ơn người khác. Đời sống cũng làm cho mình hay than phiền nếu thấy người khác may mắn trong khi số mình bất hạnh. Có ngồi xuống viết và bỏ thì giờ ngẫm nghĩ tôi mới thấy tuy ban đầu tôi xấu số không có cách nào đi được vào tháng 4 năm 1975 nhưng sau này lại may mắn được đi Mỹ. Nó dạy cho tôi một bài học số phận trời cho mình như thế nào thì tìm đủ mọi cách làm cho nó tốt hơn, đừng bao giờ than phiền. Có ngồi xuống viết thì tôi mới nhận thức ra là không nhờ anh Trúc về nhà nói ra nhà thờ Trần Cao Vân thì cả gia đình tôi vẫn còn kẹt lại. Có ngồi xuống viết tôi mới thấy bao nhiêu người Mỹ đã hết lòng cứu người Việt Nam sang đất tự do của họ. Những người này làm ơn cho tôi vì lòng hảo tâm, hoàn toàn không nghĩ đến sự trả ơn hay tốn kém thì chính tôi cũng nên theo cái gương sáng đó mà tiếp tục cái nghĩa cử hào hùng, khi có dịp thì làm ơn lại cho những người khác.

(Tháng 4, 2010)

Ghi chú:

1. Thanh và bố mẹ Thanh vào được trong toà đại sứ Mỹ nhưng thời gian phụ lòng gia đình: lính Mỹ tách rời gia đình cho đàn bà và trẻ con đi trước. Mẹ Thanh là đàn bà nên lên được trực thăng di tản ra tầu chiến Mỹ. Thanh và bố Thanh phải chờ đi sau vì là đàn ông thể nhưng lính Mỹ chấm dứt cuộc di tản sáng sớm ngày 30/4 khi bố con Thanh vẫn còn trong sân toà đại sứ. Hai người do đó kẹt lại ở SàiGòn. Thế nhưng vài năm sau hai bố con cũng thành công trong việc vượt biển.

2. Sau khi xà-lan chúng tôi đi, hơn nửa giờ đồng hồ nữa ông Cát cố gắng thuyết phục vợ và con di tản. Vẫn không thành công, ông từ giã vợ con rồi lên một chiếc xà-lan khác đi sang Mỹ một mình. Sau này ông được đưa sang trại tỵ nạn Fort Chaffee, Arkansas và cuối cùng cũng đoàn tụ với con cái.

3. Bà Cát, vợ chồng anh Sỹ và con cái bốn năm sau vượt biển bằng tầu đến Malaysia. Sau này tất cả gia đình gặp lại nhau ở California.

4. Số người được Mỹ di tản vào tháng 4/1975 (kể cả 6,000 người bằng xà-lan): 65,000 người.

Số người tự tìm phương tiện di tản: 65,000 người.

-Tổng số người di tản tháng 4/1975: 65,000+65,000 = 130,000 người.

Tài liệu tham khảo:

- Decent Interval, Frank Snepp
- Newsweek, Time magazines, April, May-1975 issues
- Giai Phong, Tiziano Terzani, St. Martin's Press/ New York

Người Việt Ở Bẩn

Trong Kinh Thánh Sáng Thế Ký đoạn 11, vào thuở khai thiên lập địa dân chúng có ý tưởng mơ ước bắc thang lên hỏi ông trời nên đồng lòng xây tháp Babel cao chót vót chín từng mây để gặp Chúa. Đức Chúa Trời giận dữ dân có ý tưởng ngông cuồng nên biến mọi người nói đủ thứ tiếng khác nhau. Đùng một cái không ai hiểu ai, ông nói gà bà nghe vịt, người nói tiếng Huế, kẻ nói tiếng Nam, chàng nói tiếng Kinh nàng nói tiếng Thượng nên công trình xây dựng đành gián đoạn sụp đổ. Tháp Babel do đó không được thành hình để cho người dân đụng đến trời.

Cái ngôn ngữ bất đồng đó bây giờ thể hiện qua 193 quốc gia khác nhau trên thế giới, mỗi nước ngoài vấn đề ngôn ngữ còn có mầu da, sắc thái và cá tính riêng biệt. Trong những quốc gia này có vài quốc gia cá tính đặc biệt mà khi được đề cập ai cũng có thể đoán biết. Chẳng hạn khi nói đến Pháp, ta biết ngay đó là xứ của tình yêu, Đức là xứ của dân có kỷ luật, Nhật-Bản dân chúng sống sạch sẽ, Ả-Rập là nơi có dân Hồi quá khích, Hàn Quốc người dân nóng tính, Mỹ là nơi dân có tấm lòng rộng lượng, và Việt Nam chúng ta nổi tiếng không được… sạch sẽ gì cho lắm.

Người nào ở Los Angeles có dịp viếng thăm Little Tokyo, nơi tập trung người Nhật- Bản ở California, và Little Saigon nơi tập trung người Việt Nam thì biết. Hàng quán, đường xá khu người Nhật sạch sẽ, trong khi khu người Việt, nhất là plaza ở góc Tây Nam của Magnolia và Bolsa lúc nào cũng bẩn, đầy rác rưới. Đây là nói những người ở Mỹ. Về Việt Nam thì miễn bàn, cái máu bẩn nó đã nằm trong tủy não, lọc bao nhiêu lần cũng không bao giờ hết.

Việt Nam chúng ta ở miền nhiệt đới, có hai mùa nắng mưa, mỗi mùa sáu tháng. Đến mùa mưa thì ngập lụt như đại hồng thủy. "Tháng Sáu trời mưa trời mưa không dứt", cây cối do đó lúc nào cũng có nước sống, thế mà không hiểu tại sao đàn ông Việt Nam cứ đến góc cây tuột quần tưới nước. Những người này tôi nghĩ là có lòng thương cây cối môi trường, không muốn cho nó chết nên tiếp tế nước. Ta nên khâm phục những người có lòng lo lắng cho trái đất và cố gắng thuyết phục họ là cây cối ngoài đường đã có đủ nước. Họ sẽ giúp ích thế giới hơn nếu đóng góp vào việc gia tăng cây cối bằng cách mua một cây nhỏ trồng ở trước hiên nhà của mình. Cây trồng trước cửa nước mưa nhiều khi không đến được vì nhà có mái hiên che nên sáng ra họ cứ vạch quần tưới nước cho cây của mình, vừa giúp cho cây nhà mình sống mạnh, vừa khỏi tốn sức đi bộ ra chỗ nào xa xôi khác tưới cây.

Chắc có lẽ bạn thắc mắc còn những người đứng tiểu ở góc đèn điện xi-măng chứ không ở góc cây? Giải quyết này cũng dễ thôi, nếu chúng ta sành về tâm lý. Những người này họ có sở thích riêng, thích gốc đèn xi-măng thay vì gốc cây, cứ như là một người thích xe Mercedes thay vì xe Lexus vậy, không vì một lý do đặc biệt nào hết. Thay vì nhà đèn xây cột đèn đường khắp nơi trong thành phố thì khi cảnh sát bắt được người nào tưới cây ở cột đèn đường, cắm thêm một cột đèn xi-măng trước nhà người đó. Sáng sớm thức dậy họ tiểu ngay cột đèn trước nhà mình, khỏi đi đâu xa.

Tôi thỉnh thoảng đọc tin tức Việt Nam trên mạng tường thuật nhân viên nhà đèn làm việc cẩu thả để dây điện cao thế treo lủng lẳng sát đất làm con nít đến chơi sờ soạng dây điện bị giật chết. Sự cẩu thả này xem vậy mà hay. Cứ để cái dây điện cao thế lủng lẳng trước cột đèn xi-măng ở nhà họ thì chẳng chóng thì muộn ai đái ở cột đèn đường cũng bị điện giật chết hết. Vấn đề nan giải sẽ dần dần tự nó giải quyết.

Tật xấu lớn nhất của dân mình có lẽ là vất rác bừa bãi. Tật này là đại nạn, quốc nạn vì dân ngu cu đen lẫn dân trí thức tranh nhau vất rác, không ai có ý tự trọng. Khi mới sang Mỹ học đại học, tôi cùng một số bạn học Việt Nam lái xe đi cắm trại ở xa. Trên đường đi thì một xe bị bể bánh làm cả đoàn phải ngừng. Chúng tôi phân phát bánh mì ăn trong khi chờ đợi thay bánh. Tôi thấy thật hãi hùng khi hai người sau khi mở giây thun tháo giấy gói bánh mì, vất giấy ngay xuống lề đường. Tôi bảo họ nhặt lên thì họ nói ở đây giữa sa mạc, không ai thấy nên vất rác không sao!

Ngày xưa khi tôi đi học, tiểu học rồi trung học, sáng sớm nào vào lớp là cũng có một rừng rác, lớp phải chia phiên ra quét rác trước khi vào học. Học sinh, những thành phần ưu tú của quốc gia, thay phiên nhau vất rác. Tôi là thầy bói thì cam đoan tiên đoán thời tiết 24 giờ sắp tới không đúng không ăn tiền: chỗ nào có dân Việt Nam, bảo đảm chỗ đó có rác. Khắp nẻo đường đất nước Việt Nam chỗ nào cũng có rác. Rạp ciné có rác, đi tắm biển có rác, dạo đường phố có rác, vào chợ có rác, ra bờ sông ngồi có rác, trường học có rác, công viên có rác, building nào bỏ trống là ngập rác.

Vất rác chẳng những mất vệ sinh mà còn cho thấy người vất rác bừa bãi là người ích kỷ, hèn mọn. Hèn mọn là vì vất rác lén lút, không dám cho người khác thấy. Ích kỷ là vì mình muốn giữ nhà mình sạch, vất rác chỗ khác cho đường phố và nhà người khác bẩn.

Người ta phải gia công dọn dẹp rác mình vất, còn mình thì khỏi cần làm. Để cho người khác dẹp cái rác của mình vất thì không thể nào người vất rác có lòng thương người được.

Tôi cố suy nghĩ ra nguyên nhân nào mà dân Việt mình hay vất rác bừa bãi thì khám phá ra chân lý: mình có rất ít thùng rác. Tại sao mình có ít thùng rác? Vì dân ta không giỏi phát minh như dân nước khác nên không chế được thùng rác. Không có thùng rác nên dân mới vất rác ngoài đường. Muốn cho xã hội thay đổi thì phải có giáo dục. Chúng ta phải dạy dỗ người dân cho họ biết là nhà họ ở là một cái thùng rác lớn, đi đâu muốn vất rác thì giữ lại cái rác ấy trong túi, đem về vất rác trong cái thùng rác nhà mình. Nhà ở có nhỏ đến đâu thì cũng là vĩ đại nếu dùng nó là thùng rác.

Đã vất rác bừa bãi, người Việt Nam lại không có tính lau dọn cho sạch sẽ. Cái gì không lau chùi thì thế nào nó cũng sinh ra ghét bẩn và hôi hám. Cầu tiêu ở phần đông nhà hàng Việt Nam lúc nào cũng bẩn, tôi không hiểu tại sao họ không mướn được một người thường trực có trách nhiệm lau cầu tiêu? Tăng giá tiền ăn một tí, bảo đảm khách nào vào nhà hàng thấy cầu tiêu sạch ai cũng sẽ muốn trở lại.

Chúng ta ai cũng có dư thì giờ đọc báo, xem TV, xem computer, xem phim bộ nên không lau chùi là vì lười chứ không phải là không có thì giờ. Cứ tưởng tượng nhà mình là Câu Lạc Bộ Thể Thao Phan Đình Phùng, tập thể thao khi lau chùi nhà cửa vừa không phải đóng tiền hội viên mà vừa được bắp thịt nổi cuồn cuộn như anh Vọi, thì tại sao mình lười? Cái lười bẩm sinh này di truyền từ đời vua Hùng Vương nên không biết làm sao mà chữa được: Lau chùi nhà cửa thì phải mặc đồ gọn ghẽ, mặc bikini thì càng tốt vì thoáng tay chân để lau dọn. Trái lại, ta thử nhìn trang phục của các vua chúa, hoàng hậu, công chúa thời xưa: quần thì ống chân rộng hơn ống cống, áo thì rộng hơn chăn đắp, tay áo rộng thùng thình vào tiệm ăn cắp dấu TV vào tay áo bảo đảm không ai phát giác ra được. Mặc quần áo như thế thì làm sao mà lau chùi? Vì thế vua chúa không lau chùi, không làm gương nên dân cũng chẳng làm theo. Cứ thế mà cái thói quen ấy nó truyền từ thế hệ này sang thế hệ khác cho mãi đến bây giờ ai cũng chấp nhận cái tiêu chuẩn không lau chùi là thượng sách.

Một yếu tố khác trong cái bẩn của người Việt Nam mình là thức ăn: mắm. Một lần tôi vào một siêu thị của người Việt Nam ở Garden Grove, đi gần đến một khu tôi ngửi thấy mùi tanh hôi, quay lại nhìn tôi tảng thần khi trông thấy cả một gian rất nhiều kệ chưng bán biết bao nhiêu là chai, lọ, toàn là mắm: mắm tôm, mắm nêm, mắm ruốc, mắm rươi, mắm tép, mắm bò hóc, mắm cáy, mắm kho, mắm chuột cống....Nhìn chất liệu mắm trong lọ tôi đã thấy rợn người, cộng thêm cái mùi hôi đặc biệt của mắm làm tôi chỉ muốn ói, phải đi ra ngoài.

Ai cũng biết tất cả các loại mắm đều làm từ tôm cá, thế nhưng có lẽ ít người trong chúng ta biết cách thức làm: đại khái là cá trộn với muối để cho nó ươn lên mấy đời vua nhà Trần, xác cá rữa ra thành nước mắm. Đi chợ vào hàng cá sống mình đã thấy hôi, huống gì ngửi mùi cá hay tôm chết.

Năm 1980 tôi xem một phim thời sự của đài truyền hình Nhật Bản có làm một phóng sự về đời sống người Việt sau khi Cộng Sản chiếm miền Nam. Có một đoạn cô phóng viên đến Phan Thiết quay phim làng làm nước mắm. Cách làm đã dơ bẩn, từ cái chum đựng nước mắm đến mấy cục đá họ lượm dưới đất lên để đè nén lớp trên cùng của cá, đến chỗ làm nước mắm, người làm trông cũng bẩn thỉu. Cô ta nói từ xa đã có mùi hôi không chịu được. Ấy chỉ là làm nước mắm. Làm mắm tôi tưởng tượng còn bẩn đến chừng nào nên từ khi xem phim ấy đến giờ, khi nói đến ăn mắm, tôi nhất định hát bài "Không" của Nguyễn Ánh 9.

Người mình thật quái đản. Tôi thật tình không hiểu mấy cô thoa dầu thơm Chanel cho người thơm phức để quyến rũ đàn ông nhưng lại bước vào nhà hàng Bò 7 món ăn với món mắm nêm hôi rình? Trong khi người phương Tây họ lo tìm cách chế nước hoa Chanel, Amani, Yves Saint Laurent, Dior, Calvin Klein.... mùi thơm thật quyến rũ thì ta lại lo chú tâm sản xuất nước mắm Phú Quốc, nước mắm Phan Thiết, mắm tôm ông Cả Cần..., đứng xa mấy nghìn cây số đã ngửi thấy mùi hôi! Đúng là dân ta lạc hậu, giống như dân Trung Hoa xưa tối ngày lo mài kiếm, tập phi thân trong khi bên phương Tây người ta chế tạo súng ống, phát minh máy bay. Thảo nào mà văn hóa Âu Tây đi vượt bực so với Á Đông mình.

Vệ sinh cá nhân của người Việt Nam cũng đáng cần để lên bàn giải phẫu mổ xẻ. Ông Năm trước nhà tôi ở Bàn Cờ là người từ thuở bé tôi đã ước ao ông ta dọn nhà đi chỗ khác. Một trong những thông lệ ông ta làm mỗi sáng sớm khi thức dậy là đứng ngay giữa xóm, vươn vai, bẻ chân tay cho dãn gân cốt rồi khạc nhổ đờm xuống đất, rất nhiều lúc rớt ngay trên phần đất nhà tôi. Không những vi trùng nó bay tán loạn từ đầu xóm đến cuối xóm mà những đứa bé đi chân không (có cả tôi) đạp phải khi không mang dép.

Tật khạc nhổ vô ý thức này vẫn thấy đầy dẫy ở khu người Việt dưới Bolsa. Nếu Olympics có giải khạc nhổ xa nhất thì bảo đảm Việt Nam và Trung Cộng lúc nào cũng đoạt giải huy chương vàng và bạc, không nước nào địch lại nổi. Lên nhận huy chương vàng là một người Việt tóc tai bù xù không chải, quần áo xốc xếch, người ngợm hôi hám vì mới ăn mắm tôm gia truyền Hà Tĩnh.

Không như người da trắng tóc vàng, tóc người Á Đông chúng ta mầu đen, không cắt chải gọn ghẽ trông rất bẩn. Quần áo cũng thế, tìm được mấy bà mặc áo bà ba đi ra đường dưới phố Việt Nam không phải là chuyện khó. Mấy ông Việt Nam cũng vậy, nhiều người ra đường tay chân đen đúa, quần áo luộm thuộm như bị giam năm mươi năm ở Hỏa Lò Hà Nội. Phải có người cắt nghĩa cho những ông này là nếu họ cắt tóc ngắn gọn, tắm rửa sạch sẽ, mặc quần áo chỉnh tề thì sẽ có khối những cô gái xinh đẹp đứng sắp hàng hỏi xin số điện thoại. Bảo đảm họ sẽ thay đổi.

Những thói xấu của người mình đóng góp vào việc cá nhân, xã hội dơ bẩn là những di tích lịch sử không nên duy trì. Đồng ý là chúng ta vì bị Trung Hoa đô hộ một nghìn năm nên bị ảnh hưởng sâu đậm của chú Coóng nấu mì mặc áo thun không tay mồ hôi nách nhễ nhại chảy vào thùng nước lèo, của chú Thoòng chảy mũi lấy tay quẹt rồi quẹt tay vào áo cho khô tay, của thím Phù Xám Xuyến nấu hủ tiếu và pha cám cho heo ăn cùng một lúc, thế nhưng dĩ dzãng dơ dáy cần giấu giếm: ta phải cách ly thói hư tật xấu ở bẩn không một lòng luyến tiếc. Ngay chính ở những thành phố lớn của Trung Hoa bây giờ nhiều nơi cực kỳ sạch sẽ không thua gì phương Tây.

Tục ngữ ta có câu: "Nhà sạch thì mát, bát sạch ngon cơm". "Mát" này là mát mẻ chứ không phải mát dây. Thành ra từ xưa đến nay nếu vì chúng ta tối dạ hiểu lầm câu tục ngữ này, sợ bị mang tiếng mát dây nên sinh sống dơ bẩn thì bây giờ vẫn chưa muộn biến đổi đời sống để chúng ta sẽ trở thành một quốc gia sạch sẽ nổi tiếng nhất nhì thế giới.

(2010)

NGUYỄN TÀI NGỌC

Vấn Đề
Nan Giải

Trí mở cửa bước vào apartment với thể xác và tâm trí đầy mệt mỏi vì chiều nay ở lại sở trễ hơn một tiếng sửa xe hơi khách hàng mang đến ứ đọng quá nhiều. Trí là thợ sửa xe cho hãng xe Toyota ở Oxnard, một thành phố ven biển ở Tây Bắc Los Angeles. Bốn tháng nay Toyota ra lệnh thu hồi hơn tám triệu chiếc xe trên thế giới - phần lớn ở Mỹ- để sửa chân gas bị kẹt không giảm được tốc độ khi đang lái nên đã gây ra hơn năm mươi người bị tử thương. Hãng xe họ trả lương theo huê hồng số lượng xe sửa nên cả hai tuần nay Trí cố ở lại làm thêm giờ dành dụm tiền, phòng trường hợp cần mua vé máy bay cho cả hai vợ chồng và hai đứa con về Việt Nam.

Hai đứa con nhỏ, một đứa trai bẩy tuổi và một cô gái năm tuổi, hai tháng nay không ở nhà nên Trí đã quen dần với không khí vắng lặng mỗi khi đi làm về. Lúc trước mỗi khi về nhà cha con còn nói chuyện hỏi han về chuyện học hành ở nhà trường, chuyện lẩm cẩm trong TV, chuyện đời sống trong xã hội, chuyện đủ thứ của con nít, nhưng bây giờ thì cái apartment không còn những tiếng nói quen thuộc đó chào đón Trí sau giờ làm việc.

Đóng cửa apartment, cởi đôi giầy để vào trong góc, treo chìa khóa xe lên móc treo, Trí vào phòng ngủ thì vợ Trí là Hà đang nằm trên giường ngồi dậy:

- *Hello Anh. Anh về rồi đó hả? Valise em đã xếp sẵn rồi, chừng nào ba má đến?*

- Valise em đã sắp sẵn hơn một tuần nay rồi mà...

- Ủa, nhưng ngày nào em cũng soạn đi soạn lại, lấy cái áo này ra, cất cái quần này vô nên ngày nào em cũng soạn valise lại đó anh.Nhưng mà ba má tới chưa?

- Chưa, ba má chưa tới.

- Ủa, ba má nói là ba má sẽ qua Mỹ đón em mà, anh có check số chuyến bay chưa?

- Anh có nói với Hà là ba má không có tới.

- Sao vậy? Rõ ràng là ba má nói với em mà. Ngày nào má cũng nói với em là má sẽ qua tới nơi bây giờ để dẫn em về Việt Nam ở, chẳng lẽ má nói láo với em?

- Em chỉ tưởng tượng thôi, chứ ba má đâu có nói với em.

- Trời ơi, chuyện quan trọng như vậy làm sao em tưởng tượng được. Anh ra phi trường đón ba má dùm em đi.

Trí thểu não mở tủ lấy bộ quần áo mới đi tắm. Những giọt nước nóng bắn tua tủa lên thân thể lạnh lẽo mang cho Trí cảm giác thoải mái vô cùng. Nó mang đến cho Trí những kỷ niệm vui đẹp xa xưa của những năm đầu Trí lấy Hà làm vợ.

Năm 1981, ba má dẫn ba anh em Trí, Trí lúc bấy giờ 10 tuổi, rời Việt Nam cùng theo làn sóng Boat People đến đảo Pulao Bidong, Mã Lai. Định cư ở Mỹ năm 1984, mười bốn năm trước Trí tìm được một chân sửa xe ở hãng Toyota Oxnard. Oxnard là thành phố nông nghiệp và đánh cá nên thu hút nhiều những người Việt làm nghề chân tay và xưa làm nghề chài lưới. Hãng Toyota Oxnard do đó cũng có nhiều người Việt. Thấy Trí siêng năng và vẫn còn độc thân, một người Việt trong hãng giới thiệu cháu gái của anh ta là Hà, lúc bấy giờ ở Sàigòn, quận Tân Bình cho Trí. Trai gái thường phải bỏ nhiều thì giờ tìm hiểu nhau trước khi đi đến quyết định nghiêm trọng chung sống trọn đời. Trường hợp Trí thì khác. Ở Mỹ đã lâu không gặp được một cô Việt Nam nào để lấy làm vợ, nay được một người đồng nghiệp thân cận mình quen biết đã lâu giới thiệu cháu gái của anh ấy nên Trí bằng lòng ngay, nhất là nhìn ảnh cô ấy trông cũng được mắt.

Trí về Việt Nam làm đám cưới năm 2000. Hai năm sau, Hà được giấy tờ chính thức sang Mỹ. Hai vợ chồng sinh sống với nhau đằm thắm. Vài năm sau Hà sinh một con trai và một con gái. Những năm đầu tiên lấy nhau Trí thấy mình may mắn có một gia đình hạnh phúc. Hà ở nhà không đi làm, săn sóc hai con và lo việc nhà cửa. Đưa đón con đi học là một vấn đề nếu cả hai vợ chồng cùng làm việc. Đằng này Trí không phải quân tâm đến vấn đề này vì Hà đưa đón con đi học.

Nếu mọi sự bình thường thì không có gì để nói, nhưng hơn bốn tháng nay mọi sự không bình thường, cái không bình thường mà Trí không thể nào ngờ trước được.

Tính tình Hà bắt đầu trở nên lơ đễnh nói trước quên sau và nói lảm nhảm một mình, không để ý đến Trí và hai con. Trước giờ Hà ít xem TV Mỹ vì tiếng Anh không giỏi nhưng càng ngày Hà càng thích xem chỉ một đài quảng cáo bán đủ mọi sự. Hà trở nên chuyên viên phê bình món hàng nào hay món nào dở. Càng xem thì Hà lại càng bỏ dần việc chăm sóc con cái và nấu ăn cho cả gia đình. Hai đứa nhỏ nhiều buổi chiều đói meo đợi Trí đi làm về nấu nướng thức ăn cho tất cả mọi người.

Một ngày đẹp trời khi xem tiền nợ hàng tháng do các công ty gửi, Trí giật bắn mình khi thấy một thẻ tín dụng nợ tám trăm đô-la.

- Em mua thuốc trị mập làm gì, em có mập đâu?

- Em mập lắm, cần phải xuống ít nhất là 15 lbs.

- Em không mập, mà nếu muốn xuống cân thì tập thể dục, cuối tuần hai vợ chồng mình đi bộ, em cần gì mua thuốc?

- Em thấy họ quảng cáo thuốc này công hiệu lắm đó anh.

- Nếu mua thì mua vài viên uống thử trước, em mua làm gì đến tám trăm đô la?

- Mua để dành cất giấu đi về em sợ ăn trộm vào nhà lấy.

Trí biết không thể nào nói lý với vợ nên tịch thu lại tất cả thẻ tín dụng do Hà giữ. Không biết những viết thuốc uống cho gầy bớt có những chất hóa học độc hại nào không mà Hà càng ngày càng gia tăng tốc độ không bình thường, la hét nóng nảy chửi rủa chồng con không lý do.

Một buổi tối Hà mất bình tĩnh, nhất định muốn tìm chiếc áo nào đó mặc nhưng tìm không ra rồi đổ lỗi cho hai đứa nhỏ giấu áo nên Hà điên tiết gào thét không ngừng. Sợ làm phiền làng xóm nên Trí cố nài nỉ Hà yên lặng để Trí sẽ tìm, hoặc nếu tìm không ra thì mai Trí chở đi mua áo khác, thế mà Hà nhất định không im. Nửa tiếng sau thì cảnh sát đến gõ cửa vì láng giềng gọi than phiền. Khi cảnh sát đến thì Hà trở thành một người bình thường, nói chuyện điềm đạm như không có chuyện gì xảy ra làm người khác không thể nào biết là Hà điên. Hai người cảnh sát chỉ cảnh cáo hai vợ chồng Trí không được gây ồn ào quá mười giờ đêm.

Trí nghĩ là những viên thuốc làm cho gầy ảnh hưởng đến thần kinh Hà nên đem vất đi hết, thế nhưng tính tình Hà không thuyên giảm, có lúc nói lảm nhảm cả hàng giờ. La hét thì vẫn la hét nhưng chỉ từng lúc ngắn đoạn vì Hà biết hét nhiều cảnh sát sẽ đến. Có những đêm đang ngủ Trí mở mắt nhìn thì thấy Hà ngồi ở trên giường nhìn mình chằm chặp làm Trí teo gan, sáng hôm sau giấu hết mấy con dao ở nhà bếp. Nhà cửa Hà không dọn mà còn bày bừa bộn thêm: phòng ngủ của hai vợ chồng lúc nào quần áo Hà cũng vất rải rác khắp nơi trên giường dưới đất, phòng tắm Hà quẹt môi son lên kính, nhà bếp thì Hà lấy món gì ra không bao giờ cất lại chỗ cũ, có hôm đi làm về Trí thấy Hà đổ hết mấy hộp *cereal* xuống dưới đất, *ketchup* xịt đầy ra trên mặt bàn. Hai đứa con bây giờ ốm tong teo vì thiếu ăn. Cả hai đều sợ má nó nên không dám đến gần để trò chuyện.

Trí điên đầu vừa phải đi làm, vừa phải lo cho cả ba mẹ con khi về nhà. Không còn cách nào khác, Trí gọi điện thoại về ba má Hà ở SàiGòn cầu cứu. Má Hà nghĩ cách tốt nhất là tạm thời cho Hà về Việt Nam ở chung với ba má Hà để má Hà lo. Trí thấy ý nghĩ thuận lợi cho cả Trí lẫn Hà nên hôm sau đến dịch vụ Việt Nam mua vé máy bay. Lúc ấy họ hỏi giấy thông hành hay thẻ xanh của Hà thì Trí mới nhớ là Hà nộp đơn xin thẻ xanh mấy năm rồi mà vẫn chưa có giấy tờ hồi báo. Trở về nhà Trí nhờ một dịch vụ hỏi cơ quan chính phủ thì mới khám phá ra là mấy năm trước họ đã gửi giấy báo cho Hà lên phỏng vấn ở địa chỉ cũ. Trí dọn đến apartment này năm sáu năm nay nên không nhận giấy báo đó. Vì không ai trả lời thơ, họ đóng hồ sơ của Hà. Bây giờ nếu Hà rời Mỹ thì sẽ không nhập cảnh trở lại được vì không có thẻ xanh.

Phước bất trùng lai, hoạ vô đơn chí. Chưa dẫn Hà trở về Việt Nam được thì hai tháng trước đây trường tiểu học nơi con Trí đi học gọi cảnh sát tố cáo vợ chồng Trí tội không chăm sóc con cái. Hai đứa con Trí đi học một phần vì xuống cân, một phần sắc dạng khủng hoảng vì ở gần má với hành động điên cuồng nên cô giáo gạ hỏi và chúng nó nói sự thật là sợ ở nhà với má nó. Cảnh sát đến nhà thấy nhà cửa bừa bãi và nhận thức được Hà không bình thường nên báo cho CFS (Children Family Services) đến bắt hai đứa con giao cho cha mẹ nuôi. Trí có một người chị ở Moorpark nên gọi chị cầu cứu nhận nuôi con của mình tạm thời. Chị đồng ý và CFS thay vì tìm cha mẹ nuôi khác, gửi chúng nó cho chị Trí nuôi. Chị Trí có gia đình và có ba con nên chỉ thoả thuận giữ con cho Trí trong một thời gian ngắn.

Vợ bị điên, con bị chính phủ Tiểu bang bắt lấy giao cho người khác nuôi vì tội bỏ bê con cái, Trí cảm thấy mình đã đến bước đường cùng bế tắc không giải toả. Khoảng hai tuần trước cơ quan CFS gọi Trí và chị Trí lên họp để nói chuyện. Trí yêu cầu một cô nhân viên Việt Nam có mặt ở buổi họp để thông dịch vì tuy rằng Trí hiểu tiếng Anh trong buổi nói chuyện hằng ngày, có rất nhiều chữ Trí không hiểu hoặc không nói được nên nhờ một người Việt thông dịch cho chắc ăn.

- *Dạ tôi muốn biết chừng nào tôi có thể lãnh con tôi về?* Trí hỏi.

- *Việc đó còn tùy nhiều điều kiện, nhưng câu trả lời ngắn cho anh bây giờ là chưa, anh chưa được lấy con về. Nhân viên sở CFS trả lời.*

- *Nhưng tôi thương và nhớ hai con tôi...*

- *Nếu anh thương con anh, anh không thể để chúng nó vào tình trạng hiểm nghèo như tiểu bang đã khám phá. Chúng tôi muốn bảo vệ an ninh và dinh dưỡng của hai cháu nên buộc lòng phải giao con anh cho người khác lo. Anh may mắn là có chị anh đứng ra chăm sóc cho con của anh.*

Chị Trí xen vào:

- *Tôi có thể lo cho con của em tôi nhưng với điều kiện là trong một thời gian ngắn và tôi cần biết đích xác thời gian này là bao lâu? Tôi cũng có gia đình, có chồng và ba con. Nếu lo cho hai đứa nhỏ nữa trong một thời gian lâu dài thì chắc chắn tôi không lo được, phải tìm cha mẹ nuôi khác vì tôi sợ mối liên hệ giữa hai vợ chồng tôi có thể xích mích vì tôi không đủ thì giờ chăm nom các con của tôi.*

- *Việc xác định thời gian thì tùy thuộc vào anh Trí. Tước quyền nuôi con chỉ là một sự bất đắc dĩ vì chính phủ nhận thức người nên trông nuôi con cái chính là bố mẹ ruột của chúng nó. Thế nhưng chúng nó cần một môi trường lành mạnh để sinh sống. Anh Trí cần sửa sai hai yếu tố trước khi nhà nước giao trả con lại cho anh: môi trường sinh sống, ở đây là nhà ở phải sạch sẽ, và bệnh tinh thần của vợ anh cần được chữa trị. Chúng tôi cho anh thời hạn hai tháng. Bắt đầu từ bây giờ, anh nên dẫn vợ anh đi bác sĩ điều trị. Với thuốc uống, chúng tôi nghĩ bệnh cô ta sẽ thuyên giảm.*

Quay sang chị Trí, bà ta nói tiếp: - *Như thế có nghĩa trong vòng hai tháng nữa chúng tôi sẽ giao con lại cho anh Trí nếu hai điều kiện được hoàn hảo. Chị có thể giữ chúng nó hai tháng nữa được chứ?*

- Hai tháng thì được. Hơn nữa thì không, tôi phải nhờ CFS tìm cha mẹ nuôi khác cho chúng nó. Chị Trí trả lời.

Ngay ngày hôm sau, Trí dẫn Hà đi nhà thương để bác sĩ khám bệnh tình của Hà. Bác sĩ cũng cho toa thuốc và Trí cũng đã mua để Hà uống. Hà có vẻ dịu đi một tí, không còn la hét thế nhưng một tuần nay Hà mộng tưởng quả quyết với Trí là ngày nào Hà cũng nói chuyện với ba má Hà ở Việt Nam. Họ nói với Hà là đã lên máy bay trên đường đi Mỹ để đón Hà về Sàigòn ở. Vì thế mà mỗi ngày khi Trí đi làm về, mở cửa vào nhà là Hà hỏi bá má Hà đã đến chưa?

Chỉ còn sáu tuần nữa bệnh tình Hà phải thuyên giảm thì Trí mới mong mang con về nhà. Bây giờ cho dù chúng nó không ở nhà Trí nhưng ở nhà chị Trí, cứ mỗi hai ngày và cuối tuần Trí đến thăm hai đứa nó nên cha con vẫn thường xuyên gặp nhau. Nếu bệnh Hà không bớt, sáu tuần nữa tụi nó phải đi đến một gia đình cha mẹ nuôi xa lạ nào đó.

Trí cay đắng khi nghĩ đến chính chị ruột không muốn giúp đỡ mình (mà chị ấy có phải giúp đỡ không công đâu, vì nhà nước trả tiền cho chị ấy nuôi tụi nó), thế nhưng suy nghĩ cho kỹ, Trí thấy sự khó khăn này phát xuất từ gia đình Trí, làm sao đổ lỗi cho người khác được? Thấy cái viễn ảnh trước mắt bệnh tinh thần của Hà vẫn tăng không giảm và con mình sẽ bị di chuyển từ nhà chị sang một gia đình cha mẹ nuôi nào lạ hoắc không biết là sẽ ở đâu, Trí oà lên khóc nức nở trong buồng tắm.

Nước mắt cạn khô sau khi tắm xong, để mặc Hà ngồi trong phòng ngủ với chiếc valise sẵn sàng chuẩn bị chờ ba má từ Việt Nam sang đón trong mộng tưởng, Trí ra ngoài phòng khách bật TV lên nghe người xướng ngôn đọc tin tức:

- *"Toyota hôm nay ước lượng công ty sẽ tốn hai tỷ đô-la tiền sửa hơn tám triệu chiếc xe bị thu hồi và tiền bị mất khách không mua xeToyota mới. Giám đốc Akio Toyoda đang chạm trán với một vấn đề rất nan giải vì ngoài số tiền thiệt hại hai tỷ đô-la này, trong tương lai số tiền lỗ lã có thể sẽ lên thêm hai tỷ nữa vì tổng số xe bán trên thế giới sẽ bị thuyên giảm 20%, và trị giá xe cũ cũng bị giảm 5% vì dân sợ mua xe hiệu Toyota".*

Ông chủ Nhật Bản hãng xe Toyota Trí làm đang nhức đầu với một vấn đề khó giải quyết. Trí tự hỏi không biết vấn đề của ông ta có nan giải bằng vấn đề của mình không?

(2010)

Xe Đò Hoàng
Ở California

Chiếc xe tăng đầu tiên của quân đội Cộng Sản đâm đổ hàng rào Dinh Độc Lập của Tổng Thống Nguyễn Văn Thiệu vào ngày 30-04-1975 đánh dấu sự chấm dứt của cuộc chiến Nam Bắc, nhưng nó cũng bắt đầu cuộc phiêu lưu của 135,000 người Việt tỵ nạn sang Hoa Kỳ. Là quốc gia đã có bao kinh nghiệm đối phó với vấn đề tỵ nạn của người Âu Châu sang Mỹ vào Đệ Nhất Thế Chiến và Đệ Nhị Thế Chiến, Tổng Thống Gerald Ford đã vạch sẵn chính sách đón nhận người Việt tỵ nạn: phân tán tất cả mọi người trên năm mươi tiểu bang trên nước Mỹ.

Chính sách phân tán này thực hiện được bốn điểm chính:

1. Tái định cư người tỵ nạn một cách nhanh chóng để họ có thể tự túc dễ dàng sau này.

2. Tránh được một số đông người tỵ nạn tập trung vào chỉ một thành phố làm tỷ lệ thất nghiệp của thành phố đó sẽ gia tăng vì không đủ công việc.

3. Tìm người bảo trợ dễ dàng hơn trong việc hoà đồng người tỵ nạn vào đời sống nước Mỹ.

4. Tránh được một khu đông dân cư nghèo đói mà dân vùng đó toàn là người đến cùng một quốc gia.

Thế nhưng mình có câu "Tổng Thống Mỹ tính không bằng dân An Nam Mít tính". Vì lý do thời tiết và vì muốn sinh sống nơi đông dân cư, dân Việt Nam từ khắp mọi nơi dồn về ba tiểu bang Florida, Texas, và nhiều nhất, California. Năm 1975 số người Việt tỵ nạn ở California chỉ là 20% tổng số dân tỵ nạn. Đến năm 1980 con số đó nhảy vọt lên 35%, và cho đến năm nay, khi những gia đình làng xóm của tôi ở chợ Bàn Cờ là ông Phó Bạc, bà Tư Rỗ, ông Trọng bán tem, chú Tám Tôm Càng, chị Bá bán bar dọn về Santa Ana ở đông với nhau cho vui thì tỷ lệ người Việt Nam ở California bây giờ đã tăng lên một triệu phần trăm. Buổi chiều nấu cơm có thiếu trứng gà thì qua nhà kế bên gõ cửa chị Ba làm nail mượn đỡ hai trứng, khỏi cần ra siêu thị mua.

Người Việt Nam ở California có rất nhiều sự việc tiện ích mà người Việt ở các tiểu bang khác không có: thức ăn Việt Nam (không thua Sàigòn, gì cũng có từ cốm dẹp đến bánh tầm bì), chương trình ca nhạc Việt Nam (có thể đi xem Tuấn Vũ hay Chế Linh mút chỉ), khách sạn Việt Nam (room service gọi một bát phở thay vì món steak chán ngấy, cable TV xem cải lương thay vì CNN), vũ trường, người dạy lái xe bằng tiếng Việt Nam (dành riêng cho mấy người ở Mỹ hai mươi năm nói tiếng Anh vẫn không được sõi), đưa đón phi trường, tuyên thệ công dân tài xế là người Việt Nam, và cuối cùng điểm quan trọng nhất: di chuyển từ thành phố này sang thành phố khác bằng xe đò do người Việt Nam làm chủ.

Phương tiện giao thông công cộng chính yếu nối liền các thành phố ở nước Mỹ là xe bus, xe lửa, và máy bay. Hầu như thành phố nào nhỏ đến đâu đi nữa cũng đều có phi trường nên người Mỹ đi máy bay như đi taxi. Đi xe bus hay xe lửa rẻ hơn không là bao nhiêu mà lại tốn nhiều thì giờ nên số người đi xe bus và xe lửa càng ngày càng ít. Càng ít người đi mà luật lệ chính phủ ấn định bắt buộc chạy những lộ trình đông người lẫn lộ trình ít người, xe bus và nhất là xe lửa do đó luôn luôn lỗ lã. Xe lửa ở nước Mỹ do chính phủ làm chủ nên hàng năm quốc hội phải trích ngân quỹ bao thầu phần thiếu hụt. Trong khi đó, xe bus Greyhound của Mỹ sau mấy năm lỗ lã liên tiếp đã phải bán cho một công ty của Tô-Cách-Lan vào tháng Hai năm 2007.

Xe bus trên nước Mỹ chỉ có người nghèo đi nên thường xẩy ra trộm cướp gần khu vực trạm xe bus. Không biết hành khách ngồi bên cạnh mình gia cảnh như thế nào nên đi xe bus Mỹ không cảm thấy an toàn. Một trường hợp ghê rợn xẩy ra trên chuyến xe bus Greyhound ngày 30-07-2008 đi từ Edmonton đến Winnipeg: một người Trung Hoa ngoại kiều được phép nhập cảnh vào Canada tên Vincent Li khai với nhà cầm quyền là trong lúc đi xe bus, trong đầu anh ta nghe tiếng gọi của Thượng Đế là phải giết tên quỷ sứ ngồi kế bên cạnh, anh Tim McLean người Gia Nã Đại, 22 tuổi, làm trong ngành hát xiệc. Vincent Li rút ra một con dao đâm liên tiếp vào Tim khi Tim đang say ngủ, cắt đầu Tim, móc mắt, mổ bụng lấy ruột tim ra, một phần bỏ vào giỏ giữ lại, một phần đem ra ăn ngon lành. Tháng 3 năm 2009, thẩm phán của thành phố Queen, Winnipeg xử Vincent Li không có tội vì lý do…điên! Thay vì đi tù thì Tòa xử giam Vincent Li ở nhà thương trị bệnh tâm thần.

Số hành khách đi xe bus trên nước Mỹ do đó tương đối ít. Làm chủ xe bus trên nước Mỹ như làm chủ một trạm điện thoại công cộng giữa thời đại dân chúng dùng cellular phone, ấy thế mà xe đò Hoàng ở California, thiết lập từ năm 1999, thành công vẻ vang đến nỗi bây giờ có những hãng khác nhẩy vào bắt chước.

Nhận thức được nhu cầu giao thông giữa hai vùng thành phố đông người Việt Nam cư ngụ nhiều nhất trên nước Mỹ: San Jose ở Bắc California và Los Angeles, Orange County ở miền Nam California, anh Hoàng sáng lập ra tuyến xe đò, trong những năm đầu tiên dùng xe van Mỹ cỡ lớn. Bây giờ mười năm sau cái xe van nhỏ đó đã được thay thế bằng xe bus du lịch khổng lồ 55 chỗ ngồi, có restroom trên xe và thậm chí có cả WiFi internet! Xe từ miền Nam California khởi hành từ bãi đậu xe của siêu thị ABC góc đường Bolsa và Magnolia, chạy đến khu El Monte, Chinatown đón thêm khách rồi trực chỉ bánh mì Lee's Sandwich ở San Jose, Oakland, và cuối cùng ngừng ở McDonald's trên đường Van Ness ở San Francisco.

Khi nói đến đi xe đò, người Việt Nam nào cũng hình dung được chỗ khởi điểm: bao nhiêu là xe đò đậu song song với chữ in sơn to tên thành phố đi và đến, người ngợm tấp nập, kèn xe inh ỏi, hành lý đầy mui, tiếng người lơ xe gọi khách ơi ới, dân chúng tranh nhau mua vé, hành khách lũ lượt tay xách vai đeo, giai nhân xinh đẹp như Thẩm Thúy Hằng. Xin lỗi tôi viết nhầm. Giai nhân xinh đẹp chỉ thấy ở trạm Hàng Không Việt Nam chứ đời nào mà gặp ở Xa Cảng Miền Tây hay miền Đông. Một người mang những hình ảnh đó đến trạm xe đò Hoàng dừng ở chợ ABC trên đường Bolsa với hy vọng xem trạm xe bên Mỹ giống như ở SàiGòn thì sẽ thất vọng lớn: thứ nhất là mỗi ngày chỉ có một chuyến, và thứ hai nếu không chủ tâm để ý thì sẽ chẳng biết đó là xe đò đợi khách vì bãi đậu xe của siêu thị bên Mỹ rộng mênh mông bát ngát. Dù cái xe bus có to lớn đến đâu cũng tiệp vào với các xe khác trong bãi đậu, trừ khi mình đến gần thấy chữ Xe Đò Hoàng sơn bên hông xe.

Hành khách đi xe đò Hoàng đến từ đủ loại tầng lớp: người Việt du khách ở nơi khác đến California, người ở Santa Ana nhưng có việc làm ở San Jose, mẹ đi thăm con học ở UC Irvine hay Standford, bố mẹ đi thăm con, cụ già tám mươi đi thăm bồ nhí sáu mươi lăm mới quen nhau chỉ được vài ba tháng. Không một ai phải cần bỏ tiền mua vé trước (họ thu tiền trên xe), nhưng nếu gọi đặt chỗ trước thì ưu tiên hơn người không giữ chỗ, cho dù người ấy là một cô chuyển bụng sắp sửa sinh trong vòng mấy tiếng đồng hồ.

Từ Westminster đi San Jose giờ khởi hành là 9:45 sáng, đến San Jose lúc 4:15 chiều. Quãng thời gian đi khá dài, hành khách nếu không ăn e rằng sẽ có người xanh máu mặt viếng thăm nhị tỷ bất đắc kỳ tử, phiền lòng tài xế phải ghé vào Tô Bia không dự định trễ giờ cả chuyến xe nên trước khi xe lăn bánh, chú tài xế đến phân phát cho từng người thực phẩm hiến tặng từ Hội Hồng Thập Tự Liên Hiệp Quốc: một ổ bánh mì thịt, một chai nước uống và một đĩa thạch nhỏ. Xe đò có thể thua máy bay vì thời gian đi quá lâu, thế nhưng so sánh với máy bay nội địa ngồi máy bay lâu méo cả mặt sưng cả mông, hành khách không được cho ăn, muốn ăn phải bỏ tiền túi ra mua thì xe đò Hoàng bứt xa máy bay nội địa Mỹ việc cho không bánh mì thịt nguội này.

Những ai không thích xem DVD nhạc Việt Nam thì chớ nên đi xe Hoàng vì khi xe vừa mới khởi hành là màn ảnh TV bắt đầu chiếu Thúy Nga Paris liên tục từ số 1 đến số 150 cho tới khi xe đến San Jose. Tôi để ý vợ tôi ở nhà xem Paris By Night một mình thì khung cảnh yên lặng, nhưng một khi có mấy chị em họp nhau lại xem cùng một lúc thì khung cảnh náo nhiệt hẳn lên với lời bàn tán ra vào. Cả cái xe bus là một rạp hát di động với khán giả hành khách rất là đắc ý bình phẩm cho nhau nghe lời bàn Đông Châu Liệt Quốc. Tất cả người trên xe đều là chuyên gia ba mươi lăm năm kinh nghiệm biết ngay tên tuổi ca sĩ và tên bản nhạc, từ bài

"Cô Thắm Về Làng" đến bài "Máu Nhuộm trước Sân Chùa", hay "Quần Ai Treo Trước Ngõ":

- *Cái cô Diễm Liên này hát thật là điêu luyện...*

- *Tui thấy một bài nhạc mà cho hai ca sĩ thế hệ cũ và thế hệ mới hát chung quá hay...*

- *Cô này ngày xưa ngực nhỏ sao bây giờ bự quá vậy trời?...*

Tôi biết một cô Việt Nam có một anh bồ người Mỹ, rủ anh ta đi chơi Tijuana, Mexico bằng xe bus từ Los Angeles do người Việt Nam tổ chức. Trên chuyến xe chỉ có một mình anh ta là Mỹ Trắng, lên xe phát khúc bánh mì Việt Nam anh ta còn ăn được thế nhưng ba tiếng đồng hồ ngồi nghe Paris By Night, đã mấy lần anh ta định mở cửa sổ nhảy ra ngoài tự tử vì vừa phải nghe lời bàn tán của hành khách, vừa phải nghe cái tiếng nhạc rên rỉ Việt Nam không thua gì người mình lắng nghe nhạc Ấn Độ cả răng căng tai làm anh ta chỉ muốn kết liễu cuộc đời thay vì để lỗ tai bị tra tấn. Sau chuyến du lịch Mexico ghê rợn còn hơn chuyến tầu hoả Thống Nhất từ SàiGòn đi Hà Nội, mối tình ấy những tưởng đã chấm dứt nhưng nhờ cả hai đi *therapy* mà cuộc tình được cứu vãn.

Nhiều người vì thấy giá tiền quá rẻ nên đi du lịch bằng xe bus do người Tầu tổ chức đi San Francisco, Yosemite.... Lúc ngồi trên xe bus mới khám phá ra một sự thật chết người mà những người bán tour cho mình không đề cập đến: tài xế loan báo là toilette trên xe bus không được dùng vì họ tiết kiệm tiền lau chùi. Người nào cần làm công việc vệ sinh thì xin học cấp tốc môn yoga, vận hai trăm thành công lực án binh bất động chờ xe bus ngừng ở trạm nghỉ McDonald's kế tiếp. Nhân viên ở McDonald's phụ trách việc lau chùi restroom được trả lương tối thiểu $7.50 một giờ hôm đó bỗng nhiên khám phá ra phải lau restroom sau khi hơn 50 người dùng. Có chửi thầm trong bụng đến bao nhiêu cũng không biết là cái dịch vụ restroom McDonald's đó thuộc vào một phần của tour bus người Tầu mà McDonald's không bao giờ hay biết. Xe đò Hoàng thì ngược lại, toilette trên xe khách được dùng thoải mái không hạn chế. Khách được tự do sử dụng nên nhiều lúc quên đi việc dùng toilette vì chương trình nhạc quá hay, nín thở ngồi xem quên luôn việc phế thải.

Mấy năm trước em vợ tôi ở San Jose xuống chơi. Nó đã đặt chỗ xe đò cho chuyến về nhưng buổi sáng hôm về nó còn cố kỳ kèo nán lại đi ăn điểm tâm với bạn bè nên trễ chuyến khởi hành từ Chinatown Los Angeles. Nó ở nhà tôi là phía Bắc Los Angeles, xe chạy từ Chinatown L.A. về San Jose phải qua hướng nhà tôi. Từ Chinatown đến nhà tôi mất khoảng 35 phút. Gia đình ai cũng rầu rĩ cho nó mất một ngày đi làm vì phải lấy chuyến xe hôm sau thì nó nghĩ ra ý gọi số điện thoại của xe đò Hoàng xin số điện thoại tay của anh tài xế. Có được số phone, nó gọi cho anh tài xế, hỏi anh ta đang lái ở đâu. Anh tài xế đồng ý với nó một chỗ hẹn trên freeway 5 rồi tôi hối hả chở nó đi, bắt kịp xe đò vừa mới đến đúng chỗ hẹn trên freeway, ngừng lại giữa đường để cho nó leo lên. Phục vụ khách hàng như thế thì bảo đảm ít có công ty nào sánh bằng!

Ngoài dịch vụ chở khách hàng, xe đò còn nhận chuyên chở hàng hoá lặt vặt. Ba năm trước, cậu con trai cháu vợ tôi ở Paris từ San Jose về nhà chúng tôi để hai ngày sau bay về Pháp từ Los Angeles. Nó bỏ quên cái laptop. Em trai vợ tôi ở San Jose đem cái laptop ra xe đò Hoàng. Anh ta cho tôi biết giờ xe đến ở Bolsa để tôi ra lấy. Tôi đến thì không thấy xe ở đâu hết. Ngồi trong xe đợi mười phút thì điện thoại cầm tay reo:

- *Dạ tui muốn nói chuyện với anh Ngọc.*

- *Tôi là Ngọc đây anh.*

- *Tui là xe đò Hoàng anh ơi. Xe đến rồi, anh có cái laptop, nhờ anh ra lấy.*

- *Đến rồi sao anh? Xe đậu ở đâu?*

- *Ở trước chợ ABC.*

- *Anh nói chợ ABC nào, góc Bolsa & Magnolia?*

- *Đúng rồi.*

- *Tôi đang đậu xe chờ trước chợ ABC ngay đây mà tôi đâu có thấy xe đò nào đâu?*

- *Anh đậu ở đâu? Ngay chỗ cây xăng đó anh.*

- *Thì tôi đang đậu ngay chỗ cây xăng...*

Vừa nói tôi vừa bước ra xe ngó dáo dác. Cái xe đò to chình ình không thể nào không thấy mà tôi không thấy bóng dáng nó ở đâu. Đang thắc mắc ghê gớm thì tôi thấy cách tôi chỉ chừng hai mươi thước, quay lưng lại phía tôi là một anh Việt Nam trẻ, tay cầm cell phone gác tai, dưới chân là vài món đồ đạc. Tôi tiến đến, giới thiệu tôi là Ngọc. Anh ta đưa cho tôi cái laptop, nói là xe hôm nay đến sớm, anh ta đứng ở đây chờ mọi người đến nhận hết đồ xong thì anh ta về. Gửi một cái laptop bằng Federal Express hay UPS overnight, giá chắc có lẽ vào khoảng $40, $50 dollars mà mình còn phải bỏ vào thùng đóng cẩn thận, viết hoá đơn tên địa chỉ người nhận gửi rõ ràng. Ấy vậy mà món hàng chỉ đến ngày hôm sau. Ở đây gửi buổi sáng buổi chiều đã nhận được, không cần giấy tờ phiền phức mà chỉ tốn có năm dollars. *Only in America!*

Không phải chỉ riêng người tỵ nạn Việt Nam, mà để đối phó với tất cả các người tỵ nạn khác như Do Thái, Ba Lan, Lithuania, Ý Đại Lợi... khi gia nhập vào nước Mỹ, chính phủ Mỹ áp dụng chính sách trải đều mọi người trên khắp toàn quốc. Người Việt tỵ nạn đã chứng minh cho thấy chính sách này thất bại một phần nào vì đa số cuối cùng cũng tập trung vào một chỗ họ thích sinh sống như California, Florida. Thảo nào mà bất kỳ Tổng Thống Mỹ nào, Dân Chủ hay Cộng Hoà, sau nhiệm kỳ bốn năm là mái tóc nâu trở nên bạc trắng, già đi hơn hai mươi tuổi vì nhức đầu với chuyện tưởng đã được giải quyết, phân tán người Việt Nam tỵ nạn trên nước Mỹ, nhưng không ngờ Xe đò Hoàng đơn thân độc mã mỗi ngày một chuyến kéo hai thành phố đông dân cư Việt Nam lại càng gần với nhau hơn nữa.

(2010)

Xem Paris By Night 99:
Tôi Là Người Việt Nam

Tuần vừa rồi nhân dịp chị tôi từ xa đến chơi, chị ấy và vợ tôi xem DVD Thúy Nga Paris By Night số 99, "Tôi là người Việt Nam". Chủ đề này bắt mắt tôi nên dù biết rằng tinh thần và thể xác sẽ bị tra tấn khủng hoảng còn hơn phi công Mỹ bị bắn rớt ở Việt Nam vào thập niên 1960, 1970, tôi hy sinh vì đại nghĩa, vì tổ quốc, và vì nhân dân, ép mình ngồi xem cả hai DVD 1 và 2 Paris By Night 99 từ đầu đến cuối.

Lần cuối cùng tôi xem DVD nhạc của Asia hay Paris By Night đã khá lâu (Video số Trừ - 458 phát hành năm 1856), vào thời Tự Đức khi vua bất bình với đạo giáo "quỷ đỏ" Thiên Chúa Giáo, ra lệnh chặt đầu giáo sĩ Pháp vất thủ cấp trôi sông. Hành động này làm người Pháp phẫn uất, hai năm sau chính quyền Pháp sai trung tướng Charles Rigault de Genouilly đem 14 chiếc tầu tấn công cửa biển Đà Nẵng, đánh dấu sự bắt đầu của người Pháp xâm lăng thôn tính Việt Nam và cũng bắt đầu sự thành công về thương mại của Paris by Night vì người Việt hải ngoại cần món ăn giải trí tinh thần bằng tiếng Việt thay vì tiếng Anh, nghe khổ lỗ tai, nói trẹo quai hàm.

Mở màn DVD là cảnh nhiều người Việt khắp nơi trên thế giới tranh nhau phát ngôn câu "Tôi là người Việt Nam". Tiếp theo đó là bài nhạc mở đầu "Tình Ca Tiếng Nước Tôi" của Phạm Duy:

Tôi yêu tiếng nước tôi từ khi mới ra đời, người ơi
Mẹ hiền ru những câu xa vời: À à ơi ! Tiếng ru muôn

đời
Tiếng nước tôi ! Bốn ngàn năm ròng rã buồn vui
Khóc cười theo mệnh nước nổi trôi, nước ơi
Tiếng nước tôi ! Tiếng mẹ sinh từ lúc nằm nôi
Thoắt nghìn năm thành tiếng lòng tôi, nước ơi...

Bản nhạc này là một trong những bài hát bất hủ lúc nào cũng nằm trong tiềm thức của một người dân Việt. Điệu nhạc hay, dễ hát, đằm thắm, ôn hòa. Lời nhạc súc tích, chân thành, tha thiết, cho ta thấy địa lý bao la của Việt Nam (dẫy Trường Sơn, sông Cửu Long, sông Hồng, biển Thái Bình), sự phì nhiêu về tài nguyên (Đất nước tôi ! Núi rừng cao miền Bắc lửa thiêng. Lúa miền Nam chờ gió mùa lên, lúa ơi), cá tính chuyên cần của người Việt (Tấm áo nâu ! Những mẹ quê chỉ biết cần lao), tình người (Và yêu cô gái bên nhà Miệng xinh ăn nói thật thà (à à) có duyên), tình non sông (Đất nước tôi ! Dẫy Trường Sơn ẩn bóng hoàng hôn. Đất miền Tây chờ sức người vươn, đất ơi), tình mẹ con (Tiếng mẹ sinh từ lúc nằm nôi), và cái mộng ước tuy đơn giản nhưng đánh sâu vào con tim của mỗi người Việt Nam (Làm sao chắp cánh chim ngàn, Nhìn Trung Nam Bắc kết hàng (à hàng) mến nhau).

Sự thành công của bản nhạc này đã được xác nhận về phương diện tài chính khi vào năm 2006, hãng truyền thông Sơn Ca mua mười nốt đầu của bài nhạc để làm nhạc hiệu với giá 100 triệu đồng Việt Nam (khoảng $6000 dollars, nếu hối xuất 1 dollar = 16,500 đồng Việt Nam):

http://www.sonca.com.vn/Default.aspx?Module=Show News&Ncid=3&Nid=27

Sau khi viết bài bình luận Nhạc Sến là gì, nhiều bạn người Nam của tôi đã viết email khen tôi tuy là người Bắc nhưng dám nói sự thật mất bồ là không phải cứ bài nhạc nào do một nhạc sĩ miền Nam làm là Sến, không phải lời nhạc bình dị là Sến. Thừa thắng xông lên, là người Bắc nằm vùng muốn vạch áo cho người xem lưng, tôi muốn cho mọi người biết là người Bắc chúng tôi lúc nào cũng khách sáo, như trong lời nhạc đầu tiên của bài hát này: "Tôi yêu tiếng nước tôi từ khi mới ra đời, người ơi". Làm sao vừa mới ra đời mà đã biết xét đoán, yêu tiếng nói của mình được? Mới chào đời thì em bé nào cũng nói tiếng giống nhau: "Oe oe", ngôn ngữ chưa phân biệt. Vì thế câu này quá vô lý, quá khách sáo, quá...Bắc Kỳ, không thể nào hay ác liệt bằng lời nhạc đơn giản của người miền Nam, thí dụ như lời trong bài Phố đêm: "Phố đêm, đèn mờ giăng giăng, mầu trắng như mầu đen, tắt đèn tối thui..."

Một điểm khách sáo nữa trong bài nhạc này là người Bắc hay chú trọng về hình thức, bên trong có nghèo rớt mồng tơi đến đâu đi nữa nhưng lúc nào cũng phải giấu diếm, giữ cái hình thức sang trọng bên ngoài, che đậy sự khó khăn ở bên trong. Câu "Tôi yêu biết bao người Lý, Lê, Trần... và còn ai nữa" là một thí dụ điển hình. Lịch sử Việt Nam cho thấy là các đời vua Việt Nam không dung tha cho nhau. Họ vua nào khác lên ngôi là họ đời vua trước phải chạy đôn đáo vào chợ Vườn Chuối mượn mấy cây vàng đóng ghe ra biển tìm đường lánh nạn, đổi họ, để giấu tung tích họ hàng mình cùng vua đời trước, hay vào viện thẩm mỹ bà Hạnh Phước cắt mí, sửa mũi cao dọc dừa vì sợ bị thủ tiêu nếu nhận diện với dung nhan cũ.

Vào những ngày tàn của vua cuối cùng đời nhà Lý là Lý Huệ Tông, đánh nhau với bao nhiêu giặc loạn, một trong những nguyên phi của vua, Trần Thị

Dung, được phong chức Hoàng Hậu. Từ đó thân thuộc họ Trần chiếm hết các chức quan văn võ trong triều. Vua yếu đuối, phát điên lên chùa ở, giao hết quyền hành cho Trần Tự Khánh. Trần Tự Khánh chết, giao quyền cho em là Trần Thủ Độ (sau này là Thái sư cho các vua Trần). Một hôm thấy Lý Huệ Tông nhổ cỏ ở vườn, Trần Thủ Độ nói: "Nhổ cỏ thì phải nhổ tận gốc". Vua Huệ Tông nghe xong, trả lời: "Điều ngươi nói, ta hiểu rồi". Sau đó, vua ra sau vườn tự tử. Dân ta tính tình ác đức với nhau như vậy thì trước khi yêu Lý, Lê, Trần, ta cần đặt lại vấn đề đố vui để học.

Bài "Tình ca" được nhiều nam nữ ca sĩ trình bày. Các cô ca sĩ bây giờ mặc áo dài, áo bà ba, áo bikini hay cả... bao bố ai trông cũng xinh đẹp, thế nhưng nam ca sĩ mặc áo dài truyền thống Việt Nam? Giời ơi, áo dài khăn đóng của đàn ông Việt Nam là một mẫu thời trang tôi chưa bao giờ thấy ghê rợn như vậy, kể từ khi ông Năm đối diện căn nhà cũ Bàn Cờ của tôi sáng nào cũng ra đứng trước cửa với chiếc xà-rông đen như chiếc-áo-bà-ba-là-mầu-cán-bộ. Nhìn cái áo dài của đàn ông Việt Nam, một người có thể biết ngay tại sao những nhà vẽ kiểu quần áo nổi tiếng thế giới đều là người da trắng như Ralph Lauren, Christian Dior, Armani, Versace, mà không phải là Việt Nam nói riêng hay Á Đông nói chung. Tôi đố anh nào ngày đầu tiên có hẹn dẫn em đi dạo chơi vườn Tao Đàn đóng vào bộ áo dài khăn đóng. Bảo đảm anh sẽ ngồi cho đến lần nguyệt thực thứ mười lăm cũng chả em nào dám đến nhận diện vì sợ xấu hổ. Dzĩ dzăng dơ dáy cần giấu diếm, chúng ta quân dân cùng một lòng quyết chiến đấu thủ tiêu cái áo dài khăn đóng, vĩnh viễn đưa nó vào quá khứ cùng với mấy con khủng long diệt chủng.

Chương trình Paris By Night 99 có ba người hướng dẫn chương trình. Hai M.C. Nguyễn Ngọc Ngạn và Nguyễn Cao Kỳ Duyên là người Bắc nên phát âm chính xác, giọng nói êm tai. Hai người đều nói năng hoạt bát, thỉnh thoảng trao đổi vài ý tưởng dí dỏm. Cô Kỳ Duyên nói chuyện có duyên, nụ cười lúc nào cũng trên gương mặt, dễ gây cảm tình với khán giả. Nguyễn Ngọc Ngạn lúc nào gương mặt cũng đăm chiêu lo ra như sợ hãi sau khi chương trình hoàn tất vợ sẽ cho ăn mì gói ba tháng liên tiếp. Đôi lúc cặp mắt anh có vẻ mất hồn như vừa khám phá tờ vé số mình mua chỉ cần trùng một con số nữa là trúng 300 triệu dollars.

Nguyễn Ngọc Ngạn có một kiến thức bao quát về xuất xứ của mỗi bài hát, gây cho khán giả sự thú vị khi nghe ca sĩ hát. Tuy nhiên, khác với Kỳ Duyên nói chuyện có vẻ khiêm nhường (gọi tất cả mọi người là anh, xưng em cho dù không biết người ấy có lớn tuổi hơn mình hay không), Nguyễn Ngọc Ngạn có vẻ hơi hách-xì-xằng khi xưng hô với khách. Người Bắc khi gặp một người lạ mặt không biết tuổi tác như thế nào thì để tỏ tính khiêm nhường, gọi người ấy theo cấp bậc trên mình: anh chị, cô chú, và xưng mình là em. Nếu biết chắc người đó nhỏ hơn mình thì xưng mình là tôi. Ngày xưa khi tôi còn bé mang bạn về nhà, bố tôi tuy già với mái tóc bạc thưa, luôn luôn gọi bạn của tôi là "anh", hay "các anh". Khi đề cập đến tôi thì gọi là em: "Các anh chờ một chốc, em Ngọc nó ra ngay". Trong lời đối thoại với tất cả mọi người trong Paris By Night 99, Nguyễn Ngọc Ngạn luôn luôn xưng mình là anh hay chú, gọi người khác là em hay cháu. Để ý là trong buổi đàm thoại với giáo sư Việt Đinh, ngay câu đầu Nguyễn Ngọc Ngạn đã xưng mình là chú, gọi ông kia là cháu. Khi trả lời thì ông kia không biết có bực hay không nhưng không xưng cháu theo ý Nguyễn

Ngọc Ngạn muốn mà xưng mình là tôi, chúng tôi.

Gặp người nào Nguyễn Ngọc Ngạn cũng gọi là em hay cháu, thế nhưng khi gặp ông Giám Mục Canada trẻ tuổi, sinh năm 1966, chỉ mới có 44 tuổi, Nguyễn Ngọc Ngạn tuy lớn hơn 20 tuổi, lại gọi ông ta là Đức Cha, và tự xưng mình là con! Có lẽ đây là phong tục Công Giáo mà vì không phải là người trong đạo nên tôi không biết, thế nhưng một đằng hách-xì-xằng gọi mọi người là em, là cháu, một đằng thì xưng "con" với người nhỏ hơn mình hai mươi tuổi, tôi thấy đó không phải là dấu hiệu của một người giữ vững lập trường. Khi nói về phương diện tự xưng mình lên địa vị cao hơn người khác, Nguyễn Ngọc Ngạn ngày xưa chắc chắn đội sổ trong lớp huấn luyện văn hóa Bắc Kỳ.

Người M.C. thứ ba, Trịnh Hội, nói năng trôi chảy thế nhưng phát âm không chính xác. Tôi không biết anh ta người miền gì nhưng giọng nói không đặc thù người miền Nam và có pha lẫn một tí tiếng Trung hay Quảng Nam (tôi không biết rõ). Tôi hoàn toàn đồng ý chúng ta nói năng khác nhau vì cha sinh mẹ đẻ, thế nhưng khi một người bước vào lãnh vực thông tin phát thanh hay phát hình, không cần biết người xứ nào, phải phát âm đúng ngôn ngữ tiếng của họ, tiếng Việt cũng thế.

Ngày xưa vào những năm đầu Trung học, Thầy dạy Việt Văn của tôi là người Nam. Tuy nhiên Thầy ấy sửa giọng nguyên thủy của Thầy để phát âm chữ chính xác hỏi ngã, có "g" hay không "g" đâu vào đấy. Vì như thế đối với học trò, Thầy rất có uy tín là người dạy Việt Văn. Đằng này, Trịnh Hội "chín mươi chín" đọc ra "chính mươi chính", "xin" đọc là "xinh", âm "ngã" đọc thành âm "hỏi" thì không thể nào đóng vai trò xướng ngôn viên được vì phát âm sai chính tả. Nên nói thêm ở đây không phải tôi là người Bắc nên phê bình giọng nói người Nam: mỗi lần về SàiGòn bật TV lên là hầu như tôi tắt ngay vì giọng người Bắc làm xướng ngôn viên tôi nghe không lọt lỗ tai. Họ phát âm những chữ có dấu sắc như là dấu hỏi: "Anh đi đâu thể?" thay vì "Anh đi đâu thế?", nghe chói tai như vừa mới bị cô Lan trong chuyện tình Lan và Điệp gióng tiếng chuông chùa ngang tai.

Có lẽ tôi bây giờ già nên không biết thưởng thức mốt tóc mới của các nam ca sĩ. Tôi để ý lắm nhưng không thể nào thấy sự khác biệt về lối chải tóc của mỗi anh vì ai nấy cũng cùng một kiểu tóc giống nhau. Dĩ nhiên là như y phục, tóc tai của họ cũng là do thợ chuyên viên sau sân khấu cắt uốn chải bới thế nhưng tại sao mọi người đều có một kiểu: tóc tua tủa loạn xạ Đông Tây Nam Bắc không chủ định như vừa phải đạp mìn? Cái kiểu này chính là tóc của tôi hai mươi năm trước mỗi lần tối tắm xong không sấy, không chải tóc leo lên giường ngủ khi tóc còn ướt, sáng dậy đi làm là tóc tôi nó y chang như vậy: từng năm loạn xạ như chòi đập lúa xuất hiện trong đủ mọi tư thế, đủ mọi góc độ, chĩa ra trăm hướng ở trên đầu. Tôi ghét kiểu tóc này đến nỗi từ đó trở đi, tôi cứ lấy tông-đơ cắt rạp hai cm phần trên, nửa cm phần chung quanh đầu để tóc trở thành ngắn, gọn, có quy củ, khỏi chải bới. Kiểu tóc mấy anh nam ca sĩ bây giờ nó vô kỷ luật như thế thì tốn tiền ra tiệm hớt tóc làm gì vì chẳng ai biết tóc nào là mới ngủ dậy, tóc nào là mới cắt ở tiệm hớt tóc?

Ngày xưa còn bé anh em chúng tôi ai cũng hận nhạc không đội trời chung vì hằng ngày cứ mỗi buổi trưa vào khoảng ba giờ chúng tôi phải nghe hát chèo của người Bắc bố tôi mở radio (tệ còn hơn hát bội), và mỗi sáng Chủ Nhật bẩy giờ nghe ông Trọng bán tem mở magnétophone phát thanh những bản nhạc của Chế Linh, Thanh Thúy, Thanh Tuyền... Tôi còn nhớ có một dạo ông ta thích nghe Bùi Thiện, Sơn Ca: "Anh đưa em đi về, về quê hương ta đó. Anh đưa em đi về, về quê hương tuyệt vời..." Bùi Thiện là Bắc Kỳ hồi chánh nên giọng không thua gì mấy anh chàng bộ đội, sáng ngủ mơ mơ màng nghe giọng Bùi Thiện tôi tưởng mấy ổng đã tới nên nhiều lần sợ đến vãi đái ra quần.

Nhạc là cả một kỷ niệm hãi hùng tôi không bao giờ muốn nghe lại. Chính vì thế nên tôi không muốn bàn về nhạc vì biết rằng tôi sẽ phê bình trong một cương vị chủ quan. Tôi chỉ có một nhận xét là ca sĩ bây giờ hát ai cũng nhảy nhót. Cái kiểu hát của các ca sĩ ngày xưa đứng một chỗ trời trồng như Anh Khoa, Duy Quang không còn ăn khách nữa. Các cô ca sĩ thì càng phô trương càng ăn khách, cái đùi đánh chết cái giọng. Đây không phải là lời chỉ trích mà chỉ là một nhận xét thực tế vì không đàn ông nào mà không thích ngắm một cô gái đẹp. Lệ Thu, Khánh Ly, Thanh Tuyền, Phương Dung với quần áo kín đáo thì bây giờ chỉ có thể ăn khách ở câu-lạc-bộ-thanh-niên-không-già-mà-là-nhiều-tuổi.

Chủ đề chính của Paris By Night 99 lần này là giới thiệu những người Việt Nam thành công ở hải ngoại. Câu "Tôi là người Việt Nam" có gói ghém một sự hãnh diện nào ở trong đó, vì ngay trong phần đầu DVD, trong số bao nhiêu người tuyên bố lý do tôi là người Việt Nam vì tôi làm việc cần cù, tôi phấn đấu trong đời sống, tôi trải qua bao thử thách khó khăn, tôi hy sinh cho gia đình con cái, tôi tồn trữ văn hóa nước Việt..., thì anh Vũ Minh Tòng, chủ nhân trại nấm ở Vancouver, Canada, "chơi" nổi nhất: Anh ta tuyên bố là nếu kiếp sau anh ta có trở lại làm người thì xin cho anh ta là người Việt Nam một lần nữa!

Rất tiếc là đoạn video cắt ngay sau khi anh nói câu đó vì nếu chiếu tiếp tục, khán giả sẽ thấy anh Tòng đầu óc đang xịn lên xịn xuống, nói năng không minh mẫn vì vừa mới hút xong năm gói Bastos, uống xong ba chai bia 33 và vừa nghe nhạc Tuấn Vũ / Duy Khánh liên tiếp 24 giờ đồng hồ. Kiếp sau tôi muốn trở lại thành người Việt Nam với nước da đen vàng, chiều cao thiếu hụt, tóc tai đen đuốc, mắt không mí, mũi xẹp hơn bánh dầy, nói tiếng Pháp "đờ-manh ma-tanh", nói tiếng Anh "Give me a shit of paper" thay vì "Give me a sheet of paper"? N'importe quoi! Hổng dám đâu!

Paris By Night giới thiệu và mời một số người Việt Nam ở hải ngoại thành công ở khắp các lãnh vực khác nhau như tài chính, chính trị, vẽ kiểu y phục, sản xuất máy móc, nhà hàng, phim ảnh, làm đẹp, võ sĩ, múa ballet, từ thiện, hãng điện tử, tôn giáo, khoa học, hoạt họa, buôn bán sản phẩm nail...lên phát biểu ý kiến của họ liên hệ đến vai trò của người Việt Nam thành công ở hải ngoại.

Tất cả đều hãnh diện mình là người Việt Nam. Họ viện dẫn lý do người Việt thành công vì bản năng chăm chỉ, cố gắng, hy sinh, cần cù và thương yêu. Hầu hết mọi người dùng cơ hội này để cảm ơn cha mẹ mình đã hy sinh nuôi nấng con cái cho thành người. Một vài người cảm ơn mình có cơ hội thành công và muốn dùng sự thành công đó để giúp lại những người nghèo còn lại ở quê hương. Tất cả những ai lên phát biểu ý kiến đều được khán giả vỗ tay hoan nghênh nhiệt liệt vì những lời phát biểu gây động niềm hãnh diện dân tộc tính: những người khách Việt họ thấy trên sân khấu hôm nay là những người Việt Nam thành công ở hải ngoại. Người Việt giỏi không thua, và có lẽ hơn hẳn nhiều dân ngoại quốc khác. Vì tôi cũng là người Việt Nam, tôi hãnh diện mang dòng máu của quê hương tôi.

Tôi móc ví xem lại căn cước của tôi: tuy tôi ở Mỹ 36 năm, tên trong căn cước của tôi vẫn là Nguyễn Tài Ngọc mà không phải là David Wynn. Tôi nhìn trong kính: da tôi vẫn vàng, tóc tôi vẫn đen, tôi vẫn là người Việt Nam. Bốn đứa con của tôi sinh ra ở Mỹ, tôi đặt tên chúng nó tên Việt Nam, không phải tên Mỹ vì trong tận đáy lòng của tôi, tôi không muốn chúng nó mất đi cái gốc gác của nó là người Việt Nam. Thế nhưng tôi có hào hứng như những người trong video tuyên bố "Tôi là người Việt Nam" không? Không, nhất định là không.

Trước nhất, tôi không hào hứng vì cũng như bao nhiêu người Việt Nam, rất nhiều người ngoại quốc từ các quốc gia khác cũng thành công như chúng ta. Thứ hai, ngoại trừ những người giỏi được đi du học trước 1975, phần đông người Việt Nam như tôi được may mắn vì hoàn cảnh chiến tranh nên được sang định cư ở một quốc gia khác. Thứ ba, nếu tôi còn ở Việt Nam, tôi không ngần ngại vỗ ngực tuyên bố tôi hãnh diện là người Việt Nam vì đó là nhà của tôi. Đằng này, tôi ở nhà người khác nên sự yêu thương quê hương cũ tôi muốn giữ trong lòng, không đánh trống kèn inh ỏi; nhất là bây giờ quê hương cũ thật sự không còn là quê hương tôi nữa vì tôi đã là công dân của một nước khác, Mỹ, Úc, Pháp, Canada... Thử tưởng tượng nhà của chúng ta ở hải ngoại có láng giềng là Rệp, là Mễ, là Ả-rập, là da đen, là Trung Hoa, là Iran, là Armenian, ai nấy cũng vỗ ngực tuyên bố hãnh diện nước của họ thì nước Mỹ, Úc, Tây, Canada sẽ trở nên như thế nào?

Cái ngạc nhiên lớn nhất, vĩ đại nhất tôi thấy ở đây là mặc dù vài người công nhận họ may mắn có cơ hội sống ở hải ngoại, không một ai trong PBN 99 tuyên bố cảm ơn quê hương thứ hai đã cứu sống họ, đã cho họ thành công về phương diện tài chánh (phần đông những người Việt trong video này ở Mỹ). Họ tuyên bố không bao giờ quên được sự may mắn thành công nước Mỹ mang cho họ, nhưng họ trả cái ơn đó bằng cách giúp cho người ở Việt Nam, không phải ở Mỹ.

Nói như thế có khác gì người Mễ sang Mỹ làm việc nhưng thay vì dùng tiền đó giúp lại nước Mỹ thì gửi lại về Mễ giúp kinh tế nước Mễ? Tổng số tiền người Mễ ở Mỹ gửi về Mễ là 25 tỷ dollars một năm. Số tiền này là tiền ngoại tệ Mễ-Tây-Cơ thu hoạch nhiều thứ nhì, chỉ sau tiền lợi tức dầu hỏa. Trường hợp Việt Nam tôi nghĩ cũng tương tự. Tưởng tượng mình có một căn vi-la, làm việc nghĩa nuôi nhiều người, giờ lại mang thêm 10 người Kampuchea về nuôi cho ăn học. Khi thành tài, thay vì dùng tiền giúp lại những người khác trong vi-la mình thì mười người ấy nói họ thành công là nhờ cha mẹ họ hy sinh, và dùng tiền họ làm ra để giúp người ở Kampuchea thì mình nghĩ sao?

Không những không mang ơn, anh chàng "vua nail" Quý Tôn còn tuyên bố là anh ta ước ao những người làm nail đoàn kết để nâng cao giá cả. Tôi ngồi nghe há hốc miệng kinh hoàng trong khi cả hí viện vỗ tay ầm ầm, kể cả Nguyễn Ngọc Ngạn!

Nước Mỹ theo chế độ tư bản, chính phủ không ấn định giá cả nhưng thị trường, sự cạnh tranh định đoạt giá tiền món hàng. Khi có cạnh tranh, hàng phải hạ giá, đem lợi cho người tiêu thụ. Tại sao giá cả ở nước Mỹ rẻ, tại sao giá làm nail cứ xuống từ từ? Vì nhiều người thấy làm tiền dễ, nhảy vào ngành làm nail. Khi số cung gia tăng mà số cầu -số khách hàng- không thay đổi thì các cửa hàng phải tự động giảm giá để khuyến dụ khách hàng. Anh chàng Quý Tôn này muốn các hãng làm nail đoàn kết không bán phá giá, tất cả bán cùng một giá. Hậu quả của sự bán đồng giá là người tiêu thụ lỗ mà cửa tiệm lời. Bạn có biết ở chính thể nào chính phủ đặt giá đồng nhất hay cho phép các công ty thương mại đặt giá đồng nhất theo tiêu chuẩn của chính phủ không? Chính thể Cộng Sản và Chủ nghĩa Xã hội! Chính thể Cộng Sản thì ai cũng biết, khỏi cần bàn đến. Còn những nước theo chủ nghĩa xã hội như Na-Uy, Phần-Lan, Thụy Điển, thuế má đắt nhất nhì thế giới. Rất hiển nhiên nếu nghiện ngẫm câu anh "vua nail" Quý Tôn nói, không một ai sẽ vỗ tay mà còn chửi bới ý tưởng ngông cuồng nữa là đằng khác!

Lý do cuối cùng và quan trọng nhất tôi không thể nào hào hứng khi nghe những lời khích động "Tôi là người Việt Nam" trong Paris By Night 99: PBN là một cơ cấu thương mại, tổ chức ca nhạc thu tiền bán vé, bán DVD để lấy lời. PBN tạo ra một chủ đề kích thích dân tộc tính để thu hút khán giả, bán DVD. Nếu là một tổ chức bất vụ lợi, thí dụ như Hiệp Hội Cộng Đồng Việt Nam hải ngoại, hoặc một cơ quan chính quyền Hoa Kỳ -văn phòng Tổng Thống Liên Bang, văn phòng Thống Đốc Tiểu Bang, văn phòng thị trưởng thành phố chẳng hạn- tổ chức vinh danh những người Việt thành công thì tôi hào hứng. Đằng này với mục đích là kiếm lời (khi bắt đầu DVD số 2, Nguyễn Ngọc Ngạn còn nhân cơ hội để quảng cáo bán sách viết mới nhất của mình) thì cái quan điểm "Tôi là người Việt Nam" của những người trong PBN 99 trình bày không còn hữu hiệu nữa.

(2010)

Xin Anh
Đừng Uống

Buộc chặt cái gút cuối cùng, lấy kìm cắt sợi dây ngay sát thành vợt, sau ba mươi phút lao động vinh quang đan dây mới cho cái vợt tennis bị đứt lưới, tôi gỡ nó khỏi máy căng dây, dùng mấy ngón tay đẩy kéo cho những đường dây song song đều hàng rồi ngắm nghía cây vợt với lưới mới mà lòng thật đắc chí.

Tôi đánh tennis từ thời bắt đầu sang học Trung học ở Hoa Kỳ. Có những năm mê chơi hàng tuần lúc nào cũng đánh như thời còn độc thân, nhưng cũng có những năm bỏ không đánh như những năm lên xe hoa về nhà vợ. Trong ba năm trở lại đây, mỗi cuối tuần tôi thường đánh vì thứ nhất, người bạn tennis ở cùng xóm, và thứ hai, càng già càng cảm thấy yếu đuối, tôi muốn tập thể thao hàng tuần để cố gắng lôi kéo lại thể lực của anh Vội chàng trai nước Việt khi mình còn trai trẻ.

Trung bình thì cứ đánh độ sáu lần, mỗi lần từ một giờ rưỡi đến hai tiếng, thì vợt của tôi bị đứt lưới. Những năm đầu chơi còn non nớt, đánh chín tháng mười ngày lưới vẫn chưa đứt vì mình yếu đuối nên khi đứt thì tôi mang ra tiệm cho họ đan lại. Đem ra tiệm có hai điểm bất lợi: thứ nhất là họ không đan liền phải quay trở lại ngày hôm sau lấy, và thứ hai, phải trả tiền công đan vợt lẫn tiền dây. Dần dà khi đánh đến giai đoạn đứt lưới thường xuyên, tôi mua hẳn một máy đan lưới để căng vợt ở nhà, chỉ tốn tiền mua dây.

Máy đan lưới có nhiều loại, rẻ nhất từ $140 cho đến đắt nhất $3,500 cũng có.Cái $140 thì là loại để bàn, trông yếu đuối ho hen. Lúc đan phải khệ nệ bưng nó ra để trên bàn, ngồi căng tư thế hơi bất tiện. Trái lại, loại từ $1,500 trở lên thì bệ vệ oai dũng, rắn chắc như võ sĩ sumo Nhật Bản, có bốn chân to bằng cột đèn hẳn hòi, vừa đúng tầm đan của người đứng. Có đắt đến đâu đi nữa thì giống như xe rẻ tiền Honda Civic và xe đắt tiền Rolls Royce cả hai xe đều đưa tài xế đến đích, máy đan lưới rẻ hay đắt tiền đều đan lưới vợt như nhau. Sự khác biệt là máy đắt tiền người đan đứng thoải mái, có cả DVD Paris By Night lắp sẵn để tôi hãi hùng đan nhanh nhanh cho nhạc chấm dứt, số áp lực pounds mình muốn dây căng bao nhiêu rất chính xác như tính toán đường bay cho phi thuyền từ trái đất đến Hỏa Tinh; trong khi máy rẻ tiền độ áp lực sai biệt xa vời như lực sĩ Việt Nam ốm đói thi dự điền kinh và vô địch quyền Anh hạng nặng Evander Holyfield.

Đời tôi đã lầm lẫn bao nhiêu lần tiêu tiền không đúng chỗ, như đầu tư vào điện thoại công cộng khi điện thoại di động bắt đầu thịnh hành, mua cho vợ hai mươi cái ví Louis Vuitton giả thay vì mua một cái thật tưởng rằng vợ mình không biết, nhưng mua cái máy căng vợt thì đúng là tôi thông thái còn hơn Cựu Giám Đốc của Federal Reserve Alex Greenspan. Số tiền tiết kiệm nhờ đan vợt ở nhà ba mươi năm nay đủ để hàng năm đến ngày kỷ niệm đám cưới tôi bao vợ ăn ở nhà hàng sang trọng McDonald's.

Để cây vợt vào bọc tennis, vợ chồng tôi lái xe xuống Santa Ana. Tuần này tôi có một anh bạn ở Genève Thụy Sĩ sang chơi, rủ xuống khu phố Bolsa Việt Nam đánh tennis. Anh bạn tôi tên là Nguyễn Thiệu Tường. Sang nước ngoài tiếng Việt mình bỏ dấu hết, đổi tên anh là Thieu Tuong, nên tôi thường gọi anh là Thiếu Tướng. Tôi quen Thiếu Tướng đã lâu, thế mà hơn mười lăm năm sau anh vẫn là...Thiếu Tướng, chưa được lên chức Trung Tướng hay Đại Tướng. Anh Thiếu Tướng này có cái tên không dấu, sang ngoại quốc mình có thể đọc thành chữ khác.

Tôi có một anh bạn nữa có cái tên cũng thú vị là Trần Từ Hải. Sang Canada, hay như bên Mỹ, người ta đọc tên ngược lại với người Việt, tên cúng cơm đọc trước rồi mới đến tên lót và họ, thành ra Trần Từ Hải đổi thành Hải Từ Trần. Cũng giống như Thiếu Tướng mấy mươi năm sau vẫn là Thiếu Tướng, anh bạn Hải Từ Trần của tôi sang Canada ba mươi năm vẫn còn là Từ Trần, thế mà chẳng hiểu tại sao vẫn chưa thấy anh ta chết.

Anh Tường lớn hơn tôi bốn tuổi, không đánh tennis thường nên chúng tôi đánh tennis mục đích để giãn gân cốt, chứ không phải để ăn thua lớn một ván mười nghìn đồng tiền Việt Nam. Nói trung bình thì Âu Châu không có nhiều sân tennis công cộng miễn phí như bên Mỹ, người muốn chơi tennis phải trả tiền đánh ở sân tư nhân nên không được tập luyện nhiều (Đây là một cách nói khéo léo của máu Bắc Kỳ trong tôi không nói sự thật huych tẹc ra là người đánh tennis giải trí ở Âu Châu không thể nào đánh giỏi bằng người bên Mỹ). Ở Paris tôi có vào sân tư nhân đánh. Sân không phải là xi-măng mà là *clay court*, đất sét nén mầu đỏ lòm, đánh xong đi ra ngoài giầy và banh biến thành đỏ. Mặt đất không thể nào dùng sơn kẻ phạm vi sân nên lằn kẻ sân là một loại như vinyl đóng chặt xuống đất. Banh rơi giữa chừng xuân nửa trên đất, nửa trên lằn kẻ vinyl thỉnh thoảng tưng đi không vào hướng mình chuẩn bị đỡ trả banh. Trên mặt sân đầy những cát, chạy không quen thường hay bị trợt. Đánh xong vài bàn thì mình lấy cây chổi to bản rộng khoảng hai thước, kéo lết toàn sân để cho cát trải đồng đều dễ đánh.

Ở Gland, Thụy Sĩ, một thành phố nhỏ cách Genève độ 35 miles, tôi có đánh tennis ở một sân ngoài trời bằng thảm, carpet. Vật liệu của loại thảm này tương tự như cỏ giả của sân football ở Mỹ. Lợi điểm của sân thảm là chỉ cần trải thảm lên xi-măng, phần xi-măng bên dưới không cần xây dựng cầu kỳ như sân xi-măng tennis. Do đó tiền duy trì sau này rẻ hơn vì sân xi-măng nếu bắt đầu nứt thì chỉ có cách gọi Paris Hilton vay tiền tu sửa. Trong khi ở Anh, theo truyền thống của Wimbledon, rất nhiều sân tennis là sân cỏ. Banh trên sân cỏ đi nhanh như sân xi-măng, nhưng nhiều khi không dội lên theo hướng mình đoán vì đất cỏ không hoàn toàn bằng phẳng, chỉ cần trũng một tí thôi là banh tưng đi hướng khác.

Nói đến Wimbledon, tôi nhớ thời còn độc thân đánh tennis với những đứa bạn, có một anh chàng tên Cang ông bố cũng mê tennis như con nên giải tennis nào trên TV hai cha con cũng xem. Lúc bấy giờ ở Việt Nam mới sang nên phần lớn mọi người đều nghĩ là sân tennis bằng xi-măng, không hình dung được bằng một loại nào khác. Ông bố anh Cang này cũng thế. Khi xem Wimbledon, Cang nói với bố là họ đánh trên sân cỏ. Ông bố không tin, bảo con làm sao banh có thể tưng trên sân cỏ. Cậu con nói bố sai. Thế là hai người cãi nhau ỏm tỏi đến một lúc ông bố tức quá, tát cho cậu con một cái để chấm dứt chiến tranh Việt Nam vì con dám cãi bướng với bố. Thằng con ôm đầu máu, trong lòng giận dữ vô cùng nhưng không làm gì được vì làm bố như là đại cường quốc Mỹ có sức mạnh vô song, nếu nước bé nhỏ nào dây dưa dấm dế hội tề muốn kéo dài chiến tranh thì Mỹ chỉ cần thả quả bom nguyên tử là kết thúc cuộc chiến. Ở đây bố nó có quyền tối hậu rút ngắn cuộc cãi nhau bằng cách dùng võ lực cực quyền chi bảo cho thằng con bất hiếu dám to tiếng với bố cái đầu máu làm kỷ niệm nhớ đời. Đã vậy, nó còn phải im mồm không được cãi.

Vợ chồng tôi đến một công viên trên đường Brookhurst ở khu người Việt Nam Santa Ana khoảng một giờ mười lăm phút sau đó. Theo chương trình, hai bà vợ đi shopping còn hai ông chồng đánh tennis. Chỗ này là khu trung tâm người Việt Nam, mỗi lần lái xe ngang qua lúc nào tôi cũng thấy đầy người, khó tìm một sân trống. Hôm nay thì sân cũng đầy người, nhưng may thay vẫn còn một sân. Chúng tôi để bọc giỏ tennis cạnh ghế giữa hai sân rồi cầm vợt ra đánh.

Tôi và anh Tường đánh banh qua lại mà không đánh *game*. Đánh chỉ khoảng mười lăm phút là anh Tường ra hiệu nghỉ mệt vì tay anh trơn trợt không cầm vợt được chặt vì mồ hôi ra quá nhiều. Chúng tôi trở lại băng ghế. Tôi vói xuống đất lấy bình nước plastic mầu trắng, mở cái nắp mầu xanh lá cây, và dĩ nhiên không thể nào quên được lễ phép của Bắc Kỳ lịch sự, tôi đưa cho anh Tường uống trước. Anh Tường uống xong thì đưa cho tôi uống.

Tôi để ý ở sân kế bên trước mặt tôi là hai cô gái có lẽ vào khoảng 35, 40 tuổi. Khi nhặt banh, cả hai đều có vẻ như khựng lại và nhìn qua hướng của chúng tôi. Tôi nhìn qua anh Tường. Anh ấy lớn tuổi, trông già hơn và thấp hơn tôi nhiều. Tôi có cái mũi lõ, cao ráo, thành ra nói về nhan sắc thì bảo đảm anh Tường thua tôi xa. Ngay chính tôi khi ra đường nếu gặp một cô gái nào đẹp tôi cũng nhìn để ngưỡng mộ sắc đẹp của cô ấy nên suy bụng ta ra bụng người, tôi chắc chắn hai cô này nhìn về hướng chúng tôi ngồi - nói cho đích xác là nhìn tôi chứ không phải chúng tôi - vì hai cô ấy ngưỡng mộ sắc đẹp Alain Delon của chỉ một mình tôi. Nghĩ đến đây tôi cảm thấy vô cùng mắc cỡ, hai tai đỏ bừng, ngoảnh mặt nhìn về hướng khác. Tôi ra hiệu cho anh Tường đứng dậy đánh tiếp, không dám nhìn về phía hai cô ấy.

Đánh banh qua lại mười lăm phút nữa thì chúng tôi lại đến ghế uống nước ngồi nghỉ mệt. Tôi lại mở bình mời anh Tường uống nước. Trời nóng đổ mồ hôi uống nước chanh đường thật là ngon, tuy rằng tôi nhớ mang máng là bình bột chanh đường tôi mua ở Costco hết đã lâu mà sao tôi lại pha được đầy bình như thế này. Vị trí của tôi ngồi nhìn thẳng qua sân bên cạnh nên không cần để ý tôi đã thấy hai cô kia nhìn tôi và anh Tường nữa. Lần này thì họ không thoáng nhìn rồi quay ánh mắt đi mà rất bạo gan nhìn chằm chặp vào chúng tôi không rời mắt. Không nhìn về hướng họ, tôi hỏi anh Tường xem có biết là hai cô ở sân bên cạnh đang nhìn vào mình không. Anh Tường nói có, và nói đùa là chắc hai cô ấy đang bị cặp đùi sexy của anh ấy thu hút.

Ai nói tôi tin chứ anh Tường nói thì rất khả nghi, cần đem ra Tòa Thượng Thẩm tỉnh Đồng Nai duyệt xét lại. Tôi biết anh khá lâu, lần nào sang Mỹ gặp bất kỳ nơi nào anh cũng đều khoe cặp đùi sexy của anh bằng cách mặc quần xà-loỏng. Đi du ngoạn, mặc xà-loỏng. Tụ họp bạn bè, mặc xà-loỏng. Đi nhà hàng ăn cơm tối, mặc xà-loỏng. Tôi không có mặt ở đó nhưng dám chắc đêm tân hôn anh ấy cũng mặc quần xà-loỏng. Mà phải như đùi anh ấy đẹp, bắp thịt to lớn cuồn cuộn như Arnold Schwarzenegger thì không nói gì. Đằng này nó như trẻ em sinh thiếu tháng, giống hệt như mấy đùi ếch chiên bơ ở nhà hàng Tầu, thật là công xúc tu sỉ nhưng vì kính lão đắc thọ nên tôi không dám nói.

Hai cô kia vẫn nhìn chúng tôi chòng chọc làm tôi nghĩ văn hoá Âu Mỹ ảnh hưởng người Việt ở Mỹ rất nhiều. Tôi nhớ ngày xưa đi học chung với con gái, các cô tính tình nhút nhát, gặp con trai là bỏ chạy, rất khó để khơi chuyện với các cô, huống gì nói đến chuyện làm quen. Con trai lúc nào cũng đi cua con gái, có bao giờ chuyện ngược lại xảy ra đâu. Ở Mỹ con nít từ nhỏ đã rất tự nhiên. Những ngày đầu tiên sinh sống trên nước Mỹ sinh hoạt với nhà thờ bảo trợ tôi, con gái Mỹ bằng tuổi đến nói chuyện với tôi tỉnh queo, giúp cho tôi không có cảm tưởng xa lạ. Khi đi học vào giờ thể dục đánh cầu, nhiều lúc đùa giỡn con gái Mỹ hay Mễ nhảy lên người ôm làm tôi thật mắc cỡ (đính chính, chữ dùng sai, "thích" chứ không phải "mắc cỡ"), thế mà trái lại họ không có cảm tưởng gì ngượng ngùng hết. Hai cô ở sân tennis cạnh bên rõ thật là thuộc vào loại bạo phổi, thích con trai là liếc mắt đưa tình ngay, không cần biết thiên hạ nghĩ gì về mình.

Tôi và anh Tường thay phiên nhau uống gần hết bình nước thì không biết tôi có đang trong cơn mê hay không, hai cô từ bên kia băng qua sân tiến đến chúng tôi miệng hơi nhoẻn miệng cười. Tôi lúc này đầu óc lâng lâng, chỉ nghĩ đến cái cô trong vườn Tao Đàn ở SàiGòn hai năm trước bảy giờ sáng muốn dẫn tôi đi tìm chỗ mua xôi, và mấy câu đầu tôi viết của bài thơ "Mộng Dưới Hoa, Họa Dưới Mông" khi tôi gặp một tiên nữ, nói láo với cô ấy là mình chưa lập gia đình:

> đêm qua tôi ngủ nằm mơ,
> có nàng tiên nữ lẳng lơ gợi tình.
> ví von giọng nói trữ tình,
> danh xưng ngọt lịm, mình mình, em em.
> *- anh ơi trước lạ sau quen,*
> *tướng anh phong nhã, em khen mấy lời.*
> *đời anh cô độc, lẻ loi?*
> *nếu chưa có vợ, trọn đời em dâng.*
> lòng tôi rạo rực, bâng khuâng:

- tôi...(hơi ấp úng)...độc thân vẫn còn.
dung nhan em thật sắc son,
đôi ta tình tự, cho tròn cuộc vui.

...

Chưa biết nói gì khi có một cô gái lạ có cảm tình với dung nhan mình muốn đến làm quen thì một cô đã lên tiếng:

- Anh, Anh...

Trái tim tôi nó đã định nói *"Cái gì đó em?"* nhưng may thay óc tôi xen vào ngay kịp thời:

- Gì đấy cô?

- Cái bình nước...

- Mấy cô khát nước sao?

- Dạ không phải...

- À, cô muốn biết cái bình này mua ở đâu hả? Tôi mua ở Target, tiện lắm cô. Có sáu dollars mà giữ đá lâu lắm.

- Dạ không phải...

- Vậy chứ cô muốn biết gì?

- Dạ...cái bình nước đó là của em!

Vừa nghe cô đó nói xong cái bình nước là của cô ta, bao nhiêu lý trí, lương tâm của tôi tụi nó chạy trốn đâu hết để cho xác thịt tôi ở lại đứng cứng đơ chịu xào. Anh Tường chẳng những không giúp mà còn đổ dầu thêm vào lửa:

- Cô này nói thế là đúng cái bình của cô ta rồi. Lúc nãy Ngọc vào tôi đâu có nhớ là Ngọc cầm cái bình nào đâu. Nhưng tại vì Ngọc mở uống tự nhiên quá làm

NGUYỄN TÀI NGỌC

tôi quên đi, tưởng là bình nước của Ngọc thật.

Bây giờ nếu được lựa chọn giữa trúng số độc đắc hay được thần A-La-Đin cho tàng hình, nhất định là tôi sẽ chọn giải pháp thứ hai. Cười mếu máo, tôi nói:

- *Xin lỗi cô nhe. Tôi có cái bình nước giống như vầy, cũng mầu trắng nắp xanh lá cây. Đi đánh tennis thường là tôi mang theo. Đâu có ngờ hôm nay không mang theo mà lại thấy cái bình nước giống quá nên lại tưởng là của tôi...*

- *Lúc nãy tụi em đến đánh ở cái sân anh đang đánh, nhưng tại vì sân kế bên có cái tường để tập đánh một mình nên tụi em đánh bên đó, để đồ đạc tụi em lại ở cái ghế này.*

- *Tôi đâu có định uống nhưng tại vì cái anh này, anh ấy than khát nước quá nên tôi mới mở bình uống đấy chứ!*

Ở tình cảnh như thế này trốn tránh trách nhiệm là thượng sách, tôi vừa nói vừa chỉ tay qua anh Tường. Lấy lại cái bình nước từ tay tôi, trước khi rời sân, cô ta nói một câu cuối cùng:

- *Anh mua đắt rồi. Em mua ở WalMart có năm đô.*

Hai cô ấy đi xong, anh Tường chửi rủa tôi xối xả là xem cái mặt tôi trông cũng bảnh bao sáng sủa lắm mà lại ngang nhiên lấy bình nước của người ta uống, rồi còn mời người khác làm anh ấy bị họa lây! Anh Tường có kê tủ đứng tôi đến mấy đi nữa, tôi nghe chỉ ù ù cạc cạc từ tai này ra tai kia vì cái xấu hổ ngang nhiên lấy bình nước của người khác uống chỉ là chuyện nhỏ, không thể nào so sánh bằng cái xấu hổ phũ phàng tôi vừa khám phá làm tôi ngã từ cung trăng rớt xuống trái đất. Tôi tưởng tôi là Alain Delon, Brad

Pitt, George Clooney…, có sức thu hút mãnh liệt làm con gái mê mẩn vì mình: hai cô này thấy tôi quá đẹp trai nên bạo gan liếc mắt đưa tình. Nào ngờ đâu cái liếc mắt đó không phải là cái liếc mắt đưa tình, cái liếc mắt đá lông nheo, mà là cái liếc mắt khinh bỉ, cái liếc mắt ngạc nhiên đến cùng cực khi thấy một người đàn ông cà chớn nào dám lấy bình nước của mình uống tỉnh bơ!

Người mình có câu: "Chưa đỗ ông Nghè đã đe hàng Tổng". Chưa biết tại sao hai cô kia đến mà tôi đã có ý định trong đầu là tôi sẽ nói dối chưa lấy vợ, vẫn còn độc thân. Kinh Thánh nói chỉ cần phạm tội trong tư tưởng là đã phạm tội rồi. Chốc nữa về nhà thế nào tôi cũng sẽ chết đi sống lại với vợ khi nàng khám phá ra ý tưởng của tôi. Khi chết đi thật sự thì chắc chắn tôi sẽ đi thẳng một đường xuống địa ngục không được ngừng, dù chỉ là một phút để uống ly nước mía nghỉ giải lao. Tất cả chỉ vì cái bình nước chanh khỉ gió trị giá có mấy đô-la và tại vì anh Tường rủ tôi đi đánh tennis, chứ nếu không thì làm gì tôi đã khổ sở vừa vỡ mộng, vừa phạm tội như thế này!

(2010)

Nhạc "Sến"
Là Gì?

Vợ chồng có thể phân loại ra hai thành phần: tương cận hoặc tương phản. Chúng tôi thuộc vào loại thứ nhì: tình Bắc duyên Nam. Nàng thích đọc sách, tôi thích xem phim. Nàng hiền từ, tôi nóng tính. Ngày xưa Trung học tôi học trường Việt, nàng học trường Tây. Tôi ở Bàn Cờ gần nhà thương Từ Dũ, nàng ở SàiGòn gần nhà hàng Văn Cảnh. Sự khác biệt này nó lan rộng đến cả lãnh vực âm nhạc. Tuy rằng phần đông chúng tôi thích cùng một loại nhạc như nhạc Pháp, Phạm Duy, Ngô Thụy Miên, Từ Công Phụng, Nhật Trường….thế nhưng có những bài thuộc loại nhạc Sến nàng không bao giờ nghe. Đã thuấn nhầm văn hóa khách sáo Bắc Kỳ Đệ Ngũ Đẳng Huyền Đai nên khi tôi nghe vài bản nhạc không phải loại nàng nghe thì thay vì than phiền lớn tiếng, nàng chỉ cần nhìn tôi với một ánh mắt khinh bỉ phớt tỉnh Ăng-Lê là tôi biết ngay nàng dùng quyền phủ quyết của Hội viên Hội Đồng Bảo An Liên Hiệp Quốc gián tiếp cho tôi biết là đừng nên nghe.

Nhạc Sến là gì? Thế nào là nhạc Sến? Chính tôi cũng ù ù cạc cạc không biết chữ nhạc Sến từ đâu đến, vì thế tôi muốn để một vài thì giờ vào bảo tàng viện Việt Nam tìm trống đồng Ngọc Lũ ở cạnh nhà Chế Linh để tìm hiểu nguyên do tại sao người ta gọi là nhạc Sến, như thế nào thì gọi là nhạc Sến, và tại sao có người không thích nhạc Sến, chẳng lẽ nó có ảnh hưởng ghê gớm đến sức khỏe về chiều của mình?

Theo trang web **http://www.thivien.net/**:

"Khoảng thập niên 1960, các rạp ciné ở Sài Gòn,

Huế và các thành thị miền Nam thay nhau chiếu một bộ phim rất ăn khách: *Anh em nhà Karamazov,* chuyển thể từ tiểu thuyết cùng tên của Fyodor Dostoyevsky. Trong phim có cảnh một vũ nữ hộp đêm vừa múa vừa hát bài *Mambo Italiano* - y phục nghèo nàn, thân hình bốc lửa, tóc tai xõa xượi, gào thét và rên rỉ, quằn quại và khiêu khích... nói chung là quậy tới bến. Diễn viên đóng vai vũ nữ ấy là Maria Schell trước đó chưa hề nổi tiếng nhưng nhờ màn múa đầy ấn tượng này, tên cô được quảng cáo ngang hàng với nam diễn viên Yul Brynner, tài tử thượng thặng của Hollywood. Phim chiếu loanh quanh các rạp, cả tháng chưa hết người xem. Lúc này bắt đầu xuất hiện những người ái mộ Maria Schell.

Theo đạo diễn Lê Văn Duy: Thực ra nữ ngôi sao điện ảnh người Thụy Sĩ, gốc Áo Maria Schell này rất nổi tiếng. Maria Schell là ngôi sao điện ảnh quốc tế, sinh năm 1926 tên thật là Marghrette Schell-Noe đóng phim từ 1942 - 1985 với trên 30 bộ phim lớn. Maria Schell đã cộng tác với rất nhiều đạo diễn lừng danh thế giới từ các nước Anh, Pháp, Ý, Đức và Áo như Astruc và Chenal, Clément, Brooks, Daves, Cooper, Mann, Visconti, Chabrol, Guitry... trong đó có thể kể những bộ phim lớn nổi tiếng như Napoléon, Gervaise, Anh em nhà Karamazov, Con đường về hướng tây, Kẻ sát nhân thích âm nhạc, Trong lớp bụi mặt trời, Hồ sơ Odessa, Trưởng giả điên, Khách đến từ Sans-Souci... Maria Schell có người em trai rất nổi tiếng là diễn viên kiêm đạo diễn Maximiliam Schell, đoạt giải Oscar trong bộ phim Xử án ở Nuremberg, phim cũng đã chiếu ở Sài Gòn thập niên 1960. Như vậy việc chọn từ "sến" không hề xuất phát từ một diễn viên điện ảnh tầm thường mà là việc gọi trại tên từ một ngôi sao điện ảnh quốc tế Maria Schell theo giọng hài biếm. Còn vì sao lại chọn tên Maria? Dạo ấy các trường đại học Sài Gòn còn dạy tiếng Pháp nên giới báo chí Sài Gòn đã chọn cái tên Maria vốn là tên một cô gái Pháp rất phổ cập ở nước này.

Trẻ em đường phố tập tành nhún nhảy bài Mambo Italiano. Các cô gái đợt sóng mới lăng-xê kiểu tóc xõa xượi, mắt xanh Bel, phô trương thân hình... Trên sân khấu phòng trà mọc lên những ngôi sao ca nhạc gào thét, quằn quại như con thanh xà, bạch xà. Từ Mari Sến thoạt tiên được dùng như một biến âm của Maria Schell để chỉ dạng biến thái này trong sinh hoạt của giới trẻ. Dầu không giống Maria Schell cho lắm, nhưng các Sến cũng tạo được một sức hấp dẫn nhất định. Có bài thơ làm chứng như sau:

> *Em phải là người em Sến không*
> *Sao môi em đỏ, ngực em phồng*
> *Thân hình ngào ngạt mùi son phấn*
> *Anh muốn gì em, em biết không?*

Theo giáo sư & nhà ngôn ngữ học Cao Xuân Hạo: "Theo tôi, gốc của từ "sến" phải bắt đầu từ chữ "sen" trong nghĩa con sen, là đứa ở, con ở. Xuất phát của từ này ở miền Bắc, thời kỳ Pháp thuộc vào những năm 1930 - 1945; có thể xem là thời của Lý Toét và Xã Xệ, của văn chương Tự Lực Văn Đoàn. Từ "sen" đọc trại thành "sến" bởi sự khinh bỉ, là tầng lớp thấp, văn hóa kém. Còn nếu ứng dụng vào văn chương, nghệ thuật thì ám chỉ khẩu vị thấp hèn, ít có giá trị. Bàn riêng về chữ "sến" trong "nhạc sến", tôi nghĩ nghĩa gốc cũng vậy, không thay đổi nhiều lắm.

Giáo sư Cao Xuân Hạo cho rằng từ sến xuất xứ ở từ con sen. Cách giải mã ấy có vẻ hợp từ nguyên (étymologic) nhưng không hợp thực tế. Thực tế là ở miền Nam, rất hiếm người dùng từ con sen để gọi các "ôsin". Còn ở miền Bắc xã hội chủ nghĩa thì sau

1954, các con sen, con nụ đã được giải phóng. Dầu trong sến có một phần chất sen nhưng xuất xứ của từ này rất sang: Sến đến Việt Nam từ Hollywood qua con đường nghệ thuật thứ bảy. Ai đó chế ra từ Mari Sến khá thông minh dí dỏm, hẳn từ trong tiềm thức đã có động cơ phản kháng tích cực, chống lại những thứ đua đòi, thời thượng, lai căng vọng ngoại và rẻ tiền. Âu cũng là bản năng gốc để bảo vệ thuần phong mỹ tục, bảo tồn văn hóa dân tộc. Trong ý nghĩa đó, từ Mari Sến ban đầu, không hề có mục đích miệt thị, đả kích những người đi ở đợ hoặc tầng lớp bình dân lao động.

Chỉ một thời gian ngắn, từ Mari Sến (hoặc ngắn gọn là sến) trở nên thông dụng để nói về người (cả nam lẫn nữ) về âm nhạc, phim ảnh, hội hoạ, thời trang... và cả ngôn ngữ văn học, cung cách ứng xử trong giao tiếp hằng ngày.

Chưa có một quy định "chuẩn" nào để phân biệt bản nhạc này thuộc loại "sến", bản kia không "sến" nhưng không biết do đâu mà hầu như tất cả các bản nhạc được sáng tác trước 1975 - nhất là những bản có điệu boléro, rumba, ballade... đều bị quy là nhạc sến (tiếng "sến" được hiểu theo nghĩa dè bỉu, mỉa mai, khinh thị...)..."

Đấy là lời bàn của http://www.thivien.net/ về nhạc Sến. Tôi vào Youtube tìm video ca sĩ hát những bài nhạc Sến như *Phố đêm, Phận gái thuyền quyên, Lời kẻ đăng trình, Nhớ người yêu, Duyên kiếp...*, hoặc những bài tương tự như vậy thì phần đông là do ca sĩ người Nam hay Trung hát: Tuấn Vũ, Trường Vũ, Mạnh Đình, Mạnh Quỳnh, Duy Khánh, Chế Linh, Quang Linh, Thế Sơn, Đàm Vĩnh Hưng, Đặng Thế Luân, Quang Lê, Thanh Tuyền, Thanh Thúy, Phương Hồng Quế, Sơn Tuyền, Như Quỳnh, Phương Dung, Hương Lan, Phi Nhung, Băng Tâm, Mỹ Huyền…

Ngược lại, tìm ca sĩ hát những bài hát của Phạm Duy, Ngô Thụy Miên, Từ Công Phụng, Đức Huy... thì ca sĩ phần đông là người Bắc: Vũ Khanh, Elvis Phương (trường hợp ngoại lệ hiếm có), Sĩ Phú, Duy Quang, Duy Trác, Tuấn Anh, Đức Huy, Tuấn Ngọc, Bằng Kiều, Nguyên Khang, Khánh Ly, Ý Lan, Ngọc Lan, Lệ Thu, Ái Vân, Thanh Lan, Thu Phương, Khánh Hà, Thái Hiền, Lưu Bích...

Không cần là nhà bác học đại tài được trao giải thưởng Nobel của Thụy Điển, chỉ cần dựa vào hai dữ kiện trên một người có thể phân tích ngay nhạc mà người ta cho là nhạc Sến có những đặc tính như sau:

- Ca sĩ, và nhạc sĩ viết/hát những bản nhạc này đều là người Nam.
- Lời nhạc mộc mạc, đơn sơ, không bóng bẩy ("*Em ơi nếu mộng không thành thì sao?*" Lam Phương)
- Điệu nhạc u buồn, có vẻ rên rỉ, và tương đối dễ hát.
- Nhiều bài được vọng cổ khai thác trong tân cổ giao duyên.

Theo thiển ý của tôi thì bài nhạc tự nó không sến, chỉ vì người hát mà nó trở thành sến. Thí dụ như bài Mộng Dưới Hoa, thơ Đinh Hùng, nhạc Phạm Đình Chương, người Bắc:

chưa gặp em tôi vẫn nghĩ rằng
có nàng thiếu nữ đẹp như trăng
mắt xanh là bóng dừa hoang dại
âu yếm nhìn tôi không nói năng

Bây giờ chúng ta nhắm mắt tưởng tượng một ca sĩ Nam Kỳ hát:

- *Chưa gặp em, tui dzẫn nghỉ rằng, có nàng thiếu nử đẹp như trăng...*

Bảo đảm bài hát hay đến đâu người nghe cũng cảm thấy sến, chỉ vì phát âm không chính xác.

Về phương diện phát âm không chuẩn thì người Bắc có một lợi điểm vì chính họ cũng phát âm vài chữ sai nhưng người Việt -Bắc hay Nam- lại cho là hay và êm tai, không gọi là sến. Hãy nghe cùng lời nhạc trên với một ca sĩ Bắc Kỳ hát:

- Chưa gặp em, tôi vẫn nghĩ dzằng, có nàng thiếu nữ đẹp như chăng...

Người Bắc nào cũng đọc âm "r" sai thành "dz", "rằng" sai thành "dzằng", và "tr" sai thành "ch", "trực" sai thành "chực". Ca sĩ Tuấn Ngọc, khác với người Bắc bình thường, hát vần tr "trên", "trăng", "trúc", "trước"... thành vần "ch" rất nặng: **chên**, **chăng**, **chúc**, **chước**..., vì thế mỗi lần tôi nghe Tuấn Ngọc hát thì cảm thấy khó chịu vô cùng. Ấy thế mà vợ tôi người Nam nghe thấy hay, không có gì là sến!

Theo lời bình luận trên của http://www.thivien.net/ thì họ không biết ai đã dùng chữ nhạc Sến để ám chỉ loại nhạc tôi vừa mô tả bên trên. Tôi nghĩ người viết bài đó lịch sự nên không dám nói thẳng. Tôi là người điếc không sợ súng nên dám quả quyết là những người miền Bắc (sau 54 vào Sàigòn) không thích nhạc phẩm do người Nam sáng tác, không thích ca sĩ người miền Nam hát, sợ cạnh tranh với nhạc...tiền chiến của nhạc sĩ người miền Bắc viết nên họ đặt ra danh từ nhạc Sến với ám chỉ chê bai.

Nói có sách, mách có chứng, tôi xin trưng dẫn một thí dụ rõ ràng: Nhà thơ Nguyễn Hữu Loan người Bắc làm bài thơ *Mầu Tím Hoa Sim* rất nổi tiếng nói về một cô gái lấy chồng đi lính, chồng không chết mà cô ta chết. Bài thơ này được hai ca sĩ phổ nhạc: một là do nhạc sĩ Dzũng Chinh, người Nam, tựa đề *Những Đồi Hoa Sim*, và một là do Phạm Duy, người Bắc, tựa đề *Áo Anh Sứt Chỉ Đường Tà*.

Bài *Áo Anh Sứt Chỉ Đường Tà* (giọng nhạc lên xuống, nhanh chậm, cầu kỳ hơn Ngã Bảy SàiGòn) của Phạm Duy chỉ có Elvis Phương, Vũ Khanh, Duy Quang hát, trong khi bài *Những Đồi Hoa Sim* chỉ có ca sĩ người Nam trình bày: Phương Dung, Tuấn Vũ, Thanh Tuyền, Như Quỳnh. Hỏi mười người Bắc thì chín người sẽ nói là bài *Những Đồi Hoa Sim* là nhạc Sến.

Nếu người Bắc cho rằng lời nhạc bình dị là một yếu tố biến một bài nhạc thành nhạc Sến, tôi cực lực phản đối, khiếu nại đến Tối Cao Pháp Viện Hoa Kỳ. Tôi trưng dẫn thí dụ bài Nhớ Người Yêu: *"Ước gì mình đừng ngăn cách, Ước gì nhà mình chung vách, Hai đứa mình thức trắng đêm nay."* (câu cuối cùng được đổi lại rất thịnh hành: *"Anh khoét tường anh đến với em"*). Tôi bảo đảm anh nhạc sĩ Bắc, Trung, Nam, Tây, Tầu nào cũng đều ước ao em ở gần nhà để mình khoét tường đến thăm. Cái khác biệt là người Nam nói huỵch tẹc ý nghĩ của mình, trong khi Bắc Kỳ thì khách sáo, trong lòng thì muốn lắm đấy nhưng ngoài mặt giả vờ "em chả, em chả...", không dám viết thật sự ý nghĩ của mình qua lời nhạc.

Tuy tôi là người Bắc nhưng thơ tôi viết không thuộc loại "lên mây", nhẹ nhàng, bóng gió. Ngược lại, thơ tôi bình dị, đơn sơ, chất phác, rất giống như lời của những bài nhạc Sến. Nếu tôi là người Nam, là nhạc sĩ phổ chính thơ của tôi thành nhạc thì bảo đảm người Bắc sẽ phân loại nhạc của tôi thuộc loại nhạc Sến. Nhưng tôi là người Bắc, thành ra thơ tôi có phổ nhạc

Sến đến đâu người Bắc cũng không bao giờ gọi là Sến. Tôi muốn chứng minh điều đó bằng cách bây giờ sẽ học nhạc cấp tốc để phổ vài câu thơ thành nhạc:

Cầu Bông có một đống sình,
Nơi mười năm trước chúng mình quen nhau.

....

Tình chỉ đẹp khi còn dang dở,
Tình mất vui khi đã trọn câu thề.
Anh yêu em, em làm khó dễ trăm bề,
Tối nay ân ái, em sẽ chết về tay anh.

....

Thương em mấy núi cũng trèo,
Nhưng nếu em mập quá, thì khỏi trèo em ơi.

....

Ước sao ăn ở một nhà,
Em lo dọn dẹp, anh bỏ nhà đi chơi.

....

Trăng rằm mười tám trăng lu,
Lấy chồng thợ máy, con cu cũng dính dầu.

(Tháng 6, 2010)

Hai Bà Trưng

Hơn một tháng trước đây, tình cờ hai người tôi quen biết, anh Lê Hân và cô Liên, cô giáo cũ dạy tôi Pháp văn thời Trung học hiện thời đang ở Úc-Đại-Lợi, cùng một lúc gửi cho tôi tin tức một cuộc thi viết về Hai Bà Trưng của hội Phụ Nữ Việt Úc tổ chức http://www.avwa.org.au/. Hai người khuyến khích tôi viết bài gửi tham dự. Tôi đã định bụng sẽ viết thế nhưng khi đọc đến phần tiêu chuẩn để lựa chọn: *"Tư tưởng mới lạ, súc tích, có tính giáo dục cao, gần gũi với con người và văn hoá Việt Nam"*, tôi nghĩ mãi mà không biết *"có tính giáo dục cao"* là gì, có thể dạy bảo hay truyền lại cho các thế hệ sau tôn vinh Hai Bà Trưng dù rằng có vài dữ kiện lịch sử sai lầm?, và khi đọc đến phần sau: *"gần gũi với con người và văn hoá Việt Nam"* thì nhất định bài viết của tôi sẽ bị đánh số toẹt. Thứ nhất là tôi không gần gũi với con người Việt Nam: láng giềng tôi là Mỹ trắng, là người Mỹ gốc Ấn Độ, là người Mỹ gốc Canada, và thứ hai, tôi cũng chẳng gần văn hóa Việt Nam vì tôi đang ở Simi Valley, California, thuộc Hiệp Chủng Quốc Hoa Kỳ. Cái văn hóa tôi giao dịch hằng ngày không là văn hoá chùa Một Cột hay trống đồng Ngọc Lũ, mà là văn hóa của dân da trắng ăn McDonald's hamburger, mua sắm bẩy ngày một tuần ở những Shopping Center đẹp mắt.

Biết chắc rằng nếu viết, bài viết tôi sẽ bị vất vào thùng rác thế nhưng tôi vẫn viết. Khi viết xong, thay vì nộp bài cho Hội Phụ Nữ Việt-Úc, tôi sẽ nộp cho cô giáo của tôi. Cô trò đã biết nhau nên tôi nghĩ vì tình xưa nghĩa cũ của cô giáo và học trò, vì tế nhị không muốn nói thẳng vào mũi cậu học trò cũ là nó viết dở quá e rằng tôi sẽ leo lên cây cà chua gieo mình xuống đất tự tử chết, cô sẽ cho tôi điểm cao hơn tất cả mọi người: 100 điểm trên hai mươi.

Phụ nữ đấu tranh trong lịch sử Việt Nam chỉ có ba người nổi tiếng: Hai Bà Trưng, bà Triệu, và… bà vợ ông Trung Tá nào đã tạt át-xít vào ca sĩ Cẩm Nhung. Bà tạt át-xít thì vào Khám Chí Hòa trong tích tắc, bà Triệu thì chống cự tướng Lục Dận của vua nhà Ngô chỉ được sáu tháng rồi bị dẹp, trong khi thời gian xưng vương của Hai Bà Trưng tương đối lâu nhất: ba năm.

Nước Việt Nam bị Trung Hoa đô hộ 1000 năm, khởi đầu vào năm 111 trước Thiên Chúa giáng sinh và chấm dứt vào năm 939 khi Ngô Quyền đánh bại quân Nam Hán ở sông Bạch Đằng. Các sử gia đã chia thời gian 1000 năm đô hộ này thành ba thời kỳ Bắc thuộc. Lý do ba thời kỳ vì trong khoảng 1000 năm có hai lần người Việt Nam nổi dậy dành lại tự trị: lần thứ nhất Hai Bà Trưng xưng vương vào năm 40 đến 43, lần thứ nhì khi Lý Nam Đế lên ngôi 544 cho đến khi Lý Phật Tử đầu hàng nhà Tùy của Trung Hoa vào năm 602.

Quý vị để ý tôi viết rõ nhà Tùy của Trung Hoa. Lý do tôi phải nhấn mạnh như thế vì ngày xưa Tiểu học học lịch sử, thầy giáo, cô giáo dạy nước Việt Nam bị Tầu đô hộ 1000 năm, thế nhưng thầy giáo, cô giáo thì biết nhà Đường, nhà Minh, nhà Hán, nhà Ngô, nhà Tần…là những đời vua bên Tầu, còn học trò đần độn như tôi thì chả đứa nào biết, cứ nghĩ những tên ấy là tên Việt Nam, nên càng học lại càng hoang mang vô bờ bến không biết đâu là Tầu, đâu là Việt.

Đây là một khuyết điểm tôi đề nghị Bộ Giáo Dục nên sửa đổi khi dạy lịch sử Việt Nam cho các em cấp Tiểu học. Thay vì dùng tên nhà Đường, nhà Minh, nhà Hán…, các em sẽ nhầm lẫn tưởng là tên người Việt, thì nên dùng tên người Hoa rõ ràng để các em biết ngay là ta bị Trung Hoa đô hộ. Tôi viết một thí dụ đơn giản sách lịch sử chúng ta nên dùng như sau đây: "Năm Canh Tuất, vua Dzành Xếng Sáng triệu tập quân sư của mình là Châu Kiệt Quay và Lục Sáng Coóng. Ba người đồng ý gửi hai tướng Phùng Xám Xuyến và Xây Ửng Thiều đến Chợ Lớn mở tiệm dim-sum...".

Tiểu sử của Hai Bà Trưng thì sách vở hay trên Internet chỗ nào cũng có, tôi viết lại dài đến đâu cũng bằng thừa. Ngày xưa đi học, tôi gan dạ nhiều tối không chịu học trước với hy vọng hôm sau số mình may sẽ không bị thầy giáo gọi lên trả bài. Không thuộc bài thì sẽ bị đúp zê-rô mà tôi còn không sợ chẳng chịu học thì huống gì bây giờ đi làm *thoải mái vô tư*, ở sở Mỹ ông chủ có bắt mình lên trả bài về Hai Bà Trưng đâu mà viết chi tiết làm gì, nhớ chỉ mệt óc?

Hai Bà Trưng là hai chị em, Trưng Trắc và Trưng Nhị. Khi còn bé tôi đã có thắc mắc là tại sao không gọi Trưng Nhất, Trưng Nhị, thì bây giờ lớn lên, theo Wikipedia Tiếng Việt, câu hỏi của tôi cũng không đến nỗi ngu xuẩn lắm. Theo Phó giáo sư Nguyễn Khắc Thuần trong sách *Danh tướng Việt Nam* thì tên của hai bà có nguồn gốc từ nghề dệt lụa truyền thống của Việt Nam. Ngày xưa nuôi tằm, tổ kén tốt người ta gọi là "kén chắc", tổ kén kém hơn người ta gọi là "kén nhì". Trứng ngài tốt gọi là "trứng chắc", trứng ngài kém hơn gọi là "trứng nhì". Do đó, tên hai bà có lẽ rất giản dị là Trứng Chắc và Trứng Nhì, phiên theo tiếng Hán thì gọi là Trưng Trắc và Trưng Nhị. (http://vi.wikipedia.org/wiki/Hai_B%C3%A0_Tr%C6%B0 ng)

Hai bà sinh ở huyện Mê Linh. Người nào còn nhớ tượng Hai Bà Trưng ở công trường Mê Linh gần Bến

Bạch Đằng dưới thời Ngô Đình Diệm, rồi nhanh nhẩu đoảng vội đoán Mê Linh ở SàiGòn thì nên cần lấy hẹn đi bác sĩ Tâm thần gấp. Mê Linh ở Phong Châu, Hà Nội. (Tượng Hai Bà Trưng sau này bị giật sập, thay thế bằng tượng Trần Hưng Đạo, vì dân chúng nghĩ vợ ông Ngô Đình Nhu, bà Trần Lệ Xuân, cho tạc tượng Hai Bà Trưng nhưng đầu tượng thật sự là gương mặt của hai mẹ con bà ta). Trưng Trắc là vợ của Thi Sách, Lạc tướng huyện Chu Diên. Thi Sách chống đối sự cai trị tàn bạo của Thái Thú Tô Định nên bị Tô Định giết để trấn áp tinh thần người Việt.

Tháng 2, năm Canh Tý (40), muốn trả thù chồng bị giết, Trưng Trắc cùng với em gái là Trưng Nhị dấy binh, lấy được 65 thành ở Lĩnh Nam. Trưng Trắc tự lập làm vua, xưng là Trưng Nữ Vương. Hai năm sau, nhà Hán sai tướng Mã Viện đem quân dẹp loạn. Năm Quý Mão (43), Hai Bà Trưng không chống cự lại được với quân nhà Hán vì thế cô, tử trận. Mã Viện, sau khi chiến thắng, cho dựng một cột đồng làm giới hạn cuối cùng của nhà Hán và khắc lên đó dòng chữ thề: *"Đồng trụ chiết, Giao Chỉ diệt (Cột đồng gẫy thì nước Giao Chỉ sẽ bị tiêu diệt)"*.

Học lịch sử ở Tiểu học hay Trung học, khi nói về cái chết của Hai bà Trưng và bà Triệu thì bất cứ sách giáo khoa nào, ngay cả Việt Nam Văn Học Sử Lược của Trần Trọng Kim, cũng đều nói hai bà chống cự không lại địch quân nên gieo mình xuống sông tự tử (trường hợp của Hai Bà Trưng là gieo mình xuống sông Hát). Tôi muốn khuyến cáo cho các độc giả biết là sách lịch sử Việt Nam của ta về thời đại Bắc thuộc đều do Bắc Kỳ viết, mà Bắc Kỳ viết thì cần đưa ra Hàn Lâm Viện Lò Heo Chánh Hưng mổ xẻ. Địch quân dồn ép mình vào đường cùng, không bắt được mình, rồi lúc nào cũng có con sông mầu nhiệm xuất hiện không biết ở đâu ra để mình nhẩy xuống tự vẫn? Chính tay mình giết mình, bảo toàn danh dự, chứ giặc không thể nào đụng đến mình? Một tuyên truyền quá ấu trĩ, vô lý hết sức. Nếu tự vẫn thì tại sao không dùng những phương pháp khác như dùng đao gươm kết liễu cuộc đời, uống thuốc giết chuột, kamikaze kiểu phi công Nhật lái máy bay đâm đầu xuống tầu chiến, hay ăn hai mươi cục xí mụi không uống nước…?

Ngược lại với sách Việt, các sử Tầu đều ghi Mã Viện bắt và giết chết Hai Bà Trưng. Có sách còn nói Mã Viện chặt đầu, đem thủ cấp hai người về Trung Hoa vì đây là một tục lệ đánh nhau thời xa xưa.

Bổn phận của người viết sử là ghi chép sự việc xảy ra một cách trung thực không thêu dệt. Năm 40, tôi cam đoan là không có Thông Tấn Xã Reuters, không có Đài Tiếng Nói Hoa Kỳ VOA, không có Đài Truyền Hình Việt Nam Băng Tần Số 9… để ghi lại những sự việc đã xảy ra trong lịch sử. Vì vậy, nếu không biết Hai Bà Trưng chết như thế nào thì ta cứ tường trình như thế, cần gì phải thêm mắm thêm muối? Việc chết vì tự vẫn hay bị chặt đầu không thành vấn đề. Cái quan trọng là một người khi đọc lịch sử thấy được ý chí quật cường của người đàn bà Việt Nam nổi dậy chống đối bạo tàn, đem an bình tự do đến người đồng hương mà không sợ tính mạng mình bị nguy hại.

Trong lời khuyến khích độc giả gửi bài, hội Phụ Nữ Việt Nam Úc Châu than phiền là cả thế giới biết về Jeanne d'Arc (Joan of Arc), một cô gái dân dã 17 tuổi đã giúp nước Pháp đánh đuổi giặc ngoại xâm Anh, nhưng có quá ít người biết đến Hai Bà Trưng của chúng ta: *Với mong muốn được thế giới biết đến đức độ và tài năng lãnh đạo của Hai Bà Trưng, chúng tôi,*

Hội Phụ Nữ Việt Úc tổ chức một cuộc thi đặc biệt nói về Hai Bà".

Tôi không hiểu tổ chức một cuộc thi viết bằng tiếng Việt thì làm sao thế giới -không ai biết đọc tiếng Việt- có thể biết đến Hai Bà Trưng? Bây giờ nói thí dụ nhờ một phép nhiệm mầu nào ông Đạo Dừa ban cho cả thế giới đọc được tiếng Việt, chẳng lẽ nhờ thần giao cách cảm nên họ tìm ngay được đến website của hội phụ nữ Úc-Đại-Lợi đọc để tìm hiểu về Hai Bà? Thật là một huyền bí của đời sống!

Viết về Hai Bà Trưng với hy vọng cho thế giới biết như biết Jeanne d'Arc thì giống như viết chuyện khoa học giả tưởng Việt Nam chế tạo phi thuyền phóng lên mặt trăng. Chuyện Hai Bà Trưng xẩy ra gần 1400 năm trước Jeanne d'Arc, lịch sử không ghi chép chi tiết tỏ tường như chuyện Jeanne d'Arc. Khác với Hai Bà Trưng lớn tuổi chín chắn, Jeanne d'Arc chỉ là một cô bé 17 tuổi. Khác với bà Trưng dòng dõi quan liêu giầu có, Jeanne d'Arc chỉ là một cô gái nhà nông chỉ huy quân đội Pháp chiến thắng Anh Quốc trong trận chiến 100-năm giữa hai quốc gia. Khác với lịch sử Việt Nam mơ hồ bịa đặt Hai Bà Trưng nhẩy xuống sông tự tử, sử gia Pháp tường trình sự thiêu sống Jeanne d'Arc không thêm bớt làm người đọc rung động tâm lòng, thương cho một cô gái trẻ tuổi gan dạ đã bị người Anh hành quyết, nêu cao sự bất khuất của dân Pháp quyết một lòng chống cự ngoại xâm.

Cho dù lịch sử đã xẩy ra như thế nào đi chăng nữa, dân tộc tính của mỗi quốc gia lúc nào cũng muốn cho thế giới hãnh diện về người nước mình, và trong trường hợp Hai bà Trưng của chúng ta, hãnh diện về đàn bà Việt Nam. Cái khó là không chỉ vì một lời nói suông, một câu chuyện xưa, mà người khác kính trọng hay hãnh diện vì mình. Cả hai yếu tố ấy cần mình chứng tỏ là mình có khả năng thực hiện chuyện khác thường trong hiện tại và tương lai, không phải chỉ trong quá khứ.

Không ai có thể phủ nhận nền văn minh quá tiên tiến của người Cam-Bốt vào thế kỷ thứ 12 khi họ xây Đế Thiên Đế Thích. Không ai có thể phủ nhận tài lãnh đạo xuất chúng của Thiết Mộc Chân Thành Cát Tư Hãn đã đưa Mông Cổ lên bá chủ Á Châu vào năm 1200. Không ai có thể phủ nhận trong cả nghìn năm, đế quốc La Mã đưa quân đánh đâu thắng đó, thống trị thế giới. Thế nhưng tất cả đã xảy ra trong quá khứ. Ý-Đại-Lợi, và nhất là Cam Bốt, Mông Cổ, bây giờ xuống dốc thảm hại so với thời kỳ huy hoàng trong lịch sử của họ. Hãy quên đi ảo vọng, cố khăng khăng nhớ lại một kỷ niệm huy hoàng rồi không làm gì trong cuộc sống thực tại để tiếp tục truyền thống hào hùng.

Hai Bà Trưng đã cho chúng ta thấy ý chí quật cường của người đàn bà Việt Nam nổi dậy chống đối không sợ áp lực thì chúng ta phải tiếp tục vun trồng cho các phụ nữ Việt Nam bây giờ noi gương và theo đuổi ý chí của Hai Bà. Thế nhưng phụ nữ Việt Nam không thể nào thành công nếu không có phương tiện; để ý là sự khởi nghĩa của Hai Bà Trưng thành công một phần là vì Hai Bà tài giỏi, nhưng phần khác là vì Hai Bà đã có phương tiện: dòng dõi quan liêu, có thế lực, và giầu có, ba yếu tố giúp cho cuộc dấy binh đỡ khó khăn.

Quốc gia Hoa Kỳ hưng thịnh một phần cũng là nhờ sự đóng góp của phụ nữ. Đàn bà có mặt trong tất cả các lãnh vực của đời sống: giáo dục, y khoa, xã hội, quân đội, chính trị, kinh tế. Theo bản tin của tờ New York Times số ra ngày 19 Tháng 9 năm nay, lần đầu tiên trong lịch sử Hoa Kỳ, vào khóa học 2008-2009, 50.4% số người đạt bằng Tiến Sĩ (Doctor) là phụ nữ. Nói về bằng Thạc Sĩ (Master) thì đàn ông Mỹ đã thua xa: phụ nữ Hoa Kỳ chiếm 60%.

Phụ nữ Việt Nam không thể nào thành công nếu không được đảm bảo môi trường cạnh tranh như ở Hoa Kỳ. Do đó, quốc gia cần ban phát luật pháp bảo vệ nữ quyền bình đẳng như nam quyền, và tạo điều kiện thuận lợi cho phụ nữ tiến thân ở học đường cũng như nơi làm việc. Phái nữ cần được luật pháp bảo vệ khi bị phái nam đàn áp bất hợp pháp: từ đời sống hôn nhân trong gia đình đến sinh sống trong xã hội. Ngày nào nước Việt Nam còn xem phụ nữ là những người làm nghề đầy tớ, chỉ nên ở nhà lo nấu ăn và giặt quần áo cho chồng con, không nâng cao đời sống dân nghèo để phụ nữ phải bán mình kiếm sống, ngày đó chúng ta càng nên quên chuyện Hai Bà Trưng, dù thấp cổ bé miệng, dù phải hy sinh tính mạng, quyết phất cờ khởi nghĩa chống bạo tàn, chống áp bức, đem tự do đến khắp muôn dân Việt.

(Tháng 9, 2010)

Bứt Râu
Thánh Thượng

Associated Press thông tin từ London chiều nay, 09-Dec-2010, cho biết các sinh viên căm phẫn vì lệ phí đại học vừa tăng giá gấp ba, lên đến 9000 bảng Anh ($14,000 đô-la một năm) nên đã đốt phá cơ sở và tấn công xe của vợ chồng Hoàng Tử Charles khi xe trên đường đến một hí viện. Một nhóm sinh viên hai mươi người dùng quả đấm, cây gậy và chai thủy tinh đập phá vỡ cửa kính, rải sơn trắng đầy lên chiếc xe mầu đen bóng lưỡng.

Cảnh sát rất ngạc nhiên những người gây rối loạn khám phá ra lộ trình của Hoàng Tử, và ngạc nhiên hơn nữa là cảnh sát bảo vệ đã sơ xuất để cho xe Hoàng Tử bị tấn công dễ dàng như vậy. Tuy nhiên, văn phòng Clarence House của Hoàng Tử Charles tiết lộ là hai người không bị hề hấn gì.

Những phần tử ném đá xe hiển nhiên phẫn uất vì Hoàng Tử Charles là đại diện cho chính quyền Anh Quốc, tăng giá tiền lệ phí đại học. Tôi thì không đồng ý với việc phá hoại cơ sở. Mình nên chủ trương bất bạo động, vợ có đánh hay mắng nhiếc thì mình nên chắp tay bái lậy, thế nhưng có chọi trứng thối vào Hoàng Tử Charles thì tôi vỗ tay tán thành. Nói rộng hơn, có đả kích đến Vua Chúa, Hoàng Hậu, Hoàng Tử, Công Chúa nào ở thời đại bây giờ, tôi đều hoan nghinh cả hai chân lẫn hai tay.

Hàng trăm, nghìn năm về trước, sự bình đẳng nhân quyền hoàn toàn không tồn tại. Lãnh tụ của một quốc gia không phải mấy năm một lần được dân chúng hát bài rủ nhau chúng ta đi bầu, tụ họp ở thùng phiếu chọn mặt gửi vàng mà là một dũng sĩ nào đó có tài múa kiếm như Lưu Bị, có mưu chước xuất thần như Khổng Minh, dương Đông kích Tây, tả xung hữu đột, khắc phục tất cả mọi chống đối rồi tự phong mình là vua. Quần thần nào không đồng ý, tội nhẹ vua gửi đi Siberia mười năm tù mọt gông trong tủ lạnh Bắc cực, tội nhẹ vua cho về chầu Diêm Chúa nên dần dần khi nói đến Vua thì ai cũng sợ hơn là sợ vợ.

Vua có quyền tuyệt đối, vua có quyền sinh sát, vua là cái rốn của vũ trụ, vua là minh quân. Máu của dũng sĩ ngày xưa có là bần cố nông đến đâu đi nữa thì khi xưng vương, vĩnh viễn trở nên máu vua. Máu vua là máu quyền quý, máu trời chứ không phải máu dê nên con vua, con của con vua, con của con của con của vua..., tất cả ô-tô-ma-tích đều là máu vua, dù rằng có thể là những người nối nghiệp sau này chẳng có tài cán gì hết.

Tổng Thống Clinton khi tại chức tằng tịu với cô nhân viên Monica Lewinsky trong tòa Bạch Cung. Chẳng biết vợ ông ta Hilary Clinton có điên tiết xách dao phay đòi mạng cô kia hay không nhưng Quốc Hội Hoa Kỳ suýt tí nữa đã truất phế Clinton. Trong khi đó, vua chúa ngày xưa chẳng những có vợ mà còn có cả trăm cung phi, và với quyền tuyệt đối của vua thì không có chuyện đọ sức với vua xem người nào tuyệt chiêu trong giường ngủ được: của quý của các hoạn quan làm việc nơi cung phi tất cả đều bị đem ra thiến. Thời bấy giờ làm gì có ông quan nào, có người dân nào thấy điều đó là ngứa tai gai mắt, dám lên tiếng truất phế vua dựa trên căn bản đạo đức?

Chẳng những vua muốn lấy ai thì lấy, việc dân gian hoặc các nước chư hầu dâng vàng bạc, của cải, đất đai cho vua là chuyện thường tình. Báo Forbes ước lượng tài sản của Hoàng Hậu Ê-Li-Sai-Bét Anh Quốc trị giá khoảng nửa tỷ đô-la, phần lớn tài sản đó nằm trong giá trị đất đai.

Một trong hai mươi người giầu nhất hiện thời là Hoàng Tử Alwaleed Bin Talal Alsaud của nước Saudi Arabia, trị giá hơn hai mươi tỷ, tiền lời đầu tư từ lợi tức dầu hỏa. Dầu hỏa là tài nguyên quốc gia, cả quốc gia do vua cai trị nên cái gì của quốc gia thì thuộc về dòng dõi hoàng tộc!

Vua chúa chẳng những mang sự sung sướng đến cho mình mà còn có quyền hành vô hạn mang sự lầm than đến dân chúng nếu vua bạo tàn, khởi sự chiến tranh. Hoàng Đế Hiroshito khởi sự chiến tranh Đệ Nhị Thế chiến khiến hơn ba triệu người dân Nhật bị giết chết. Khi tướng MacArthur của Hoa Kỳ được bổ nhiệm là người Chỉ Huy Tối Cao của quân Đội Đồng Minh lo về việc tái thiết Nhật Bản, ông ta tạo nên nghiệp đoàn để bảo vệ quyền lợi công nhân, thiết lập một chính thể dân chủ theo mô hình chính quyền Hoa Kỳ, hủy bỏ quyền hành tối thượng của chế độ Hoàng Tộc.

Hoàng Đế Nhật Bản hiện thời chỉ là một biểu tượng không quyền hành. Nhật Bản bây giờ là một nước dân chủ, vua chỉ để tiếp đón các phái đoàn ngoại giao đến thăm viếng Tokyo Disneyland hay các võ sĩ Sumo!

Một vua chúa nhân từ mang cơm no áo ấm cho dân lành. Nhưng ngược lại, một bạo chúa tạo nên lầm than khổ sở. Người dân không có tiếng nói trong chế độ quân chủ nên theo thời gian, con người đấu tranh cho sự bình đẳng và thay thế chính thể vua chúa bằng chế độ dân chủ. Tuy thế, trên thế giới hiện thời vẫn còn nhiều nước có quốc vương.

Ngoại trừ một số ít quốc gia 100% hoàng tộc cai trị như Brunei (Á-Châu), Swaziland (Phi Châu), Liechtenstein, Tòa Thánh Vatican (Âu Châu), và một số quốc gia ở khối Ả-Rập như Bahrain, Oman, Qatar, Saudi Arabia, United Arab Emirates, phần còn lại vua chúa chỉ là biểu tượng quốc gia không có quyền hành chính trị. Những quốc gia này là Nhật Bản, Tây-Ban-Nha, Đan-Mạch, Monaco, Hòa Lan, Thụy Điển, Bỉ, cả khối Commonweath Anh như Anh Quốc, Úc-Đại-Lợi, Canada, Tân-Tây-Lan....

Nếu tôi nói với tất cả những người ở nước Việt Nam biểu không cho gia đình tôi một phần đất và building ở Lò Heo Chánh Hưng trị giá một tỷ đô-la, và mỗi năm từ một tỷ đô-la này có người đầu tư cho tôi, giao cho tôi tiền lương 28 triệu đô-la một năm, tôi không cần làm gì hết, không cần mở mấy xe bán nước mía hay gỏi bò khô đu đủ, chỉ ngồi chơi xơi nước tối ngày đi hát karaoke, đi tìm mấy cô gái ở Ngã Ba Chú Ía, ăn nhậu chuột đồng ở Bạc Liêu đem lên, thì trong 1000 người cả 1001 người sẽ nói là tôi điên, không ai ngu xuẩn dâng tiền không cho tôi như vậy. Ấy thế mà đó là số lương của Prince Charles lãnh mỗi năm. Số tiền này từ một tài sản đất đai Duchy of Cornwall vua Edward Thứ Ba thiết lập vào năm 1337, chỉ dành riêng cho hoàng tộc Anh dùng!

Ngày xưa học lịch sử Việt Nam, ngoại trừ chỉ một ông vua Lê Ngọa Triều trác táng có họ hàng với chủ báo Playboy Hugh Hefner là dân chơi xứ Quảng, còn không thì vua nào tôi cũng thấy sách nói là nhân từ. Chẳng cần nói đến vua, khoảng đầu thập niên 1960 đi xem ciné, trước khi rạp chiếu phim chính thì lúc nào khán giả cũng phải xem một đoạn phim đen trắng ngắn "Thời Sự Truyền Hình". Hầu như lần nào cũng vậy, mỗi bản tin đều là: Tổng Thống đi kinh lý xuống quê em miền Tây Ninh viếng thăm đồng bào nghèo khó, Tổng Thống đi công du viếng thăm bệnh viện "Vì Ai" (không phải "Vì Dân") ủy lạo bệnh nhân.... Lúc nào họ cũng nhồi sọ vào trong đầu mình là vị nguyên thủ lãnh đạo quốc gia là người nhân từ. Do đó, khi nói đến vua, tôi nghĩ ngay đến cá tính đặc biệt của vua: vua có lòng thương người.

Nhưng sự thật thường thì trái lại: Hoàng Tử al-Walid bin Talal bin Abdulaziz al-Saud là người duy nhất trên thế giới làm chủ cả hai chiếc máy bay dân sự khổng lồ Boeing 747-400 và Airbus A380. Hoàng Tử Charles, với lương hơn 25 triệu đô-la một năm, tối ngày mặc quần áo nghiêm chỉnh chơi polo (trò chơi đánh banh vào lưới đối phương trong khi cỡi ngựa). Những vua chúa như thế này không nhận thức được tiền mình lãnh vào quá to lớn, chỉ cần $100,000 đô-la một năm là đã quá đầy đủ rồi, số tiền còn lại nên phân phối cho dân chúng dùng trong những việc lợi ích thì không xứng đáng mang danh nghĩa Vua Chúa, Hoàng Tử nữa.

Những Sáng Lập Viên của nước Mỹ chạy trốn từ chính thể quân chủ chuyên chế Anh quốc khi soạn thảo ra Hiến Pháp Hoa Kỳ đã khẳng định rõ ràng người dân làm chủ chứ không phải một vua chúa nào cả: "We, the people... establish this Constitution for the United States of America". " Chúng tôi, dân chúng Mỹ....thiết lập Hiến Pháp cho nước Hoa Kỳ". Tổng Thống do dân bầu lên, tối đa hai nhiệm kỳ, mỗi nhiệm kỳ bốn năm. Cho dù ai có ghét Bush Cha, Bush Con, Clinton, Obama đến đâu đi nữa, một việc không ai có thể phủ nhận được là họ phải là người tài giỏi mới có thể thuyết phục trăm triệu người khác bầu cho mình.

Lương Tổng Thống Mỹ một năm chỉ có $400,000 đô-la, so với Hoàng Tử Charles 28 triệu đô-la. Tổng Thống Mỹ lèo lái cường quốc số một trên thế giới nhức đầu kinh khiếp với đồng lương quá ít ỏi, cần uống mỗi ngày hai viên xí-mụi thế mà không được dân mang ơn vì nếu kinh tế, quân sự suy sụp, dân sẽ truất phế trong bầu cử kế tiếp, không như cả hoàng tộc Hoàng Hậu Ê-Li-Sai-Bét lãnh lương cả đời không cần làm việc.

Thượng Đế tạo ra loài người không công bằng: đẹp-xấu, cao-thấp, mập-ốm, đen-trắng, mạnh-yếu, khỏe- bệnh, lành-tật. Xã hội lại còn cộng thêm sự không công bằng đó khi một người sinh ra trong đất nước chiến tranh thay vì hòa bình, áp bức thay vì tự do, tôn giáo quá khích thay vì được tự do tín ngưỡng, nghèo thay vì giầu, có máu bần cùng thay vì hoàng tộc. Chúng ta không nên tiếp tay vào sự bất công bằng đó khi chính chúng ta tạo ra một giai cấp vừa sinh ra đã liệt ngay họ vào hàng vua chúa, ăn không ngồi rồi, tiền của do dân cung phụng.

Nếu chúng ta ở các quốc gia Ả-Rập quân vương độc tài chuyên chế, nơi trong khi dân tình đói khổ bị hạn chế nhân quyền, đàn bà không được lái xe, có hai kép nhí trở lên thì bị phạt ném đá trong khi đàn ông chục vợ cũng chẳng sao, không một nhà thờ nào được phép xây cất, tài nguyên dầu hỏa cả tỷ đô-la thuộc về vua và dòng dõi hoàng tộc, hoặc chúng ta là công dân Anh quốc trả tiền lương cho cả dòng họ Hoàng Hậu Ê-Li-Sai-Bét để thấy Hoàng Tử Charles làm trò hề gian dối vợ, nhục nhã cho cả quốc gia, máu chúng ta nên sôi sùng sục đảo lộn lên đầu để trong tâm trí chúng ta lúc nào cũng nghĩ đến việc cải cách quốc gia, mang lại sự bình đẳng cho các thế hệ con cháu về sau này.

(Tháng 12, 2010)

Tiếng Việt Hiện Đại
Chuyện "Tình Yêu Phai Nhạt"

Người miền Bắc vào Nam sau 30-4-1975 mang theo nhiều từ ngữ khác lạ và đôi khi dùng chữ ý nghĩa thay đổi. Vì không sống cùng môi trường, người Việt sống ở hải ngoại đọc nghe thấy lạ. Hai câu chuyện buồn cười có thật xẩy ra vì việc không hiểu từ ngữ mới lạ này:

*Chị vợ tôi là người miền Nam, đi du học ngoại quốc từ khi còn bé vào thập niên 1960, chữ nghĩa tiếng Việt giới hạn. Năm 2005, lần đầu tiên trở về SàiGòn sau hơn 40 năm xa nhà, chị đến Khoa Học Dược thăm lại trường cũ thì người bảo vệ không cho, nói phải trình **hộ chiếu** (giấy thông hành - passport) thì mới được vào. Chị tôi nghe không hiểu chữ "hộ chiếu" là gì, tưởng là chữ "chiếu", nói với người bảo vệ là chị ấy đi du lịch từ Mỹ về thì làm gì mà nghĩ đến chuyện mang chiếu nên không thể nào có chiếu mà đưa cho anh ta được!*

*Trên đường về khách sạn từ phi trường, khi biết chị lần đầu tiên về lại Việt Nam, người tài xế nói chị nên đi Vũng Tàu chơi: "Bây giờ có **tầu cánh ngầm** chở khách từ Sàigòn đi rất nhanh, chỉ mất có 50 phút". Đi theo chị là một người bạn Mỹ nên chị phải thông dịch cho ông ta hiểu. Trong ba chữ "tầu cánh ngầm", chị chỉ hiểu có hai chữ "tầu ngầm" nên nói với ông ta là: "We can take **the submarine** from Saigon to Vung Tau". Dĩ nhiên là người bạn Mỹ quá khâm phục với quốc gia hiện đại Việt Nam dùng tầu ngầm là một phương tiện chuyên chở du lịch!*

Chính tôi là người Bắc mà lần đầu tiên khi nghe một người bạn ở SàiGòn dùng chữ "tầu cánh ngầm", tôi cũng không hiểu. Sau khi nghe anh bạn giải thích là tầu chạy bằng hơi, tôi mới biết anh ta nói về **hovercraft***, tầu lướt nước trên hơi ép không khí. (Tầu này khi chạy lơ lửng không chạm nước nhờ không khí đệm ở đáy tầu nên khi mới phát minh, nhiều người xếp nó vào loại máy bay. Mặc dù hovercraft hiện giờ đóng một vai trò quan trọng trong vũ khí quân đội, khi Sir Christopher Cokerell cải tiến kỹ thuật của hovercraft vào giữa thập niên 1950 và đề nghị quân đội Anh nên dùng, Hải Quân Anh từ chối, cho rằng hovercraft là máy bay, trong khi Không Quân Anh cũng khước từ, viện lẽ nó là tầu thủy, không phải là phi cơ!).*

Một hay hai năm sau khi sang Mỹ, tôi có đọc tựa đề của hai cuốn phim trong báo của miền Bắc mà khi vừa đọc xong, tôi chưng hửng không biết nghĩa là gì: "Thép đã tôi thế đấy" (Phim Nga) và "Đến hẹn lại lên". Phải mất nhiều phút suy nghĩ tôi mới đoán ra chữ "tôi" ở đây như nghĩa của chữ "tôi luyện": "Thép đã tôi thế đấy" có nghĩa là "thép đã nung đúc đến độ bền cứng như thế", ám chỉ một người đã trải qua bao gian nan thử thách khó khăn, nay trở thành vững chắc. Còn "Đến hẹn lại lên", thoạt nghe như tựa đề một chuyện phim X-rated, có nghĩa là phấn khởi khi gặp nhau!

Đã có nhiều người, ngay cả tôi, viết phân tích và phê bình những từ ngữ mới lạ này. Tôi tóm tắt:

- Sai văn phạm: "làm việc **tốt***" là sai, nói đúng phải là "làm việc giỏi" ("tốt" là tĩnh từ, chỉ bổ nghĩa cho danh từ, nếu muốn dùng chữ "tốt" thì phải nói "sự việc tốt". "làm việc" là động từ, chỉ có trạng từ mới bổ nghĩa cho động từ. "giỏi" là trạng từ, do đó nói*

đúng phải là "làm việc giỏi").

*- <u>Dùng chữ **"có khả năng"** nghĩa khác trước 75</u>:*

*"dưa hấu **có khả năng** giải rượu". Trước 75 ta nói: "dưa hấu **có thể** giải rượu".*

*"giá nước sinh hoạt **có khả năng** tăng giá". Trước 75 ta nói: "giá nước sinh hoạt **có thể** tăng giá".*

*"**Có khả năng** không phải cắt điện tuần tới". Trước 75 ta nói: "**Có thể** không bị cúp điện tuần tới".*

Trước 75, chủ từ của "có khả năng" phải là người hay là một sinh vật chuyển động. Nếu chủ từ là vật, ta dùng chữ "có thể", không dùng "có khả năng". Ngày nay bất cứ chủ từ nào cũng dùng "có khả năng".

- <u>Chữ dùng sai nghĩa</u>: "chất lượng" dùng nghĩa như "phẩm chất" là sai vì phẩm chất không có lượng. Ngay cả tiếng Anh hay tiếng Pháp, "phẩm chất" cũng không có lượng: quality, qualité. Số lượng là quantity, quantité.

- <u>Chữ Hán/Nôm hỗn tạp</u>: "Siêu sao": "Siêu" là tiếng Hán, "sao" là tiếng Nôm. Nói đúng phải là "siêu minh tinh".

- <u>Đảo ngược chữ</u>: "triển khai", thay vì "khai triển".

- <u>Ghép chữ</u>: "kích cầu" = kích thích + nhu cầu.

- <u>Cầu kỳ hóa chữ không cần thiết</u>: "hiển thị" thay vì "xem", "có sự cố" thay vì "hư hỏng", "trục trặc"....

Hôm nay tôi tụ tập những chữ mới lạ này (chữ in nghiêng), viết lồng chúng trong một câu chuyện để đọc cho vui. Giống như hầu hết những thơ văn khác tôi viết đều là chuyện có thật vì tôi không giỏi trí tưởng tượng (tôi chỉ bóp mép sự thật một tí), câu chuyện sau đây cũng là không giả tạo: khi còn độc thân tôi có một con chó, có một chiếc xe gắn máy, và phần cuối của bài viết là chuyện thật xảy ra khắp nơi trên đất Mỹ. Xin mời bạn đọc, "Tình Yêu Phai Nhạt":

Tình Yêu Phai Nhạt

Tôi nhìn đồng hồ **hai cửa sổ không người lái** trên tay, bây giờ đã 6 giờ sáng. Bật **kênh phát sóng** số 3 nghe **bản thông tin**, TV tiên đoán hôm nay *có khả năng* mưa. Tình hình Ai-Cập đã bớt **căng** vì công an, quân đội, kể cả **lính gái** và **lính thủy đánh bộ** kiểm soát đường phố khắp nơi. Một tướng lãnh đọc **bài nói** loan báo an ninh đã được **bảo quản**, tình trạng đất nước **tốt**, báo cáo **tốt**, các **quan chức** nhà nước sẵn sàng làm việc **nghiêm túc** trở lại để phục hồi đất nước. Vẫn còn quá sớm để thức dậy, nhất là hôm nay Thứ Bảy tôi không phải **động não** đi **quảng trường quy hoạch quy trình** cho nhân viên được **quán triệt phương án,** thế nhưng tôi vẫn ráng **động viên** cơ thể đứng dậy, bước ra khỏi giường.

Xuống dưới nhà, tôi vào bếp bắc nồi vừa chiên **con sâu mỡ**, vừa pha cà phê *cái nồi ngồi trên cái cốc* cùng một lúc cho tranh thủ thì giờ. Pha xong, tôi vất xác cà phê ngay vào thùng rác, không dám đổ xuống bồn rửa bát sợ gây ra **sự cố,** ống nước bị **ùn tắc**. Mang ly cà phê nóng ra sau vườn nhâm nhi trong khi đọc báo, ngắm **cây xanh** tốt vì đất được phân bón **cải** *cách*, hoặc viết lách vào sáng sớm cuối tuần là cái thú *thư giãn* của tôi. *Căn hộ* tôi không được *hoành tráng* mấy thế nhưng nó xa *phi khẩu, đảm bảo* yên lặng cho *chất xám* của tôi được tăng trưởng *kiệt suất* khi tôi muốn viết lách. Nhà tôi ở núi non xa cách thành thị như thế này thì chắc chắn nhà nước chẳng bao giờ *giải phóng mặt bằng* để xây *đường cao tốc*.

Ngày xưa mới lấy nhau thì không sáng nào hai vợ chồng không dậy sớm ngồi thủ thỉ với nhau. Bây giờ sau 27 năm lấy nhau thì *căn hộ* vắng vẻ, sáng nào tôi cũng ngồi một mình, còn nàng thì vẫn tiếp tục đánh giấc cho đến 8, 9 giờ mới dậy. Sinh hoạt hai vợ chồng vì thế *cách ly* hẳn.

Tôi còn nhớ rất rõ tình cảm mật thiết nàng dành cho tôi khi lần đầu tiên chúng tôi mới gặp nhau. Ở *cuộc gặp* lần thứ hai, nàng đã nhờ chị của nàng ở bên *Mĩ* (cùng đi nhà thờ với tôi) *làm rõ* gia cảnh tôi, biết rằng tôi chưa có *đối tượng*. Vì thế, dù rằng chỉ mới là bạn *sơ hữu*, nàng nói là nàng muốn *liên hệ tình cảm* với tôi. Mừng như bắt được vàng, tôi bảo nàng cởi áo ra (lúc ấy đã là *buổi đêm*). Vừa nghe xong nàng tát cho tôi một bạt tai nháng lửa. Tôi ngạc nhiên quá đỗi nhưng chỉ cần vài giây suy nghĩ là tôi đoán ngay lý do tại sao nàng tát tôi: nàng kẹt ở lại Việt Nam tháng 4-1975, chỉ sang Paris năm 1980 nên dùng chữ *"liên hệ tình cảm"*, có nghĩa là "muốn làm quen với anh". Tôi thì đi ngày 30-4-1975 nên đâu có bao giờ nghe chữ ấy, chỉ biết chữ "liên hệ tình dục" nên khi nàng nói liên hệ tình cảm, tôi nhanh nhẩu đoảng nghĩ ngay là nàng muốn liên hệ tình dục do đó mới bảo nàng cởi áo ra! Vì vậy mà tôi ăn tát! Đối với các cô khác thì đã *point final* tình bạn, không thể nào cho nó *triển khai* thêm, thế nhưng nàng là người dễ dãi, và nhất là dễ gì tìm được một con trai *chảnh* như tôi nên sau khi nghe giải thích sự tình, nàng bỏ tất cả *bức xức*, tha thứ cho tôi.

Hai chúng tôi *giao lưu* thư từ và *trao đổi* điện thoại thường xuyên. Nàng là dân trường Tây, lại ở Paris nên viết thư dùng những *từ* tiếng Pháp làm nhiều lúc tôi phải tìm tự điển hay *tư liệu* để tra cứu. Mắt tôi kém, lúc nào cũng cần phải đeo kính để *hiển thị* thơ nàng. Tuy rằng ở Paris, nàng *nỗ lực bố trí* có cơ hội là sang Mỹ thăm tôi. Khi còn bé tôi ước mơ lớn lên sẽ làm *nghệ nhân* hay *chủ nhiệm*, thế nhưng lúc quen nàng thì đời sống tôi thất bại. Tôi không thuộc loại người có *đỉnh cao trí tuệ* mà chỉ là một người thợ quèn. Ấy thế mà nàng không *sốc* khi biết nghề nghiệp thật sự của tôi, còn yêu và xem tôi như tôi là một *siêu sao*! Xa nhau cả đại dương, tôi *năng nổ* viết thư cho nàng. Nhận được thư tôi nàng *phản hồi* ngay lập tức. Vài tháng sau, trong một lá thư, tôi *đề xuất* chúng tôi nên lấy nhau. Câu *đáp án* của nàng là bằng lòng. Còn sáu tháng nữa mới học xong đại học ở Paris mà nàng bỏ ngang không học nốt làm cho tôi ngạc nhiên khôn xiết khi một tuần sau tôi nhận điện thoại *đột xuất* của nàng báo hiện đang ở *Sân bay* Los Angeles! Ra đón nàng ở Sân bay, gần *Trung Tâm Quản Lý Bay Dân Dụng*, tôi không khỏi trào nước mắt khi thấy nàng đứng một mình với một chiếc valise to tổ bố. Nàng ôm chầm lấy tôi và nói:

- *Em ra trễ vì phải trình giấy tờ ở Hải Quan. Em đi máy bay yên lắm vì tổ lái tốt. Em đăng ký mua vé máy bay hôm kia, bảo cô bán vé khẩn trương tìm vé cho em. Gia tài em còn lại chỉ có cái hộ chiếu trong tay và cái valise này. Em bỏ học, bỏ việc làm bán phần với thu nhập chẳng là bao nhiêu, bỏ doanh nghiệp xuất khẩu em làm cho người quen, bỏ cả chứng minh nhân dân Tây bên Pháp, bỏ hết tất cả để sang Mĩ thi*

công sống với anh. Em có mang học bạ bên Pháp sang để **chuyển ngữ**, em sẽ đi học tiếp bên **Mĩ** nên anh đừng lo em bỏ học.

Ngừng một lúc, nàng tiếp:

- Em muốn anh **quản lý** đời em. Thế anh có **tiếp thu** em không?

Quá cảm động với tình yêu nàng dành cho tôi, dù rằng tôi là người vạm vỡ, ngày xưa là **vận động viên** của **Viện Ung Bướu, vận động viên bóng đá**, từng dùng dây thừng kéo những xe đò **quá tải**, tôi khóc òa và ôm chầm lấy người bạn gái **thân thương**, hứa rằng sẽ trọn đời yêu và nuôi nấng nàng. Nếu nghề chính của tôi không đủ nuôi hai đứa, tôi sẽ tìm **nghiệp dư**, tìm đủ mọi cách kiếm sống, quyết không bao giờ để nàng đói. Khi độc thân tôi có một con chó và một chiếc xe gắn máy, mua với một giá **bèo**. Từ ngày lấy vợ, tôi bán chiếc xe gắn máy để khỏi phải đội **mũ bảo hiểm**. Tôi **giải phóng** luôn con chó để có thì giờ tiêu khiển với nàng.

Những năm tháng đầu và cho cả đến thời gian gần đây, đời sống vợ chồng tôi thật hạnh phúc. Hai chúng tôi lúc nào cũng có ý tưởng **nhất quán**, không bao giờ gây gổ nhau. Nàng mê tôi còn hơn Alain Delon, **chiêu đãi** tôi ngày này qua ngày khác. Thế nhưng từ ngày nàng bắt đầu xem phim bộ hay Paris By Night, nàng bắt đầu sao lãng, bỏ bê tôi, không thèm đi **tham quan** với tôi mà chỉ **liên hệ** với những cô khác cùng sở thích. Đã thế, nàng còn **chỉ đạo** tôi làm việc nhà nữa chứ!

Một lần tôi mổ răng về nhà nằm liệt giường **có sự cố**, cần **cứu hộ**. Nàng hỏi tôi có muốn ăn cháo thì để nàng nấu. Tính tôi không thích người khác mệt nhọc vì mình, không muốn vợ phải vất vả vì tôi nên tôi mới bảo nàng là không cần nấu, tôi ăn mì gói là món ăn *chủ đạo* cũng được rồi vì mì gói cũng đủ *chất lượng*. Tôi ăn mì gói một ngày, hai ngày, ba ngày thì không sao, nhưng đến ngày thứ tư, thứ năm thì ngán đến tận cổ, muốn *tranh thủ* ăn lắm nhưng nuốt không trôi, thế mà nàng vẫn không nấu gì cho tôi ăn. Qua đến ngày thứ sáu, tôi mới hỏi nàng sao không thấy nấu cháo gà, cháo thịt cho tôi ăn thì nàng *lý giải* chính tôi là người nói với nàng không cần nấu nên nàng để dành thì giờ rảnh rỗi xem *hát đôi, hát tốp* của những *ca sỹ* trên sân khấu *đại trà tiên tiến* của Paris By Night! Cứ theo *chế độ* dinh dưỡng nàng dành cho tôi như thế này, thay vì *thổi cơm tốc độ* cho tôi ăn thì không nấu niếng gì hết cho tôi đói, chẳng mấy chốc tôi sẽ là hành khách trong bài Con đò đưa xác.

Hơn 27 năm sống với nhau, sau khi đã tốn bao nhiêu công sức *nâng cấp* một người ở chợ Bàn Cờ như tôi (nhà tôi gần *Hội Chữ Thập Đỏ*), vợ tôi không còn mê tôi nữa. Tôi đã *tư duy* định leo lên *máy bay lên thẳng* rồi khi ở trên không, nhảy ra ngoài máy bay tự tử để cho vợ tôi thấy *hệ quả* khi nàng không còn yêu tôi. Thế nhưng một ông bạn già *Phó Tiến Sĩ* của tôi 70 tuổi, đã về hưu, tuần vừa rồi *cảnh báo* tôi không nên phí đời giai như vậy. Ông ta muốn dẫn tôi đến nơi này đàn ông có giá trị hơn vàng vì số đàn bà gấp ba lần đàn ông. Tôi đến thì ông ta *đảm bảo* bao nhiêu bà sẽ *hồ hởi* tranh giành chém giết nhau để dành lấy tôi. Ông ta làm việc ở ba nơi. Chỗ nào họ cũng trả tiền ông ta đến nhảy đầm với mấy bà vì nơi nào đàn ông cũng đều khan hiếm trầm trọng, không đủ người để nhảy. Khi đến nơi làm việc, lúc nào ông ta cũng không có thì giờ nghỉ ngơi vì hết bà này đến bà khác dành giật nhảy với ông ta. Đã thế, họ còn cho ông thêm tiền

bồi dưỡng! Tôi không cần nhẩy giỏi, chỉ biết ***cơ bản*** là đủ. Nếu tôi nhận lời đi theo ông ta thì tôi nhất định sẽ không còn buồn vì vợ bỏ bê tôi. Ngược lại tôi sẽ ***hưng phấn*** vì các em gái này sẽ ***thống nhất*** tranh nhau o bế tôi, không rời tôi nửa bước, không cho tôi về nhà sớm. Ngoài ra, ở đó họ còn dùng máy điện tính, ***máy quét***, thỉnh thoảng hư cần người sửa. Tôi sửa được mọi sự, đến đó vừa nhẩy đầm vừa sửa ***phần cứng, phần mềm*** cho họ thì họ lại càng yêu mến, đời sống tôi sẽ được hoàn toàn ***thoải mái vô tư***.

Tôi chưa biết ***xử lý*** ra sao vì hôm qua ông ta mới nói cho tôi biết nơi ông ta đi làm: Viện Dưỡng Lão ***Cao Cấp*** Thành phố với tuổi trung bình của hội viên là 73 tuổi.

(Tháng 3, 2011)

Ghi chú:

bài nói	diễn văn
bảo quản	che chở
bèo	rẻ
bố trí	sắp đặt
bức xúc	dồn nén, bực tức
căn hộ	căn nhà
chất xám	thông minh
chủ đạo	chính yếu
con sâu mỡ	lạp xưởng
cơ bản	căn bản
đại trà	quy mô
động viên	khuyến khích
đề xuất	đề nghị
đột xuất	bất ngờ

hiển thị	xem
hưng phấn	vui sướng
khẩn trương	nhanh lên
kiệt suất	xuất sắc
làm rõ	điều tra
năng nổ	siêng năng
nghệ nhân	nghệ sĩ
nghiêm túc	nghiêm chỉnh
nhất quán	đồng nhất
phương án	kế hoạch
quá tải	quá trọng lượng
quy trình	tiến trình
quán triệt	hiểu rõ
tổ lái	phi hành đoàn
tranh thủ	cố gắng
trao đổi	nói chuyện
tư duy	suy nghĩ

Mất Gốc

Tháng 4 năm nay kỷ niệm đúng 36 năm ngày tôi rời SàiGòn. Ngày 29-4-1975 gia đình tôi bứng gốc, bứng rễ bỏ hết tất cả để thoát khỏi Việt Nam trong sự hãi hùng. Khủng hoảng lo sợ đến nỗi nếu cái toilette không có ốc vặn chặt xuống đất thì chắc nó cũng đứng dậy chạy theo. Giây phút đặt chân lên chiến hạm của Đệ Thất Hạm Đội Mỹ, tôi vui mừng đã đến một bến bờ tự do mới, không quan tâm đến gốc rễ của tôi nữa.

Định cư ở quê hương thứ hai, thỉnh thoảng có dịp nói chuyện với bạn bè hay người quen, vài người hay khuyên nhủ tôi đừng nên mất gốc, hoặc khi đề cập đến vấn đề con cái, khuyến khích chúng tôi dạy con cái tiếng Việt để chúng nó đừng mất gốc. Cho đến bây giờ tôi không bàn cãi để yên cửa yên nhà, thế nhưng mấy tuần nay vợ tôi than phiền tôi viết lách làm quái gì vì chả mang thêm một đồng xu phụ trội cho ngân quỹ gia đình làm tôi hơi quê xệ. Chỉ còn một cách để bảo tồn danh dự của tôi là tự sát, viết bài này để trình bày quan điểm của tôi. Viết xong tôi bảo đảm thành phần người Việt quá khích sẽ xin tôi tí huyết. Tôi chết đi vợ tôi sẽ lãnh bảo hiểm nhân thọ một triệu đô-la, chứng tỏ cho nàng là lời tiên tri của tôi từ xưa đến nay là đúng: rồi sẽ có một ngày nghiệp viết lách của tôi sẽ làm cho nàng giầu.

Mất gốc là gì? Tự điển Tiếng Việt của Nhà Xuất Bản Khoa Học Xã Hội, Trung Tâm Từ Điển Học ấn bản năm 1994, (xuất bản ở Hà Nội) và Từ Điển Tiếng Việt, Vietlex, 2009 của một nhóm biên soạn, nhà xuất bản Đà Nẵng (cũng xuất bản ở Hà Nội), cả hai cùng định nghĩa:

Mất gốc: Không giữ được bản chất, cái tốt đẹp vốn có của mình do nguồn gốc dân tộc, giai cấp.

Theo tự điển tiếng Việt 1997-2004 The Free Vietnamese Dictionary Project, http://www.informatik.uni-leipzig.de/~duc/Dict/, và http://vdict.com/, cả hai in cùng một giải thích: *Mất gốc: Cắt đứt quan hệ với tổ tiên, nòi giống, cơ sở. Thí dụ: Mấy tên mất gốc sống nhờ vào đế quốc Mỹ.*

Cùng một chữ "mất gốc" mà tự điển xuất bản ở Hà Nội định nghĩa khác hẳn với tự điển trên Internet ở hải ngoại. Tôi bảo đảm nếu trưng cầu dân ý hay đến những ông bợm nhậu hỏi "mất gốc" là gì thì sẽ có thêm nhiều định nghĩa khác nhau. Nếu tôi nói định nghĩa này đúng, định nghĩa kia sai thì thể nào tôi cũng chết, không vì đạn bên này thì cũng vì lưỡi dao bên kia nên tôi để cho tùy mọi người xét xử "mất gốc" có nghĩa là gì.

Để xem tôi có mất gốc hay không, trước nhất tôi phải tìm hiểu tôi là người gốc gì trước đã. Tôi đang sống ở California, Hoa Kỳ, thế nhưng tôi người da vàng mũi tẹt. 100% tôi không phải là người cùng một gốc với John Wayne, Clint Eastwood hay Brad Pitt. Tôi là An Nam Mít, không cãi vào đâu được. Rất nhiều dữ kiện chứng tỏ tôi là người Việt Nam:

- Tôi sinh ở nhà thương Đức Chính, trên đường Cao Thắng. Lần cuối cùng tôi xem trên bản đồ, đường Cao Thắng chưa bị động đất chạy sang Mỹ mà vẫn còn cắt ngang con đường Nguyễn Đình Chiểu và Điện Biên Phủ (Phan Đình Phùng và Phan Thanh Giản cũ).

- Tên trong căn cước, giấy hôn thú bên Mỹ của tôi vẫn là tên Việt Nam: Nguyễn Tài Ngọc. Ngay cả các con của tôi, dù rằng sinh ở Mỹ, tôi vẫn đặt chúng nó tên Việt. Đáng lẽ ra chính tôi là người nên đổi sang tên Mỹ, không phải vì tôi muốn người khác tưởng tôi là George Clooney, nhưng vì tên tôi người Mỹ khó đọc. Họ gọi "Ngọc" là "Gờ-Nóp", "Nóc". Bao nhiêu tài tử, ca sĩ Mỹ muốn nổi tiếng phải đổi tên của mình như Charles Bronson người gốc Lithuania, tên mẹ đẻ là Karolis Dionyzas Bučinskis. Kirk Douglas, người gốc Nga-Sô, tên mẹ đẻ là Issur Danielovitch. Demi Moore, người Mỹ, tên cúng cơm là Demetria Guynes.

- Nhiều người Hoa ở SàiGòn nói tiếng Việt có sõi đến đâu nhưng khi mình nghe biết ngay họ không phải là người Việt vì họ nói tiếng Việt lơ lớ. Ngày xưa khi vừa mới qua Mỹ, tôi nhủ thầm trong mười năm tôi sẽ nói tiếng Anh như gió. Ấy thế mà 36 năm sau, tôi nói tiếng Anh với giọng… Việt Nam, phát âm đã dở mà viết lách hay đàm thoại cũng chẳng xong, không thua gì một chị ngày xưa trong xóm tôi lấy một anh chàng Mỹ đen. Tôi vẫn còn nhớ khi về nhà nếu cửa bị đóng, chị gõ cửa, miệng nói lớn cho anh ấy nghe: "Hó-nì, ốp bần đo!" (Honey, open door!). Giọng Mỹ *siêu việt* của tôi hiện thời cũng không hơn chị ấy là bao nhiêu.

Qua ba lý do trình bày trên, cho dù tôi sống ở Mỹ đến hơn trăm tuổi, gốc nòi giống của tôi là Việt Nam không chạy vào đâu được. Có giải tôi vào Khám Chí Hòa hay nhà tù Hỏa Lò Hà Nội nếu tôi nhận tôi là người Việt Nam thì tôi sẽ chẳng mướn luật sư biện hộ. Trước vành móng ngựa, tôi long trọng tuyên bố: gốc của tôi là Việt Nam.

Tôi không chối cãi gốc của tôi, thế nhưng tôi sống ở Mỹ 36 năm, hơn gấp đôi thời gian sống ở SàiGòn. Như thế thì tôi có mất gốc hay không?

Trước khi nói đến tôi, tôi muốn nói về con cái của tôi trước. Bạn bè khuyên tôi nên dạy chúng nó tiếng Việt để khỏi bị mất gốc. Lời khuyên dạy chúng nó tiếng Việt thì tôi đồng ý, nhưng lý do thì tôi không đồng ý. Lý do để mai sau nó về Việt Nam tìm vợ thì hữu lý hơn là khỏi mất gốc. Chúng nó sinh ở Mỹ, giữ cái gốc Việt Nam có lợi gì cho chúng nó? Để mai sau nếu nó xin làm công dân nước Việt Nam? Giữ phong tục tập quán Việt Nam làm gì? Dùng nước mắm thay vì muối, ăn hột vịt lộn thay vì hột gà luộc? Tụi nó nói tiếng Anh như người Mỹ, nói tiếng Việt như người Mỹ nói tiếng Việt Nam (cậu con trai tôi chỉ biết có vài chữ tiếng Việt: *"chết mẹ rooi"*). Tuy rằng một phần gốc của nó là da vàng mũi tẹt, nhưng một phần gốc khác của nó là người Mỹ vì chúng nó sinh ra và lớn lên trong tập quán nước Mỹ. Mất cái gốc nòi giống Việt Nam không quan trọng bằng mất cái gốc sinh ra ở Mỹ vì ưu tiên của chúng nó sẽ dành cho quốc gia nó mở mắt chào đời, quốc gia bảo đảm an ninh và nhân quyền, quốc gia cho chúng nó tất cả mọi cơ hội sinh sống từ bé đến lớn. Quốc gia đó không phải là Việt Nam.

Giờ thì đến phiên tôi. Tôi có mất gốc hay không? Nếu theo định nghĩa mất *gốc là cắt đứt quan hệ với cơ sở, tôi đã mất gốc.* Cơ sở, nhà cửa của tôi bây giờ là ở Mỹ. Căn nhà số 16/47/14 Nguyễn Thiện Thuật vĩnh viễn không còn là của gia đình tôi nữa. Nó đã có chủ mới. Gia đình tôi không bao giờ lấy nó lại được vì không ai điên dại nhận thức mình phạm lỗi tước đoạt tài sản người khác rồi trả lại cho chúng tôi.

Lần đầu tiên trở lại SàiGòn vào xem nhà, tôi công nhận có bùi ngùi và có cảm tưởng mình đã trở về nhà cũ. Nhưng rồi lần thứ hai, thứ ba, thứ tư, càng ngày tôi càng cảm thấy xa lạ, nhất là lần cuối cùng người chủ hiện thời đã phá xập hoàn toàn, xây lại một căn nhà mới. Đứng nhìn căn nhà hình dạng không còn như xưa, ngay cả bảng số nhà cũng thay đổi, tôi không còn cảm thấy liên hệ với nơi tôi khôn lớn nữa. Ngược lại khi trở về Mỹ, máy bay đáp xuống phi trường LAX, lái xe về nhà thấy bóng dáng căn nhà ở Simi Valley, tôi mừng rỡ đã về nhà. Nhà của tôi là ở Mỹ, cơ sở của tôi là ở Mỹ. Tôi đã mất gốc cơ sở ở Việt Nam.

Nếu nói mất gốc là cắt không giữ được bản chất, cái tốt đẹp vốn có của mình thì tôi xin phân tích bản chất tốt đẹp hay không của người Việt Nam mà tôi đã chứng kiến, có kinh nghiệm tiếp xúc, trong ba giai đoạn:

1. Thời gian tôi ở SàiGòn từ lúc sinh đẻ cho đến ngày 30-4-1975.

2. Thời gian tôi sống và sinh hoạt chung với người Việt tỵ nạn từ ngày 30-4-1075 đến ngày 11-7-1975, khi tôi rời trại tỵ nạn ra sống trong xã hội Mỹ.

3. 36 năm tôi sống ở Hoa Kỳ, từ ngày 11-7-1975 cho đến ngày hôm nay.

1. *Thời gian tôi ở SàiGòn từ lúc sinh đẻ cho đến ngày   30-4-1975*:

Tôi rời Sài Gòn năm lên 17 tuổi. Ở Mỹ, 17 tuổi vẫn còn là con nít, vẫn còn dưới tuổi trưởng thành. Hai người 18 tuổi trở lên liên hệ tình dục không luật pháp nào ngăn cấm, nhưng nếu người trên 18 tuổi liên hệ tình dục với người dưới 18 tuổi thì sẽ bị ghép vào tội dụ dỗ trai/gái dưới tuổi vị thành niên, dù rằng người dưới 18 tuổi thỏa thuận. Dưới 18 tuổi chưa được đi bầu. Dưới 18 tuổi chưa được phép uống bia rượu. Tóm lại, dưới 18 tuổi đầu óc vẫn còn non nớt. Ấy thế mà tôi đã mục kích bao nhiêu sự xấu xa ở quê hương tôi:

- Một anh lính tài xế trong xóm tôi mang xe Jeep về nhà hút xăng trong xe ra rồi bán lại cho người trong xóm với giá rẻ.

- Gia đình nào có con cái đến tuổi quân dịch chạy tiền thì sẽ được miễn dịch. Trong khi người Mỹ đổ máu cho tự do của miền Nam, tướng Mỹ có con đi lính chết ở Việt Nam thì một số tướng lãnh và người giầu có cho cho con cái ra nước ngoài. Chỉ có lính nghèo là đổ máu.

- Tôi đi gác nhân dân tự vệ phải gác thế cho người đóng tiền trong khi các cấp chỉ huy hệ thống Nhân Dân Tự Vệ lấy tiền thu.

- Tổng Thống và Phó Tổng Thống Việt Nam Cộng Hòa đều là những bậc tướng lãnh. Khi trận chiến Cộng Sản thôn tính miền Nam đến mức quyết liệt, Tổng Thống lên trước quốc dân tuyên bố sẽ chiến đấu sát cánh bên dân, Phó Tổng Thống lên tuyên bố trước quân đội VNCH và cả thế giới là *Tôi thích ăn nước mắm, tôi quyết sẽ ở lại với quê hương tôi tử thủ đến mức cuối cùng*. Ấy thế mà trước khi xe tăng Cộng Sản phá vỡ cửa sắt Dinh Độc Lập, Tổng Thống và đại gia đình đã yên lặng đi ngoại quốc mang theo cả một máy bay đầy của cải, Phó Tổng Thống cũng rời khỏi SàiGòn bay đến một chiến hạm Đệ Thất Hạm Đội của Hoa Kỳ. Một quốc gia với dân tình tham nhũng là một lối sống. Một quân đội cá tính từ Binh Nhì đến Trung Tướng chỉ lo cho cá nhân của mình thì *cái tốt đẹp vốn có của mình do nguồn gốc dân tộc* không còn hiện hữu.

NGUYỄN TÀI NGỌC

- Miền Bắc dùng võ lực thôn tính miền Nam gây ra bao nhiêu tử vong.

2. *Thời gian tôi di tản từ 30-4-1075 đến ngày 11-7-1975:*

Bài "Chí Nam nhi" của Nguyễn Công Trứ có bốn câu thơ như thế này:

Nhân sinh tự cổ thùy vô tử,
Lưu thủ đan tâm chiếu hãn thanh.
Đã chắc rằng ai nhục ai vinh,
Mấy kẻ biết anh hùng thời vị ngộ.

(Nhân sinh tự cổ thùy vô tử, Lưu thủ đan tâm chiếu hãn thanh có nghĩa là *Từ xưa đến nay hỏi có ai không chết? Hãy để lòng son chiếu sử xanh.* Hai câu thơ tiếng Hán này là của Văn Thiên Tường, một tướng lãnh của Trung Hoa). Hai câu thơ sau, ý của tác giả là người ta chỉ biết anh hùng sau khi thời thế xẩy ra. Tôi kém may mắn tìm hiểu được bản chất của người đồng hương trong cơn ly loạn:

- Hỗn loạn dành đường sống cho riêng mình.

- Ăn cắp chai tương ớt, xì dầu ở nhà ăn trong trại ty nạn đem về phòng ngủ barrack của mình dù rằng người Mỹ nói như van lậy thức ăn không thiếu thốn.

- Lấy hết chăn trên máy bay, khi vào trại mang chăn ra cắt may thành áo lạnh, đến nỗi người Mỹ không mang chăn trên những chuyến máy bay sau nữa.

- Những người muốn trở lại Việt Nam (dùng con tầu Trường Xuân) đã nổi loạn, đốt cháy cơ sở vì người Mỹ quá chậm trong việc cung cấp lương thực và sửa sang máy móc cho con tầu.

- Orote Point: dân tỵ nạn ở trong lều quân đội, đôi lúc phải giặt quần áo rồi phơi ở bên ngoài lều. Phơi mà không có người nhà canh chừng thì bao nhiêu quần áo cũng bị mất cắp.

- Cũng ở Orote Point, người Mỹ họ cắt nửa thùng phi làm thùng giữ phân và nước tiểu ở những toilette gỗ, xây dã chiến. Lính G.I. là người đi đổ và lau rửa toilette. Không hiểu tại sao mà người Việt tỵ nạn không đi tiêu vào thùng phi mà tiêu tiện đầy lên chỗ phản ngồi bằng gỗ. Cuối cùng, họ bắt người tỵ nạn chia phiên nhau lau rửa và đổ thùng phân vì họ nói mãi nhưng chẳng ai nghe.

- Người gạt người, thân hay lạ, trong việc đóng tiền vượt biên.

- Và sau cùng, một cảnh gia đình tôi mãi không bao giờ quên. Bên cạnh chỗ ngồi của gia đình tôi trên chiếc tầu chiến Mỹ đi từ Vũng Tầu đến Subic Bay là một gia đình khá giả. Họ đã chuẩn bị sẵn nên mang theo lương thực, nước uống, sữa Guigoz...đầy đủ cho người lớn và trẻ em trong gia đình. Một chị trên tầu có con nhỏ, không có sữa cho con mình bú nên đến xin một người đàn bà trong gia đình này cho chị ta một chút ít sữa cho con. Người đàn bà nhìn chị ta, nói rằng không cho sữa không, nhưng sẽ bán nếu chị ấy trả tiền bằng sợi dây chuyền vàng đeo trên cổ. Chị kia tháo sợi dây chuyền để đổi sữa cho con!

3. *36 năm tôi sống ở Hoa Kỳ, từ ngày 11-7-1975 cho đến ngày hôm nay:*

Vào năm 1994, khi trận động đất ở Northridge gây thiệt hại trầm trọng cho nhiều thành phố, kể cả

Simi Valley, FEMA (Federal Emergency Management Agency- Cơ Quan Quản Lý Khẩn Cấp Liên Bang) đến Simi Valley thiết lập trụ sở cứu giúp. Vợ tôi làm cho County, tình nguyện làm giúp FEMA. Một trong những sự trợ giúp khẩn cấp là thức ăn. Động đất gây ra cúp điện, thức ăn trong tủ lạnh do đó sẽ bị hư. Nhà ai thức ăn bị hư thối đến điền giấy tờ, chỉ có một vài chi tiết như tên tuổi và địa chỉ, thì FEMA sẽ phát cho một thẻ phiếu trị giá $120 dollars. Cầm thẻ phiếu này đến bất cứ siêu thị nào mua sắm thức ăn dùng nó để trả tiền, siêu thị sẽ lấy vì họ sẽ tính tiền lại với chính phủ.

Vợ tôi thấy một người đàn bà Việt Nam đến xin hai lần. Lần thứ nhất một mình nhưng lần thứ hai mang theo một lô người Việt Nam nữa. Vì không biết vợ tôi là người Việt Nam, bà ta vừa cầm giấy ghi tên phân phát cho những người đó vừa nói: *"Tụi bay cứ đề tên vô, địa chỉ thì ghi đại số nào cũng được, không ai xét hết. Tủ lạnh nhà mình không bị cúp điện, thức ăn không hư, họ cũng cho mình $120 vì không cách nào mà họ xét được".*

Ai có đọc báo Mỹ thỉnh thoảng sẽ thấy người Việt Nam bị bắt vì tội gian lận. Nhân viên an sinh xã hội khai gian chính phủ bỏ tiền giúp người nghèo vào quỹ riêng của mình, hơn một triệu đô-la. Một bà khai sổ sách cho một hãng xe ở Van Nuys biển thủ bạc triệu. Người làm giấy tờ cho mượn tiền mua nhà khai gian với nhà băng mấy triệu. Văn phòng y khoa khai gian Medical cả trăm nghìn. Một số người có cơ sở thương mại trốn thuế. Không lúc nào mà không có tin xấu.

Người Mỹ đã làm ơn, cho người Việt chúng ta một cơ hội sống trong tự do. Thay vì trau giồi nhân bản đạo đức của mình để họ hãnh diện đã không lầm khi cho phép người mình sang đây, chúng ta làm ngược lại. Tôi biết một ông Việt Nam lớn tuổi, lúc nào cũng cay cú người Mỹ là nguyên nhân làm cho Việt Nam Cộng Hòa sụp đổ (hoàn toàn không phải lỗi vì người Việt tham nhũng hay không có tinh thần chiến đấu!), một lần nói với tôi là: *"Tổ cha mấy thằng Mỹ! Tụi nó điếm lắm!"*. Đây là một cá tính tôi thấy của người Việt: không bàn cãi một vấn đề với lý luận, tri thức nhưng với bướng bỉnh. Khi sai không nhận là mình sai, chụp mũ người khác, dùng từ ngữ hạ cấp chửi đối phương, và đôi lúc còn dọa đánh người ta nữa. Đây là gốc Việt Nam, tôi không nên mất gốc?

Cách đây vài tháng, tôi có viết một bài phê bình *"Xem Paris By Night 99: Tôi là người Việt Nam"*, đăng trong Saigonocean.com: http://www.saigonocean.com/trangNguyenTaiNgoc/vanNTN.htm.

Paris By Night hay ASIA là những chương trình nhạc được người Việt hải ngoại ưa chuộng, và như thế ít ra cũng phản ảnh một phần nào dư luận của người Việt. Chủ đề của DVD này là hãnh diện vì tôi là người Việt Nam. Tôi tóm tắt ba nhận xét chính sau đây:

1. Hầu hết những người Việt Nam được vinh danh trong DVD này cảm ơn bố mẹ họ, gia đìn họ… làm việc siêng năng cần cù để bây giờ họ được thành công. Không một ai cám ơn chính phủ Mỹ, dân tộc Mỹ đã cho họ có một cơ hội sang đây. Bố mẹ hay chính bản thân họ có cần cù đến đâu mà nếu họ vẫn còn ở Việt Nam, không ở Mỹ thì họ có thành công như bây giờ không? Bài học "Ăn quả nhớ kẻ trồng cây" quá đơn giản nhưng rất ít người nhớ.

2. Ông "vua nail" Quý Tôn tuyên bố là ông ta ước ao những người làm nail đoàn kết để nâng cao giá cả.

Tôi ngồi nghe há hốc miệng kinh hoàng trong khi cả hí viện vỗ tay ầm ầm, kể cả người hướng dẫn chương trình. Chỉ có chính thể Cộng Sản xưa cũ mới ấn định giá cả hàng hóa. Giá cả do nhà nước ấn định như trong các nước Cộng Sản ngày xưa (và cả Việt Nam trước khi Đổi mới vào năm 1986) đưa tới kinh tế sụp đổ, dân tình đói kém. Từ khi khối Cộng Sản Nga-Sô sụp đổ, Nga không còn ấn định giá cả.

Đặng Tiểu Bình sau khi sang Mỹ viếng thăm Tổng Thống Jimmy Carter vào năm 1979, kinh hoàng trước sự giàu có của nước Mỹ, về Trung Hoa áp dụng chính sách *free market*, thị trường cạnh tranh ấn định giá tiền. Kết quả: không ai có thể phủ nhận Trung Hoa tiến vượt bực chỉ trong vòng 30 năm nay. Việt Nam bắt chước Trung Hoa, áp dụng chính sách Đổi Mới vào năm 1986, nhà nước không còn áp dụng giá cả. Chỉ cần hỏi một người sống ở Việt Nam so sánh sự khác biệt trước Đổi Mới và bây giờ để xem chính sách nhà nước ấn định giá cả có hữu hiệu hay không. Thế mà khi nghe ông "vua nail" Quý Tôn nói, không một ai chửi bới mà vỗ tay ầm ầm! Đây là một "tốt đẹp" trong giòng máu Việt của tôi mà tôi không nên mất gốc?

3. Paris By Night là một cơ cấu thương mại, tổ chức ca nhạc thu tiền bán vé, bán DVD để lấy lời. PBN tạo ra một chủ đề kích thích dân tộc tính để thu hút khán giả, bán DVD. Khi bắt đầu DVD phần 2, Nguyễn Ngọc Ngạn còn nhân cơ hội để quảng cáo bán sách viết mới nhất của mình. Dùng một niềm tự hào chung -hãnh diện tôi là người Việt Nam- để làm tiền gây lợi riêng mà không một ai thấy ngứa tai gai mắt?

Theo tự điển Tiếng Việt của Nhà Xuất Bản Khoa Học Xã Hội, "mất gốc" là *không giữ được bản chất, cái tốt đẹp vốn có của mình.* Nếu những kinh nghiệm với người Việt Nam trên đây tôi đã chứng kiến trong cuộc đời được gọi là tốt đẹp, thì vâng, xin cho tôi mất gốc.

(Tháng 4, 2011)

Không Cùng
Duyên Số

- *Are you going to the restaurant, Sir?*

Anh người Mễ làm nghề đậu xe cho khách hàng - *valet parking attendant*- miệng hỏi, tay mở cửa cho người khách vừa mới chạy xe vào dưới hầm garage của khách sạn Bonaventure. Bonaventure Hotel là một khách sạn 35 tầng lớn nhất Los Angeles ở downtown. Tầng cao chót vót là một nhà hàng quay tròn 360 độ, mở cửa cho cả khách khách sạn lẫn người ngoài nên anh ta hỏi để biết đậu xe ở đâu lấy ra nhanh cho khách.

- *Yes, we are going to have lunch. Today is my happy day!*

Với một gương mặt tràn đầy nỗi vui mừng, người chủ xe, Lee, trả lời, bước ra khỏi xe, nói tên của mình để anh đậu xe viết vào giấy giữ xe. Viết tên xong, anh ta đưa thẻ giữ xe cho Lee:

- *Here we go, Sir.*

- *Thank you.*

Chìa tay nhận tờ giấy, Lee cho anh giữ xe năm đô-la. Theo thông lệ, khi đến chỗ valet parking, một người chỉ cần cho tiền bồi dưỡng khi lấy xe ra về thế nhưng hôm nay Lee hết sức vui mừng, hôm nay là một ngày vui trọng đại trong đời nên Lee muốn chia sẻ niềm vui đó cho những người Lee gặp gỡ.

Anh Mễ vừa lái chiếc xe đi, Lee nhanh chân bước đến trước cửa khách sạn để hộ tống người khách cùng đi với mình đã xuống xe trước và đang đứng ở cửa đợi: một người đàn bà Á Đông trạc tuổi Lee, khoảng gần 50. Với một cử chỉ đùa giỡn, hai bàn tay Lee nắm lại với nhau, đẩy qua bên tay phải để cùi chỏ nhô ra hình đầu mũi tên để cô ta móc tay trái của mình vào. Đôi uyên ương thân thể chạm sát nhau, vai sánh vai, đi qua quầy tiếp tân và vài gian hàng bán rượu, đến một trong mười hai chiếc thang máy nằm ở phía bên ngoài của khách sạn với tường làm bằng kính cho người đi thang máy đứng ở bên trong có thể thấy cảnh trí, xe cộ, đường xá bên ngoài.

Bấm số lên nhà hàng ở tầng trên cùng, ôm lấy người yêu trong tay trong khi cầu thang máy bỏ từng tầng một chạy lên trên cao, Lee thấy hướng đi của nó không khác gì của mình trong mấy năm gần đây: chỉ có một chiều đi lên trong hạnh phúc.

Lee là người HongKong, sang Mỹ ở New York với bố mẹ khi Lee 12 tuổi. Học hết Trung học, Lee được UC Berkely nhận nên sang California học rồi ở lại. California có nhiều người Á Đông, nhiều cô gái người Hoa nên năm 32 tuổi Lee lập gia đình với một cô bạn làm nghề y tá. Ba năm sau vợ Lee sinh một cô con gái. Nghề y tá giờ giấc thất thường nên có những tháng hai người ít gặp nhau. Vì thế cho dù những tháng sau cùng mặc dù vợ có vẻ hời hợt, Lee không để ý gì cho lắm vì nghĩ là vợ mình làm việc trái giờ giấc. Cho đến một hôm đang đi làm thì nhức đầu khủng khiếp, Lee phải xin đi về. Đến nhà thì Lee thấy có chiếc xe của một anh Mỹ bạn của vợ mình trong nhà thương thỉnh thoảng đến nhà khi nàng mời đến ăn. Vào nhà mở cửa phòng ngủ thì Lee bắt gặp hai người đang làm tình trên giường của mình. Quá đau đớn, Lee chọn con đường ly dị. Người tình đầu tiên trong đời của mình, người mình tuyệt đối chung tình, người mình thề thốt trung thành cả đời lại chính là người nhẫn tâm xé nát con tim của mình nên từ đó về sau, Lee không muốn và không dám nghĩ đến đàn bà nữa.

Với một số vốn ít ỏi, cộng với một số tiền sơ khởi nhờ bố mẹ cho mượn, Lee mở tiệm xuất nhập cảng. Nhất quyết quên đi người vợ bội bạc, Lee say đắm trong công việc phấn đấu, bành trướng công ty, tâm huyết và trí óc dồn hết tất cả vào việc làm. Sau mười sáu năm lao lực, Lee trở nên khá giả vì công ty của mình lớn mạnh, tuyển mộ nhiều nhân viên. Tình cảm của Lee bây giờ dành cho đứa con gái duy nhất của mình, tuần nào có dịp Lee cũng đều đến thăm con và chở nó đi chơi đây đó.

Hai năm trước đây, một người bạn của Lee tên Richard lập gia đình với một cô gái Việt Nam. Vì Lee sống một mình, Richard rủ chiều Thứ Bảy đến nhà ăn cơm tối *potluck* -mỗi người mang một phần ăn đến- cùng với nhóm bạn của hai người. Ăn tối xong, cả nhóm ở lại đánh xì-phé *poker*, đôi lúc thiếu người nên cần Lee thêm vào một tay. Mỗi lần tố bài chỉ có một đô-la, đánh với mục đích mua vui và có cơ hội gặp gỡ bạn bè, đấu láo. Sống độc thân nhiều weekend ở nhà một mình cô đơn cũng buồn nên Lee nhận lời.

Nhóm đánh poker này gồm có năm cặp vợ chồng và năm người độc thân, hai đàn bà, ba đàn ông. Không phải lúc nào cũng đầy đủ mọi người nên trung bình mỗi tối gặp nhau như thế khoảng mười đến mười hai người. Ăn cơm tối xong cả bọn túm lại đánh poker, bắt đầu từ 9 giờ cho đến gần khuya thì tan cuộc.

Poker là một trò chơi đánh bài người tham dự cần trầm tĩnh, gương mặt lạnh như tiền, càng không thay đổi sắc diện càng tốt để đối phương không thể nào đoán lá bài úp mặt của mình có giá trị như thế nào. Đàn ông trầm tĩnh hơn đàn bà nên mười người chơi poker thì tám người đã là đàn ông. Ấy thế mà trong nhóm poker này càng chơi Lee càng nhận thấy là một trong hai cô độc thân, Diễm, khi đánh bài gương mặt không thay đổi không thua gì đàn ông. Lee dở đánh bài nên thua nhiều hơn thắng, nhưng Diễm thì trái ngược, thắng nhiều hơn thua.

Diễm ít nói, thường chỉ nghe người khác bàn cãi, còn mình thì chỉ cười phụ hoạ. Cộng với gương mặt dễ nhìn, tính hiền hoà của Diễm làm Lee có cảm tình ngay. Thấy Diễm trạc tuổi mình mà lúc nào đến cũng chỉ có một mình làm Lee tò mò. Dần dần khi thân thiện nói chuyện với nhau, Lee biết Diễm là dược sĩ, ly dị chồng người Việt hơn ba năm vì chồng độc tài, hà khắc và tằng tịu với một cô nào khác. Diễm ở vậy nuôi hai con trai cho đến bây giờ.

Lee tưởng là con tim mình chai đá, sẽ không bao giờ rung động trước một bóng hồng nào khác nhưng trong Diễm, Lee thấy bao nhiêu đức tính tốt của một phụ nữ. Ngoài nhan sắc dễ nhìn, Diễm hiền hậu, không kiêu căng, dễ mến, học vấn cao, sự nghiệp thành tài, và còn lo lắng cho gia đình. Nó làm cho Lee đem lòng mến thương Diễm, không những cái mến thương của tình yêu trai gái, mà còn là cái mến thương khâm phục một người đàn bà có nghị lực ở vậy nuôi con.

Phải mất một thời gian khá lâu, hơn bốn tháng mỗi Thứ Bảy đến nhà Richard tụ họp, Lee mới có can đảm rủ Diễm đi xem ciné. Từ buổi ban đầu đi ciné ấy cho đến bao nhiêu lần đi chơi riêng với nhau, Lee càng ngày càng yêu Diễm say đắm. Hai người trở nên thân thiện đến nỗi Diễm nhận lời đi chơi HongKong sang thăm bố mẹ Lee. Ở Mỹ ngoài cô con gái, Lee chỉ có một người chú ở San Francisco nên năm nào Lee cũng đi HongKong thăm bố mẹ mình. Hãng của Lee có người lo nên Lee nghỉ lúc nào cũng được, muốn đi du lịch đó đây với Diễm nhiều hơn nữa nhưng Diễm kẹt vì nghề nghiệp ấn định, không đi chơi nhiều, đôi lúc còn phải làm weekend.

Không những chỉ muốn là người bạn đời với Diễm, Lee cũng muốn lo tài chánh cho Diễm không phải lo nghĩ việc đi làm thường nhật nên Lee đề nghị là muốn lấy Diễm. Sau khi lấy nhau, Lee muốn Diễm thôi việc, không đi làm nữa. Lee khá giả làm chủ công ty nên cả hai không cần làm việc, chỉ chọn nơi đi du lịch. Lee có căn nhà khá to trên đồi ở khu đất tiền nên khi lấy nhau, nhà của Diễm thì đem cho mướn, Diễm và hai con đến ở chung với Lee. Lee đề nghị như thế bao nhiêu lần mà Diễm vẫn chần chừ chưa chấp thuận. Đã trải qua kinh nghiệm sống chung với người chồng cũ quá đau đớn, không có gì là hạnh phúc nên Diễm do dự. Lee biết thế nên không đốc thúc người bạn gái của mình.

Hôm nay là ngày kỷ niệm hai người gặp nhau từ ngày đầu tiên Lee đến tham dự nhóm đánh poker tối Thứ Bảy. Sau cả năm khước từ, những tháng sau này Lee có linh cảm là Diễm sẽ nhận lời lấy mình nếu Lee hỏi nên trưa nay Lee đã đặt bàn ăn cho hai người ở Bonaventure Hotel. Diễm ăn trưa xong rồi sau đó trở lại đi làm. Lee định là sẽ hỏi cưới, nếu Diễm nhận lời thì tối hai người sẽ chính thức ăn mừng một buổi *candle light dinner* ở Malibu Beach. Đó là nguyên nhân tại sao hôm nay Lee cảm thấy thật vui mừng.

Ngồi trong nhà hàng xoay trên cao nhìn 360 độ xuống downtown Los Angeles, một người có cảm tưởng như mình đang chễm chệ trên đỉnh cao thế giới. Lee đang có cái cảm tưởng đó, và lần này không đơn độc nhưng với một người bạn tình đã hâm nóng lại con tim nguội lạnh của Lee. Thọc tay trái vào trong túi áo vest, Lee lấy ra một hộp nhỏ mầu xanh Tiffany. Mở chiếc hộp ra để thấy trong đó là một chiếc nhẫn kim cương, tay trái đưa chiếc hộp, tay phải cầm tay Diễm, Lee thì thầm:

- *Please marry me. I love you.*

Nhìn sâu vào mắt Lee, hai dòng lệ lăn tròn trên má lúc nào mà Diễm không biết. Cũng như Lee, Diễm đã tưởng trái tim mình sẽ vĩnh viễn nguội lạnh không bao giờ yêu trở lại thế nhưng Lee đã mang một phép nhiệm mầu nung cháy nó một lần nữa từ ngày Diễm gặp Lee. Nắm chặt lấy tay Lee, Diễm thều thào:

- *Yes. I love you, too.*

Bây giờ thì đến lượt Lee bật khóc. Lee khóc khi nghĩ đến từ giờ trở đi hai đứa lúc nào cũng bên nhau, không còn người nào ở nhà người đó. Lee khóc vì không muốn Diễm đi làm cực nhọc nữa, chỉ ở nhà hưởng thụ sung sướng -Lee đủ sức cung ứng cho Diễm-, để bù lại cho đời sống truân chuyên không hạnh phúc của cuộc hôn nhân đầu.

Đã đến giờ đi làm trở lại. Lee chở Diễm vào sở rồi lái xe về nhà, hẹn gặp lại tối nay với một buổi ăn tình tự *candle light dinner*.

Diễm trở lại sở làm mà đầu óc lâng lâng như người đi trên mây, chỉ mong cho sớm đến giờ về để đi Malibu Beach tối nay với Lee.

3 giờ 15 phút, chuông điện thoại tay của Diễm reo vang, Lee gọi.

NGUYỄN TÀI NGỌC

- *Hello. Lee đó hả? Diễm đây.*

- *Hi Diễm.* Tiếng Lee có vẻ thật nặng nhọc từ đầu dây bên kia làm Diễm lo ngại.

- *Lee có OK không, mệt hả?*

- *Anh... thấy khó thở quá. Nãy giờ ngồi ở bàn làm việc trên computer không sao hết nhưng bỗng dưng mới đây ngực đau nhói, thở không được....*

- *Đau cỡ nào?* Diễm hỏi lo ngại.

- *Đau lắm, không thở được, như có một khối sắt đè lên tim anh. Mắt anh nhìn không thấy rõ nữa. Diễm đến đây chở anh đi nhà thương....*
- *No!* Diễm hét lớn. *Anh gọi cứu thương 911. Diễm sẽ đến bây giờ nhưng đừng đợi Diễm. Anh ráng thức tỉnh, gọi 911 ngay bây giờ đi!*

- *Đau quá. Anh không còn cảm thấy tay chân gì hết...* Tiếng Lee nhỏ dần.

Diễm hét lớn:

- *No! No! Nghe em nè, đừng bỏ máy! Đừng bỏ máy! Nói chuyện với em đi!*

....

Diễm nghe tiếng điện thoại rớt xuống đất rồi không còn nghe Lee nói nữa. Kinh hoàng đến tột độ, Diễm gọi 911, cho họ biết số nhà của Lee, nói bạn đồng sự mình phải về nhà gấp rồi hớt hải lái xe đến nhà Lee.

Nhà Lee ở Pasadena. Sở làm của Diễm ở Monterey Park, lái xe 20 phút thì đến. Diễm lái như bay, không còn để ý đến sự vật chung quanh mình. Đầu óc Diễm quay như chong chóng. Lee bị gì mà sao bất tỉnh, không nói chuyện được gì với Diễm?

Quẹo khúc cua con đường vào nhà Lee, Diễm đã thấy hai xe cứu thương, một xe cảnh sát và vài người láng giềng trước nhà. Người cảnh sát chặn Diễm lại, không cho Diễm vào. Diễm khóc nức nở, giải thích:

- *Tôi là bạn gái của anh chủ nhà! Tôi là người gọi 911!*

Bước qua cửa, Diễm đã thấy hãi hùng bất ổn: ống khóa cửa vỡ toang. Xe cứu thương đến nhà Lee trước Diễm, không có chìa khóa nên họ phá cửa tông vào. Vào nhà thì họ thấy Lee ngồi gục trên ghế, bất tỉnh. Họ cố làm hô hấp nhân tạo và dùng máy chấn động phục hồi tim (defibrillator) nhưng vẫn không phục hồi được Lee. Theo họ, Lee bị đột quỵ -stroke-, nhồi máu cơ tim, nhưng vì không có ai ở bên Lee nên chữa không kịp. Lee đã mất, không thể nào cứu sống được nữa. Họ đã để Lee lên băng-ca đẩy di chuyển ra xe.

Diễm leo lên xe cứu thương cùng với xác của Lee chạy đến nhà thương mà người không còn hồn vía. Trên đường đến nhà thương, Diễm ôm Lee khóc ngất, hy vọng rằng mình đang nằm ngủ trong một cơn ác mộng. Bao nhiêu ngày tháng Diễm chần chừ không chịu lấy Lee làm cho Lee buồn rầu để rồi đến hôm nay, khi nhận thức chín chắn Lee đúng là người mình muốn là người bạn đời, Diễm nhận lời, thì có thể vì sự chấn động quá vui mừng mà Lee bị nhồi máu cơ tim từ một cơ thể đã suy yếu mà Diễm, và chính cả Lee, không ai biết trước.

NGUYỄN TÀI NGỌC

Đến nhà thương, cảnh sát và nhân viên tưởng Diễm là vợ của Lee vì họ muốn biết chi tiết gia đình, tên tuổi và bảo hiểm, nhưng Diễm lắc đầu không biết, nói với họ Diễm chỉ là bạn gái. Ngay cả điện thoại của người chú ruột duy nhất của Lee Diễm cũng không biết vì chưa bao giờ gặp. Thế nhưng Diễm nhớ có tấm danh thiếp kinh doanh của sở Lee nên đưa cho họ, và họ đã liên lạc được với con gái và người chú của Lee ở San Francisco. Ông ta bay xuống Los Angeles ngay tối hôm ấy.

Hôm đám tang đưa tiễn Lee vĩnh viễn sang thế giới bên kia, Diễm đứng ở xa xa vì nhận thức là đối với gia đình Lee, Diễm chỉ là một người bạn đến dự đám tang như những những người bạn khác của Lee. Vì họ không biết nên đối với họ sự liên hệ giữa Lee và Diễm xa vời chứ không phải là thân như ruột thịt, như hai người sắp sửa lấy nhau thành vợ chồng. Có khóc đến đâu Diễm cũng không thể nào thay đổi sự suy nghĩ của họ, mà thật sự thì cái suy nghĩ đó đúng chứ không sai: Lee và Diễm bây giờ đã hoàn toàn xa vời, cách biệt.

Ít nhất Lee ra đi trong hạnh phúc đã tìm được một tình yêu mới, dù rằng ngắn hạn. Trường hợp của Diễm thì Thượng Đế quá khe khắt, không được hạnh phúc ở cuộc hôn nhân thứ nhất, và bây giờ tưởng được hạnh phúc thì lại bị vuột mất cuộc hôn nhân thứ nhì. Đời sống đầy thử thách, Diễm chấp nhận điều đó. Điều mà Diễm không chấp nhận là tại sao sự bất hạnh không xẩy đến đồng đều cho khắp mọi người mà lại dồn dập xẩy đến những người hiền lành như Diễm, như Lee.

Sự trầm tĩnh trong người Diễm lúc đánh poker không hiểu sao bây giờ biến đâu mất. Trong khi quan tài Lee dần dần hạ xuống lòng đất, Diễm oà lên khóc nức nở, thét to trong thinh không: *"Anh Lee! Anh Lee! Tại sao? Tại sao anh bỏ em? Tại sao trời nhẫn tâm cho chúng ta không cùng duyên số?"*

Diễm ở lại phần mộ với Lee đến tối, nghĩa địa gần đóng cửa, khóc đến sưng cả hai mắt mà vẫn không tìm được câu trả lời.

(Tháng 6, 2011)

Một Thoáng
Suy Tư

9 giờ sáng mà trời đã nóng như thiêu đốt. Chung quanh vắng lặng không một bóng người. Thật là quái lạ vì đây là một cảnh trí không thể nào xẩy ra ở SàiGòn khi đường xá, người ngợm lúc nào cũng đông như mắc cửi, nhất là tôi đang ở một trong những nơi đông đúc nhất: Viện Hóa Đạo ở đường Trần Quốc Toản. Tôi đã ở bên trong khuôn viên, bên trái là ngôi chùa, bên phải là một hai gian nhà lụp sụp. Ngày xưa khi tôi đến chỗ này thì đã thấy sư sãi đi ra vào, người làm việc này, kẻ làm việc khác, ấy thế mà sao bây giờ tôi lại chẳng thấy ai. Đi vào một tí nữa là một con đường đá nhỏ, với cánh đồng hai bên. Gọi nó là "cánh đồng" vì ngày xưa khi học Trung học nó trông quá lớn đối với tôi, bây giờ nhìn thì chỉ là một một miếng đất nhỏ đầy cỏ dại. Xưa tôi có cảm tưởng cỏ cao đến đầu người, bây giờ nhìn chỉ đến đầu gối là cao lắm. Kế bên cánh đồng bên phải là một hồ nước khá to, vẫn còn đó, nước xanh rì với bèo nổi lềnh bềnh trên mặt nước.

Cuối con đường là một tiền đường rộng lớn, mái tôn cũ kỹ. Cây cối trồng chung quanh che kín mít bốn bên, lá phủ đầy trên mái nhà. Tiền đường này không có tường bao bọc ba bên, cột trụ chống mái nhà xếp hàng ngay ngắn cách nhau bốn thước.

Không khí tĩnh mịch, gió hây hây thổi khô dần mồ hôi trên áo, tôi bước vào giữa bên trong gọi lớn:

- *Hello....Có ai ở đây không?*

Tôi từ Mỹ về hôm kia. Ngày hôm qua tôi ghé lại khu xóm cũ tìm đến nhà một người bạn cũ là Hải nhưng nhà anh ta đã bán, dọn đi đâu làng xóm không ai biết tung tích. Ngày xưa lúc tôi 14 tuổi, Hải là người rủ tôi vào Viện Hóa Đạo học võ Taekwondo. Nhà chúng tôi ở Bàn Cờ, Viện Hóa Đạo là địa điểm học Taekwondo gần nhà nhất. Nếu Hải không rủ thì không thể nào tôi biết được trong Viện Hóa Đạo lại có trường dạy võ. Trường dạy nằm trong tận cùng của khuôn viên, mỗi lần đi học võ, đạp xe đạp lọc cọc qua ngôi chùa, qua những ông sư, chú tiểu đi qua lại trong sân rồi mới đến trường. Chung quanh sân dạy võ là cánh đồng và hồ nước, thành thử cảm tưởng của võ sinh không thua gì học võ trong chùa Thiếu Lâm Tự của những phim kiếm hiệp Trung Hoa. Ông cai quản võ đường này tên là Tòng, đai đen đệ tứ đẳng. Người ông tròn trịa, nhìn tướng đi hai hàng của ông ta từ xa một người sẽ biết ngay là cao thủ võ lâm taekwondo: ông tập đá nhiều quá nên hai háng tách rời như Nam và Bắc Việt Nam.

Tôi học võ chỉ để tiêu khiển thì giờ vì dáng vóc thư sinh của tôi không thể nào phù hợp với màn đấm đá. Nhưng Hải thì khác. Hải vai u thịt bắp, tướng cô hồn các đảng, đánh nhau chỉ cần hét lên một tiếng là đối phương đã khiếp đảm, huống chi nghĩ đến chuyện nhào vào xáp lá cà. Hải học trước tôi hai năm, mỗi cú đấm hay cú đá của Hải mạnh như búa bổ đầu người, đứa nào không khéo đỡ, chẳng may lãnh một chưởng vào thân thể thì khỏi cần nghĩ đến việc nằm ngủ với vợ trong mười tháng tới.

Lúc thi đai nâu, ngoài đi đường quyền và giao chiến với thí sinh mình không biết trước, mỗi người còn phải đấm vỡ một cục gạch đỏ. Ai nấy mang theo gạch từ nhà nên đứa nào đứa nấy cả ngày trước ngâm gạch cho mềm để khi đi thi, đấm thì gạch dễ vỡ. Hải thì không. Gạch có nung đỏ cho cứng, hay hai, ba cục chồng lên anh ta đấm cũng vỡ như thường. Hải có một cú đá cầu vòng liên cước không thằng nào đỡ nổi. Bắt đầu với chân phải trước đá cầu vòng hướng về bên trái, chân vừa hạ xuống, xoay người, chân trái đá ngược vòng ra phía trước rồi cứ thế tiếp tục hai chân tái diễn cùng kiểu đá. Hải đá liên tiếp xoáy như bông vụ, đà tiến không lùi, một khi bắt đầu thì như xe lửa trờ tới, chỉ có thằng nào ngu mới đứng trời trồng lãnh thẹo nên đứa nào đứa nấy phải lùi ra xa. Tôi chưa bao giờ bị Hải đá, nhưng khi tập võ trong giờ giao chiến, có một bận tôi đã có kinh nghiệm bị một người khác đá ngay giữa ngực. Đau thấu trời xanh thì không nói gì rồi, nhưng trong rất nhiều giây tôi không thể nào mở mồm nói, một cảm giác kinh hoàng vì tôi tưởng đã bị câm không bao giờ nói được nữa.

- *Hello... Có ai ở nhà không? Hello...*

Không thấy ai trả lời, tôi lại hỏi một lần nữa. Lần này thì chưa dứt câu, một người trong võ phục trắng, mang đai đen từ đằng sau bước ra:

- *Hỏi ai vậy mày? Phải mày là Ngọc không?*

Tôi nhìn người vừa mới trả lời câu hỏi của tôi. Đúng là Hải rồi, nhưng sao hắn ta trẻ quá, nhìn giống như ngày xưa khi đi học, không mấy thay đổi, khác với bao những người khác tôi gặp lại sau nhiều năm xa cách.

- *Ừ tao nè. Tao ghé vào nhà tìm mày nhưng người ta nói nhà mày bán rồi, không ai biết mày ở đâu.*

- *Mày là thằng vong ân bội nghĩa, đi Mỹ được rồi là*

bỏ quên luôn anh em, không thăm viếng.

Ngạc nhiên vừa mới gặp Hải đã trách, tôi lên tiếng:

- *Hôm qua tao đến nhà thăm, không tìm ra mày nên hôm nay tao mới lặn lội đến đây.*

- *Thôi mày ơi, những hạng người quên bạn bè như mày tao không thèm chơi, cần dạy một bài học cho mày biết mùi....*

Vừa nói dứt câu, Hải đã xông tới phùng mang trợn mắt với ý định đánh tôi. Bất ngờ vì hành động hung hãn của Hải, tôi lùi dần:

- *Ê! Có gì thì nói chuyện bình thường, mình lớn rồi, đâu phải là con nít mà tính chuyện đấm đá.*

- *Nói với mày thì cũng như không, chỉ lãnh thoi vào mặt thì mày mới hiểu.*

Và với câu nói sau cùng, Hải tung quyền đấm đá tôi tới tấp. Tôi hoảng hốt vừa đỡ vừa lùi, nhưng chốc lát không thể nào lùi được nữa vì đã bị dồn vào góc tường. Chưa kịp lấy lại bình tĩnh thì Hải đã bắt đầu món liên cước độc chiêu. Tôi tránh được ngọn đá thứ nhất nhưng cú đá quẹt ngược người thứ hai của Hải làm tôi lãnh đủ ngay giữa ngực. Đau thấu trời đất, tắt cả tiếng nói, chưa bao giờ tim tôi đau nhức khủng khiếp như vậy, tôi ngã lăn ra bất tỉnh......

----

174   NGUYỄN TÀI NGỌC

Mở mắt ra nhìn, tôi ngạc nhiên vì đang nằm ở một nơi không phải là võ đường dạy võ ở Viện Hóa Đạo, mà là trong một hộp gỗ. Trông lên trần nhà, tôi biết ngay là mình đang ở Mỹ, không phải ở Việt Nam. Có tiếng khóc thút thít của một người đàn bà, lắng nghe kỹ tôi mới biết đó là tiếng của vợ tôi, nàng đang nói chuyện với một người nào:

- Chuyện xảy ra đột ngột quá chị ơi, không ai ngờ hết. Sáng Thứ Bảy nào em cũng đi bộ với cô bạn láng giềng, chồng cô ấy thì đi đánh tennis với anh Ngọc. Ảnh đánh tennis sớm hơn tụi em, 6:30 sáng đã đi rồi, trong khi 7:30 tụi em mới đi. Em đi chưa hết nửa đường thì chồng cô ấy gọi, nói là đánh vừa xong hết hai sets, anh Ngọc ngồi xuống ghế uống nước thì thình lình ngã ra bất tỉnh. Ảnh lay anh Ngọc mà anh Ngọc không dậy nên gọi 911 rồi gọi em. Xe cứu thương tới chở anh Ngọc đi nhà thương. Khi em đến thì họ nói là không cứu anh Ngọc được nữa vì anh bị nhồi máu cơ tim, đã chết ở ngay trên sân tennis rồi. Anh ấy khỏe lắm, thể thao tối ngày, hàng năm vẫn đi bác sĩ khám tổng quát không bị gì, không phải uống thuốc gì hết mà bỗng dưng bị heart attack thì thật là chuyện bất ngờ em không đời nào nghĩ đến.....

Nói xong thì vợ tôi òa lên khóc.

À ra thế. Cú đá của Hải vào ngực làm tôi lăn ra bất tỉnh chỉ là chuyện tưởng tượng trong đầu óc vì tôi bị *heart attack* ở bên Mỹ. Hèn gì trong giấc mơ tôi thấy lạ vì Hải trông trẻ quá, và Viện Hóa Đạo không một bóng người, khu đất vẫn còn rộng rãi. Sự thật thì bây giờ Viện Hóa Đạo chỉ còn lại một tí, phần lớn khuôn viên đã đổi thành khu giải trí sầm uất và khách sạn Kỳ Hòa ở trên đường 3 tháng 10.

Bây giờ thì tôi nhớ ra hôm chơi tennis đó. Hùng, bạn đánh tennis với tôi trẻ hơn tôi tám tuổi nên mấy tháng gần đây tuần nào chơi tôi cũng thua. Không những chỉ thua thường mà thua đậm. Hôm đó Hùng thắng 6-0, 6-0, tôi tức *trào máu họng* nên bị heart attack chết mà tôi không biết. Chết thế mà hay, chơi tennis cứ thua mãi thì còn mặt mũi nào nữa. Tôi đã hơn 50, sống cũng quá đủ rồi.

Thay vì ở trong cơn mộng ảo về Viện Hóa Đạo tìm lại anh bạn cũ, tôi đã thăng thiên bên Mỹ, hiện thời nằm trong quan tài buồn ngó dáo dác lên trần nhà.

Tôi đã dặn vợ khi tôi chết thì thiêu ngay lập tức, đừng tổ chức lễ an táng hay gọi ông Bảy Thầy Chùa đến làm gì, thế mà nàng không nghe lời tôi vì hôm nay hiển nhiên là nàng tổ chức đám tang của tôi. Cái mình dặn không làm thì nàng lại làm, cái mình dặn theo kiểu Bắc Kỳ khách sáo đừng làm thì nàng lại không làm thật! Tôi dặn là cứ mua cái quan tài rẻ tiền nhất, nàng mua cái quan tài rẻ tiền thật, thế có chết không chứ! Ván hòm trông như là gỗ mạt cưa, chẳng phải là gỗ lim đắt tiền. Thế thì còn gì là mặt mũi tôi khi quan khách đến thăm viếng. Ai cũng sẽ rù-rì bảo nhau: *"Tội cho cái ông Ngọc, không biết sống như thế nào nhưng chết thì nghèo rớt mồng tơi, phải nằm trong quan tài làm bằng mạt cưa!"* Tôi bảo nàng theo kiểu Bắc Kỳ khách sáo tôi là người xuề xoà về cách ăn diện; bây giờ chết đi nàng cho tôi xuề xòa thật, chỉ mặc cho cái quần đùi và cái áo thun T-Shirt! Lương tôi có phải nào là nghèo khó chật vật gì đâu mà nàng không dám bỏ tiền mua cái hòm cao cấp, hay may cho tôi một bộ quần áo vest xịn mặc khi chết mà lại cho tôi mặc cái áo T-Shirt ba đô-la Việt-kiều-mang-về-Việt-Nam-cho-sẽ-bị-chổi-phang-lên-đầu như thế này? Đám cưới tôi không có limousine chẳng sao vì lúc ấy nghèo, sau này đi làm gây dựng sự nghiệp mình muốn đi limousine thì dễ thôi, thế nhưng đám ma thì là *point final* rồi, đâu còn đời sau gì nữa mà nàng lại nhẫn tâm cho tôi mặc quần xà-loỏn với áo thun trắng như thế?

Bạn bè, người nhà thân thuộc ai cũng biết tôi đã nói là nếu tôi chết thì đừng gửi hoa làm gì cho tốn tiền nên đám ma của tôi chẳng thấy ai gửi hoa phúng điếu. Chung quanh chỗ tôi nằm không thấy một vòng hoa làm tôi cũng hơi … quê. À, không, ở góc tường bên phải có mỗi một vòng hoa duy nhất. Để tôi đọc xem ai gửi: *"Anh Ngọc, Thượng lộ bình an – MCDD"* MCDD là chữ viết tắt của Mấy Cô Dữ Dữ, nhóm bạn Regina Pacis của vợ tôi. Đọc xong mà tôi thật cảm động. Mấy Cô Dữ Dữ thật sành tâm lý, biết tôi là Bắc Kỳ nói không là có, nói có là không nên họ đã mua hoa gửi đến. Một vòng hoa này có ý nghĩa hơn là cả nghìn vòng hoa thiên hạ gởi đến Michael Jackson. Michael Jackson làm gì được Mấy Cô Dữ Dữ gửi vòng hoa chia buồn ngày đi tầu bay giấy đâu? Mấy Cô Dữ Dữ chỉ gửi đến cho tôi thôi!

Chương trình bắt đầu 11 giờ. Đã 11 giờ hai phút mà phòng tang lễ nhỏ xíu chỉ đầy có phân nửa, chứng tỏ là khi còn sống tôi không được nhiều người thích cho lắm. Khác với đám cưới Việt Nam mời 6 giờ, 8 giờ mới bắt đầu buổi lễ vì khách đến luôn luôn trễ, một Chấp sự trong nhà thờ đến microphone bắt đầu buổi lễ. Tại sao đám tang Việt Nam ở hải ngoại bắt đầu đúng giờ mà đám cưới dân An Nam Mít lại cho khách ngồi đợi một, hai tiếng dài cả mõm? Vì có thể có một đám tang kế tiếp, hoặc nhân viên nhà quàn đợi sẵn, có giờ giấc hẳn hòi để làm nhiệm vụ của họ, chẳng hạn như 11 giờ bắt đầu thì nhân viên, máy móc đợi sẵn để 12:30 hạ huyệt, lấp đất. Trễ bao nhiêu giờ thì họ tính tiền bấy nhiêu, và tiền mình phải trả nhất định là không rẻ. Tôi nghĩ khách đi dự đám cưới Việt Nam nên theo kiểu đó. Trễ bao nhiêu thì mình trừ tiền cho đám cưới bằng ấy. Hai vợ chồng một giờ/ 40 đô-la, hai người là $80. Trễ hai giờ thì trừ $80 x 2 = $160. Nếu mình định cho $200 thì chỉ cho $200-$160 = $40. Nếu mình định cho $100 thì $100-$160 = -$60. Nói với cô dâu chú rể họ còn thiếu mình $60 đô-la. Viết rõ lý do bỏ vào phong thư. Nếu ai cũng làm như vậy, lời đồn một lúc sẽ đến tất cả mọi người. Đám cưới bảo đảm sẽ tổ chức đúng giờ, không thì cô dâu chú rể sẽ gồng mình trả nợ đám cưới không có tiền phụ trội của khách giúp.

Ca đoàn của Hội Thánh lên hát, không phải bài "Tôi đưa anh sang sông" của Nhật Ngân, nhưng là bài Thánh ca "Xin anh đi luôn đừng trở lại". Hội Thánh Tin Lành Việt Nam nào cũng thế, và nhà thờ của tôi cũng không nằm trong trường hợp ngoại lệ: ca sĩ gia nhập ca đoàn khi còn trẻ đẹp hai mươi tuổi. Năm mươi năm sau những ca sĩ thượng hạng này không từ bỏ ca đoàn, cứ như là Quốc Hội của bất cứ quốc gia nào trên thế giới: một khi ai đã thành dân biểu rồi thì sẽ mọc rễ, không bao giờ từ chức.

Có một bà cụ năm mươi năm trước tôi nghe hát trật tông, bây giờ hát tông vẫn trật. Mỗi năm hát nhạc Giáng sinh cụ nhất quyết theo ca đoàn tập dợt chín tháng 10 ngày. Giọng cụ to mà lại hát cao lên thấp xuống theo ý muốn của mình nên không ca sĩ nào dám đứng gần cụ hết vì sợ bị hát theo sai. Nhà thờ đã ít người mà ai cũng muốn làm ca sĩ nên khi ca đoàn lên hát thì không còn người nào ngồi ở dưới nghe.

Tôi chỉ dám phê bình xây dựng có mỗi một điều ấy thôi, còn không thì tôi rất thán phục các ca sĩ trong ca đoàn vì có cả năm trăm bài Thánh ca mà ai nấy mở sách ra cũng đều biết hát. Chả bù cho tôi khi mới làm Trưởng ban Thanh niên, tôi chỉ biết điệu hát chừng ba bài, mà trong ba bài ấy thì có một bài tôi hát được nhất vì biết rõ tông điệu.Tuần nào thanh niên cũng nhóm họp lại học Kinh Thánh. Hai, ba người luân phiên thay nhau hướng dẫn. Chương trình luôn luôn bắt đầu bằng hát Thánh ca. Người hướng dẫn chỉ định bài hát và phải hát to lên để những người không biết hát hát theo. Hai người khác chọn đủ thứ bài Thánh ca khác nhau khi họ hướng dẫn nhưng đến phiên tôi thì trăm lần như một, tôi bảo các bạn mở Thánh ca hát chỉ có mỗi một bài tủ của tôi là bài *Tại Chốn Trận Tiền*:

Đời tôi nay đã tình nguyện ký tên gia nhập thập tự đoàn, Dù giao chiến còn trường kỳ, dù tranh đấu gay go, nguy nàn;

Mặc áo giáp nịt gọn gàng, tuốt gươm thần thắng tiến, quyết chiến. Nếu anh tìm, ắt sẽ thấy tôi tại chốn trận tiền.

(Điệp khúc)

Tiếng chân rầm rập quân ta mạnh mẽ vô cùng, xua đối phương tan rồi, vang khúc thắng oai hùng;

Tiếng chân rầm rập quân ta mạnh mẽ vô cùng, trỗi khúc thắng ca nơi tận chung.

Vinh diệu thay tên tôi, thuộc hàng quân thánh đây! Giê-Hô-Va vạn năng giúp tôi mạnh mẽ đây!

Vinh diệu thay tên tôi liệt vào quân lính chiến! Muốn kiếm tôi, anh phải xông pha vào chốn trận tiền.
....

Bài này tiếng Anh là *At the Battle's Front*, nhạc Mỹ điệu nhạc dồn dập, biến đổi nhanh chóng như sắp sửa xông vào trận, phù hợp với lời nhạc, khá hay, dễ hát.

Vợ tôi lên nói đôi dòng về tôi rồi anh Duy lên hát solo một *biệt Thánh ca*. Không biết có phải số tôi là số con rận hay không: tôi không đi nhà thờ, nhưng lâu lâu tôi đi nhà thờ một lần thì quả y như rằng hôm đó anh Duy lên bục hát một *biệt Thánh ca* cho tất cả con chiên nghe. Ca sĩ chính hiệu con nai vàng nổi tiếng ở ngoài đời bạn bè rủ tôi không còn đi nghe, ấy thế mà đi nhà thờ thì tôi bị tra tấn ngồi nghe ca sĩ karaoke hát. Hôm nay chết tôi cũng không thoát được bài hát cuối cùng của anh Duy, thế có đau không chứ! Nào ai thấu hiểu cái cực hình ghê gớm, đau khổ, chịu trận ngồi nghe anh Duy hát biệt Thánh ca: đây là một trong những lý do tôi thà xuống địa ngục còn hơn là đi nhà thờ.

Phần chính của tang lễ nào cũng là một ông Mục sư lên giảng một bài giảng. Tôi nằm lâu sốt ruột nên muốn ông Mục sư giảng ngắn gọn cho nhanh. Nhiều ông giảng lâu quá, tuần nào cũng là một bộ kiếm hiệp Kim Dung Thiên Long bát bộ, người nghe chưa được Chúa cứu rỗi linh hồn thì đã ngã lăn đùng ra chết vì ngồi lâu quá mệt mỏi. Rất hiếm người có tài ăn nói trước công chúng như Tổng Thống Ronald Reagan. Cử tọa thích nghe vì ông có đầu óc khôi hài, nghe không buồn ngủ. Tôi đã định nghiên cứu để phát minh ra một cái *microphone* có *sensor*: khi phát hiện được cử tọa bắt đầu ngáy khò khò thì nó tự động tắt, người đang nói có nói bao nhiêu cũng chẳng ai nghe hết. Bảo đảm tất cả bài giảng sẽ dài không quá mười phút, và tuổi thọ của con chiên sẽ tăng thêm ba năm.

Bài ông Mục sư giảng thì cũng nói chung chung, chẳng phật ý ai (chủ yếu là không phật ý người sống - con chiên- còn đi nhà thờ, chứ tôi thì chết ngắt, có phật ý cũng chẳng sao): tôi là người hiền lành (sự thật thì trái ngược), tôi đã sung sướng về gặp Chúa (không, tôi còn muốn sống ở trần gian, chỉ vì bực mình thua ván tennis mà tôi lên máu chết), và mỗi người chúng ta rồi cũng sẽ lên thiên đàng gặp Chúa (gặp ở nơi nào, Lò heo Chánh Hưng, SàiGòn, Việt Nam, hay Niagara Falls, Buffalo, New York thì không nói rõ).

Lễ lộc xong hết, quan khách đến xem mặt tôi một lần cuối cùng trước khi tôi vĩnh viễn ra đi. Tôi nhận ra ông Kiệt mặt lúc nào cũng xanh như tầu lá, ra vào bệnh viện tối ngày. Mấy lần gặp ông ta ở nhà thờ, tôi chắc chắn là ông ta sẽ chết nay mai, thế mà tôi lại đi trước ông ấy, thật không công bằng một tí nào! Đây là một huyền bí của đời sống mà nhất định khi gặp Chúa tôi sẽ chất vấn để tìm hiểu nguyên do.

Bà Phan, tôi không gặp đã lâu lắm, lên thì thầm:

- Thầy Ngọc an nghỉ nơi nước Chúa. Ngày nào tui còn gặp mà bây giờ Thầy đã đi rồi. Lâu quá tui hổng thấy Thầy đi nhà thờ. Thầy còn nhớ ngày sinh nhật ông nhà tui 75 tuổi, Thầy viết một bài thơ vui cho ổng không? Ổng để bài thơ ở đầu giường, thỉnh thoảng tối trước khi đi ngủ ổng lấy ra đọc cho tui nghe, ông với tui cười hoài. Tụi tui nhớ Thầy hết sức vậy đó. Bây giờ thì hy vọng là Thầy với ổng sẽ gặp nhau trong nước Chúa. Thôi tui đi nghe Thầy.

Ông Phan mất cách đây đã một năm. Trước đó, tôi thỉnh thoảng làm thơ chọc ghẹo mọi người, già trẻ lớn bé. Không ngờ chỉ có một bài thơ của tôi ông đọc mãi mà nó... giết ông ấy. Giời ơi, thơ tôi đọc một lần là đã rởn da gà, ông Phan đọc mỗi tối trước khi đi ngủ thảo nào nó giết ông ấy lần mòn cũng phải. May là cả hai vợ chồng không báo cảnh sát chứ không thì tôi đã mang tội ngộ sát, dùng thơ văn để giết người.

Ông Huỳnh chia buồn với vợ tôi, rồi nói lẩm bẩm cho tôi nghe:

- *Lâu quá không thấy Thầy Ngọc đi nhà thờ...*

Câu này tôi nghe rất nhiều người hỏi nên lần nào có người hỏi, tôi đã chuẩn bị sẵn câu trả lời:

- *Dạ, mấy năm nay tôi đã đổi đi chùa, sắp sửa được phong lên chức Thượng Tọa Thích Ở Nhà.*

Một gương mặt quen thuộc rất vui tính, mang niềm vui đến mọi người, Thu Hương ở Texas, bạn Regina Pacis của Loan, đến nhìn thẳng vào tôi:

- *Hương thật là thất vọng nơi anh, anh Ngọc. Anh hứa là sẽ mặc quần tắm Speedo khi chết mà sao Hương không thấy?*

Hương nói làm tôi sực nhớ cách đây ba, bốn năm đi dự đám tang của một người bạn, tôi và Thu Hương đã thề non sông là khi chết, tôi sẽ mặc quần tắm Speedo và Thu Hương sẽ mặc bikini. Tôi nhớ rõ là vợ tôi cùng các cô bạn Regina Pacis khác đều có nghe cuộc đàm thoại này mà sao vợ tôi lại không mặc quần tắm Speedo cho tôi? Hay là nàng ghen tương những cụ bà 90 tuổi sẽ thấy thi hài tôi trong mảnh quần tắm hấp dẫn?

Ngày xưa mới lấy nhau trong một vài năm đầu, vợ tôi và vài người khuyến khích tôi đi học làm Mục sư. Dĩ nhiên là tôi đâu có ngu dại gì gặp cô nào xinh đẹp mà không khen tặng, nên làm Mục sư là chuyện tôi không bao giờ nghĩ đến. Bây giờ nằm chèo queo nghe ông Mục sư giảng tôi mới biết rõ lý do tại sao tôi không muốn soạn bài mỗi Chủ Nhật một lần: tôi không thể nào giảng khách sáo cho con chiên nghe được. Tôi mà là mục sư được mời đến giảng tang lễ của tôi thì tôi sẽ nói thẳng sự thật, ngắn gọn trong vài phút để mọi người còn kịp thì giờ đi ăn trưa ở nhà hàng Việt Nam đang quảng cáo đại hạ giá bớt 60% giá một tô phở (chỉ có bánh phở, khách muốn thịt thì tính tiền riêng hai đô-la một miếng): Tôi chết thật là đáng đời vì tính tình tôi khó chịu, Chúa cho tôi đi sớm để khỏi làm phiền lòng người khác đang cần sự yên lặng nghỉ ngơi. Người nào cà-chớn như tôi thì Chúa cho hui nhị tỳ sớm nên hãy xem gương của tôi mà nên sửa đổi ngay từ bây giờ.

Dĩ nhiên là sẽ có những người tôi khuyên răn đến đâu cũng vô ích vì họ không bao giờ chịu sửa đổi cuộc sống. Chúa sẽ cho họ đi chuyến xe lửa tốc hành xuống địa ngục một lèo không xì-tốp, không thương tiếc: những người khi đi dự tang lễ chuyên môn đến trễ giờ.

(Tháng 8, 2011)

Trồng "Cỏ"
Làm Giàu Ở Canada

Ở Canada và ở Mỹ có hai nghề phần đông đại đa số nhân công là người Việt Nam, người nước ngoài khó chen chân vào. Cả hai giống nhau ở những điểm:

1. Không cần có học thức cao.

2. Không cần biết nói hay hiểu tiếng Anh nhiều. Phát âm bập bẹ "Hao a-rờ dzu?" hay "Ai dzớt kêm tu Dzù-Nai-Tích-Tết ờ phiu dzưa ờ gô" (I just came to the Unites States a few years ago) là đủ trình độ đi làm.

3. Chủ luôn luôn là người Việt.

4. Không nộp thuế cho chính phủ.

5. Chỉ cần làm trong một thời ngắn là tài chính được dồi dào, có thể mua xe Lexus hay Mercedes, không như những người học đại học, ra trường tìm đỏ mắt không ra việc mà còn phải trả tiền nợ mượn khi đi học, nghèo xác bấc xang bang.

6. Giờ làm tùy hỷ, không nhất định.

7. Chủ trả tiền mặt.

8. Chủ không mua cho bảo hiểm y tế.

9. Có thể ngửi hóa chất hại cho cơ thể.

10. Làm việc trong nhà có máy lạnh.

11. Khi làm việc nghe nhạc Sến Đàm Vĩnh Hưng 24/24 thoải mái, chủ không than phiền.

Và những điểm cách biệt:

1. Ở Mỹ làm việc trong sung sướng, danh chính ngôn thuận, tiếp xúc với nhiều khách; ở Canada làm việc trong âu lo, sống chui sống nhủi, không muốn gặp ai.

2. Phần đông nhân công ở Mỹ là người Việt ngày xưa sống trong thời Việt Nam Cộng Hòa, trong khi ở Canada phần đông là người miền Bắc (sinh sống ở ngoài Bắc trước tháng 4-1975).

3. Ở Mỹ tuy giầu, nhưng không giầu kinh khiếp như ở Canada.

4. Ở Mỹ việc làm hợp pháp; ở Canada bất hợp pháp, bị cảnh sát bắt thì sẽ vào viếng thăm Khám Chí Hòa.

Hai nghề đó là: ở Mỹ, nghề làm nail, và ở Canada, nghề "trồng cỏ": trồng lậu cây cần-sa để bán.

Tờ báo Winnipeg Sun số ra ngày 9-tháng 8-2011 loan báo Cảnh Sát RCMP –Royal Canadian Mounted Police- vừa phát giác một khu trồng trọt quy mô gần 3000 cây cần-sa marijuana trị giá 2.9 triệu đô-la ở vùng đồng quê gần St. Amelie. Theo lời cảnh sát, những cây cần-sa này được trồng trong sáu nhà kính lớn (green house), với rất nhiều nhà kính khác đang trong tình trạng xây dựng dở dang. Ba người Việt Nam chủ miếng đất này, thường trú dân của bang British Columbia, đã bị cảnh sát bắt giữ.

Theo tài liệu thu nhặt của tờ báo Winnipeg Sun, phần đông những nơi trồng cần-sa là ở phía Bắc Winnipeg, nơi rừng cây trùng trùng điệp điệp, và 90% chủ nhà cửa đất đai của những người trồng cần-sa bị bang Manitoba thưa để tịch biên tài sản là người Việt Nam. 15 trong số 17 chủ nhà trồng cần-sa tịch biên là người Việt Nam. Một trong những người này là hội viên của một băng đảng gây tội ác, trồng cần-sa, chuyên chở và buôn bán với tổ chức quy mô và tinh xảo.

Đây không phải là một vấn đề nan giải chỉ riêng cho bang Winnipeg, mà cho toàn cõi Canada.

Đa số tội ác về trồng cây cần-sa, buôn bán thuốc phiện ở Canada là do người Việt Nam. Lý do nguyên thủy tại sao người Việt trồng cần-sa ở Canada cũng có chữ "Việt Nam": Chiến tranh Việt Nam. Vào thập niên 1960, chính phủ Hoa Kỳ bắt quân dịch gửi quân sang Việt Nam chiến đấu. Hơn 50,000 thanh niên bỏ Mỹ sang Canada sống để trốn tránh nghĩa vụ quân sự. Phần đông chọn nơi cư ngụ ở bang phía Tây Canada, British Columbia (có thành phố Vancouver) vì nơi đây có nhiều rừng núi và khí hậu mát mẻ hơn ở phía Đông. Những thanh niên này theo phong trào hippie nên họ có đời sống thác loạn, hút thuốc phiện là chuyện thông thường. Họ bắt đầu trồng cây cần-sa, đa số với mục đích dùng riêng cho cá nhân, hoặc nếu có bán thì chỉ bán cho đủ sống. Nhưng dần dần băng đảng "Hells Angels" bắt đầu tổ chức trồng trọt quy mô, làm hẳn kỹ nghệ sản xuất để bán lại cho thị trường tiêu thụ bên Mỹ.

Sau tháng Tư năm 1975, làn sóng tỵ nạn Việt Nam đầu tiên đến Canada. Họ ở trải khắp mọi nơi trên Canada, chủ yếu là những thành phố lớn như Vancouver, Toronto, Ottawa, Montreal, và Quebec. Những người Việt tỵ nạn này phần đông là thành phần có học, hoặc là dân buôn bán chăm chỉ cố gắng rồi thành công ở xứ người. Ottawa là thành phố tập trung nhiều kỹ nghệ tân tiến của Canada và có khá nhiều người Việt trẻ tuổi tốt nghiệp kỹ sư. Tờ báo Ottawa Citizen đã viết một bài ca tụng người Việt tỵ nạn đã đóng góp vào công việc nâng cao Canada.

Thành phố Vancouver thì lại khác. Rất nhiều người Bắc ở Hải Phòng vào cuối thập niên 1980 dùng thuyền sang Hồng-Kông lánh nạn. Những người Bắc này phần đông ít học thức, quá nghèo nên trốn đi. Họ rời Việt Nam vì lý do kinh tế, không như những người Nam Việt Nam rời bỏ quê hương vì lý do chính trị. Có một tin đồn, không biết đúng hay sai là chính phủ Cộng Sản Việt Nam nhân cơ hội này đẩy hết những tù nhân thuộc thành phần gian ác của xã hội ra khỏi Hải Phòng. Những người tỵ nạn từ Hải Phòng này cùng với những băng đảng đến trú ngụ ở Vancouver. Người ta không biết tại sao nhưng có thể đó là chính sách của chính phủ Canada trải rộng người Việt khắp nơi và chỉ vì một trùng hợp ngẫu nhiên mà những người này đến Vancouver. Không có kiến thức học vấn, ít nơi mướn làm việc, đời sống tài chính không ổn định, những người Việt vùng miền Bắc này và những băng đảng quay sang nghề kiếm tiền nhanh nhất: trồng cần-sa để bán.

Theo một bản tường trình năm 2000 của DEA (Drug Enforcement Agency) Hoa Kỳ, vào thập niên 1990, một loại thuốc phiện tên BC Bud ở Vancouver một pound (nửa ký) bán từ $1,500 đến $2,000, ở California bán $3,000, và New York bán $8000. Bán được lời rất nhiều tiền mà hình phạt hầu như không hiện hữu. Đối với luật pháp Canada, buôn bán marijuana chỉ là một tội nhẹ, bị phạt một số tiền và một án treo, chẳng ai bị bắt (ở British Columbia, chỉ có 10% người bị bắt về tội trồng cần-sa phải vào tù). Vì lý do này mà những băng đảng người miền Bắc trong một sớm một chiều chiêu dụ bao nhiêu người đồng hương nhảy vào nghề trồng cần-sa.

Băng đảng Hells Angels của Mỹ lúc bấy giờ chú trọng trồng cần-sa hàng loạt trong một nông trại ở ngoại ô. Một khi phát giác và bị tịch thu, chẳng những vốn bị mất nhiều mà khai thác trở lại cũng khó. Ngược lại, người Việt Nam đổi chiến thuật trồng cần-sa ở trong nhà ngay trong thành phố hay ở vùng lân cận thành phố để đánh lạc hướng cảnh sát. Làng xóm không nghi ngờ, mà cảnh sát cũng không nghĩ ra. Chẳng phút chốc người Việt quá thành công, và rồi vào thập niên 1990, hoàn toàn làm bá chủ việc trồng "cỏ".

Trồng cần-sa tiêu thụ số lượng điện nước rất lớn. Dùng điện nước trong nhà sẽ bị công ty Điện Nước phát giác nên người Việt Nam câu lậu điện, nước từ những nơi khác hoặc ở đèn đường. Đôi lúc họ sửa cả số đồng hồ. Có một ước lượng là mỗi nhà trồng cần-sa ăn cắp điện nước trị giá $15,000 đô-la một năm.

Cắt nối dây điện, sửa đổi công-tơ điện, tăng cường độ điện dùng, dùng thêm quạt máy…, tất cả làm tăng thêm nạn nguy hiểm cháy nhà, không những chỉ nhà trồng cần-sa, mà cho cả những nhà lân cận. Trong một vài thành phố, cứ mỗi một trong tám điện thoại cứu cấp gọi cảnh sát báo cháy nhà là do nhà trồng cần-sa gây ra hỏa hoạn.

Cây cần có không khí để sống nên thông thường họ đổi lại hệ thống thổi gió từ lò sưởi để không khí lưu chuyển khắp nhà. Hơi độc của các chất hóa học dùng cho cây tăng trưởng tích tụ ở trong nhà, hay phát ra bên ngoài, ảnh hưởng không khí của các nhà láng giềng. Áp xuất của hơi tích tụ có thể nổ tung, phá vỡ nhà bất cứ lúc nào.

Để đem một số lượng nước rất cao vào nhà tưới cây, họ thường làm một hệ thống nước đặc biệt ở dưới hầm nhà. Nước vào càng nhiều thì độ ẩm ướt càng cao nên họ phải đặt thêm ống thoát hơi ra ngoài, thông thường là đi ra lối trên nóc nhà. Đèn phải sáng suốt ngày đêm cho cây lớn, sức nóng làm nước ẩm trong đất quyện với những thuốc acid giết bọ trở thành hơi độc hại trong không khí, ảnh hưởng đến người trong nhà. Không khí ẩm ướt tạo ra mốc trong tường, gây độc hại cho người hít thở không khí.

Người Việt trồng cần-sa ở nhà mướn, và cả ở nhà họ mua. Để nhà trống không thì bị hàng xóm nghi ngờ nên họ mướn người Việt khác đến ở để hàng xóm khỏi dòm ngó. Những người được mướn này sẽ chăm sóc cho việc trồng cần-sa. Nếu bị cảnh sát phát giác thì chỉ có những người này bị bắt, chủ không bị hề hấn gì. Nhà trồng cần-sa như thế này ở Canada gọi là GROW OPS. Người Việt Nam mướn hay mua nhà để trồng cần-sa nhiều đến nỗi vào năm 2004, Hiệp Hội Buôn Bán Bất Động Sản Canada phải phát hành một quyển cẩm nang để huấn luyện nhân viên làm cách nào có thể phát hiện nhà đã dùng để trồng cần-sa hay để ý những người như thế nào có thể dùng nhà để trồng cần-sa khi hỏi mua hay mướn. Vào tháng 9 năm 2008, cảnh sát Canada khám phá một nông trại trần cần-sa nhiều nhất trong lịch sử Canada với hơn 40,000 cây cần-sa, trị giá bán ngoài thị trường tiêu thụ là $40 triệu đô-la. Chủ nông trại là một người Việt Nam, Việt Hà, mua nông trại này vào tháng 11 năm 2005 với giá là $190,000 đô-la.

Ở Mỹ trồng cần-sa là một trọng tội (felony) với án tù mười năm, trong khi ở Canada chỉ là một tội nhẹ. Ngay cả sau khi bị bắt và kết tội, chỉ có 10% bị đi tù nên đó là lý do dân Việt Nam ở Canada tranh nhau trồng cỏ, bán qua thị trường tiêu thụ bên Mỹ (85% cần-sa trồng ở British Columbia bán qua bên Mỹ).

Tiền thu vào quá nhiều -chỉ ở British Columbia tiền cần-sa bán thu vào là bảy tỷ đô-la -, nên càng thêm nhiều người Việt nhảy vào trồng cần-sa. Có nhiều gia đình thân nhân ở phân tán khắp nơi, người ở Canada, người ở Pháp, người ở Mỹ...nên sau khi khám phá môi trường thuận lợi giống Canada và có người tiêu thụ, người Việt trồng cần-sa nhanh chóng lan sang Anh Quốc.

Năm 2004 luật pháp Anh Quốc hạ thấp tội trạng cần-sa từ Cấp B xuống cấp C, có nghĩa là nếu một người bị bắt hút cần-sa với một số lượng ít thì sẽ không bị kết tội. Dân chúng lại nghĩ trái ngược là luật pháp thay đổi không bắt người hút cần-sa nữa nên số lượng trồng cần-sa một sớm một chiều tăng lên gấp bội. Ở London, vào năm 2003-2004, cảnh sát bắt 500 nhà trồng cần-sa, Năm 2005-2007, con số đó tăng lên gấp ba, 1,500. 75% những người trồng cần-sa ở London là người Việt Nam, nhiều đến nỗi mà Cảnh Sát của Sở Ngoại Kiều tháp tùng Cảnh Sát thành phố mỗi khi bố ráp.

Băng đảng hay người Việt trồng cần-sa ở Anh chiêu dụ trẻ con chăm sóc cây cối, nhà cửa, vì luật pháp Anh Quốc không khắt khe với con nít. Giống như Canada, trồng cần-sa ở Anh mang một số tiền lời khổng lồ. Họ ước lượng một nhà có thể mang vào $500,000 một năm.

Biến cố Sep-11-2001, và gần đây giá nhà bên Mỹ sụp so với Canada, thay đổi cục diện trồng cần-sa ở Canada. Để chống quân khủng bố xâm nhập vào nước Mỹ quá dễ dàng (vài không tặc ngày Sep-11 đã xâm nhập vào Mỹ qua đường bộ từ Canada), chính phủ Hoa Kỳ siết chặt kiểm soát an ninh ở vùng biên giới. Sự gia tăng tuần tiểu ở biên giới chống khủng bố này vô tình bắt nhiều dân buôn lậu bạch phiến từ Canada. Dân chuyên môn trồng cỏ ở Canada do đó thay đổi chiến thuật, di chuyển sang bên Mỹ: New Jersey, Seattle, San Francisco, Houston, và ngay cả vùng San Gabriel Valley phía Đông của Los Angeles.

Ở Seattle, người Việt Nam trồng cần-sa trong những tiệm bán cây cối trá hình. Họ tìm những người Việt Nam mua bán nhà cửa khác mượn tiền ngân hàng cho họ mua những miếng đất lớn ở vùng thôn quê để trồng marijuana với kế hoạch quy mô vĩ đại.

Vào tháng 3 năm ngoái, cảnh sát viên Thomas Lucasiewicz trong một đêm đi tuần ở thành phố Monrow Township, New Jersey ngửi thấy mùi cần-sa đốt khá nặng qua gió vào trong xe của mình. Nhìn chúng quanh không thấy ai hút, anh ta và người lính đồng hành dừng lại ở một căn nhà và gõ cửa. Khi có người ra mở cửa thì hai người khám phá một cảnh chưa từng thấy: hàng hàng lớp lớp chậu cần-sa trồng khắp nơi trong nhà. Dây điện chằng chịt trong nhà đốt cháy sáng 64 bóng đèn cho cây sống. Chủ nhà là Thu Nguyên, đàn bà, và hai người đàn ông khác, công dân Canada, bị bắt. Số lượng cây cần-sa trong nhà trị giá 10 triệu đô-la.

Trong vòng hai ngày kế tiếp, cảnh sát khám phá thêm năm căn nhà mướn trồng cần-sa, với 3,370 cây trị giá $400,000, hai người bị bắt giam. Cảnh sát New Jersey nói là kế hoạch trồng cần-sa này nhập cảng từ Canada. Tất cả những người này bị kết tội trồng cần-sa, oa trữ bạch phiến với mục đích phân phối bán -mỗi tội có thể mang án tù đến 20 năm-, và ăn cắp điện. Một người đã tẩu thoát, hai người đã bỏ trốn sang Thái Lan.

Tuy rằng một thống kê gần đây nhất cho thấy 51% dân Canada ủng hộ việc cho phép hút marijuana, Đảng Bảo Thủ The Conservative Party do Thủ Tướng Stephen Harper lãnh đạo trình bày nhiều dự án thay đổi luật pháp tăng án tù, và tích cực trong việc bố ráp và bắt giam những người trồng cần-sa. Chỉ có thời gian mới trả lời là phe nào sẽ thành công, chính phủ Stephen Harper, hay nhóm thiểu số người Việt Nam dùng đủ mọi thủ đoạn bất chính với mục đích duy nhất là kiếm ra tiền, làm tổn thương danh dự của bao nhiêu người Việt Nam khác trên thế giới.

(Tháng 9, 2011)

Tài liệu tham khảo:

http://www.winnipegsun.com/2011/08/17/viet-bong-overthrown-by-criminal-forfeiture-unit
http://www.michaelgray.ca/writing/dope/dope.html
http://news.bbc.co.uk/2/hi/americas/4620272.stm
http://www.sherdog.net/forums/f48/vietnamese-gangs-stranglehold-over-canadian-marijuana-industry-1100631/
http://www.schumacherrealty.com/pdfs/realtor_toolbox/GROW%20OPS.pdf
http://www.nj.com/news/index.ssf/2010/03/marijuana_scent_led_police_drug_production.html

Chồng Về Việt Nam
Lấy Vợ

Ông Thanh là người Việt Nam trạc khoảng 70, dáng vóc trung bình, "sắc đẹp" trung bình. Mặc dù sang Mỹ từ năm 1977, ông Thanh nói tiếng Anh rất kém cỏi. Lý do là vì ông ta không chịu đi học và vì môi trường ông ta tiếp xúc toàn là người Việt Nam: ông Thanh là chủ một tiệm phở ở thành phố kế bên tôi ở với khách hàng phần đông là người Việt.

Ông Thanh không phải nấu nướng vì đã có bếp lo. Khách đến ăn thường thấy ông ta đứng thu tiền ở máy tính. Ông ta cũng không phải lấy thực đơn khách hàng hay bưng dọn thức ăn vì đã có một cậu con trai và một vài người làm mướn lo việc đó. Bà Sáu vợ ông ta cũng trạc tuổi, làm cùng một chuyện chồng làm. Hai người xem hai phiên sáng chiều khác nhau nhưng có những lúc cả hai người ở tiệm thì bà Sáu ra một góc bàn làm những chuyện lặt vặt như nhặt rau, thái hành, thái tỏi, nói chuyện huyên thuyên với khách hàng.

Hai vợ chồng là người đầu tiên mở nhà hàng Việt Nam khi mới sang đây, thức ăn nấu ngon miệng nên quán ăn lúc nào cũng đắt khách. Tám năm trước đây, bà Sáu hớn hở khoe cho tôi biết là mua được một miếng đất ở Vũng Tầu, mướn người xây một căn nhà trên miếng đất. Khi xây xong, hai ông bà sẽ về Việt Nam ở hưu luôn, giao tiệm phở này cho cậu con trai lo.

Mướn người xây nhưng không tin cậy vào bà con họ hàng ở Việt Nam trông nom nên ông chồng "hy sinh" về SàiGòn ở một thời gian ngắn hạn để quản thúc công trình xây dựng. Bà Sáu ở lại bên Mỹ lo quán ăn một mình. Bà vui rối rít nói chuyện với khách hàng, gặp ai cũng khoe là sắp sửa về Việt Nam ở luôn với ông chồng.

Thế rồi bẵng đi một thời gian mấy năm tôi không đến tiệm ăn. Một ngày khi vợ chồng tôi đến ăn thì không thấy ông chồng, trông mặt bà Sáu buồn so. Không cần hỏi chuyện, bà ấy kể cho tôi nghe là ông chồng không trở lại Mỹ, đã ở lại luôn Việt Nam: ông Thanh lấy một cô Việt Nam trẻ "bằng con ổng", 32 tuổi. Tiền mang về Việt Nam để xây nhà thì cái nhà ông ta đã để tên cho "con nhỏ" đứng tên vì Việt Kiều không đứng tên chủ nhà được. Bà Sáu nói ông ấy chỉ trở lại Mỹ làm giấy tờ ly dị chia gia tài. Căn nhà bốn phòng hai người mua hai mươi năm nay đã trả hết nợ, bây giờ đem bán để lấy tiền chia đôi.

Một thời gian nữa trôi qua, khi tôi trở lại tiệm ăn thì bà cho tôi biết là với số tiền chia hai, bà mua một căn hộ *condominium* nhỏ hai phòng ngủ, đủ cho một mình bà ấy ở (*condominium* giống như apartment. Sự khác biệt là *condominium* người mua làm chủ, trong khi apartment chỉ để cho mướn). Già, sống một mình không có cách gì chăm sóc vườn tược nên bà chỉ cần cái condo là đủ. Bà Sáu có vẻ chua chát về cuộc đời. Gây dựng sự nghiệp với chồng mấy mươi năm nay để rồi gần cuối cuộc đời, ông chồng về Việt Nam lấy một cô gái trẻ măng trong khi bà sống đơn chiếc ở tuổi về chiều.

Mấy tháng trước vợ chồng tôi trở lại ăn thì tôi rất ngạc nhiên thấy ông Thanh đứng ở quầy tính tiền. Với gương mặt đã mất đi sự vui vẻ của mấy năm về trước, bà Sáu nói với tôi là "con nhỏ" ở Việt Nam sau khi xài hết tiền của ổng đem qua, lấy cái nhà mới xây, đá ông chồng ra khỏi nhà vì "nó có một thằng bồ mới cỡ bằng tuổi nó". Hết tình yêu, cạn tiền sinh sống, ông chồng quay trở lại Mỹ, xin lỗi vợ. Bà Sáu giận lắm nhưng không dám nghĩ đến cảnh tuổi già sức yếu sống một mình nên tha thứ người chồng cũ, và do đó ông Thanh đi làm trở lại ở quán ăn. Bây giờ tuy rằng vết thương lòng của bà Sáu không thể nào hàn gắn được vì chẳng những tình yêu vợ chồng mà một phần của cải cũng đã mất, bà cố nhắm mắt mong thời gian sẽ làm cho tâm dạ nguôi ngoai vì bà không có can đảm sống một mình trong tuổi già ở Mỹ.

Câu chuyện trên đây là một trường hợp tiêu biểu cho hàng nghìn chuyện tương tự mấy ông chồng chạy loạn sang Mỹ sau 1975, bây giờ tuổi xồn xồn thi nhau bỏ vợ, hay gian dối vợ về Việt Nam tìm bồ nhí, lấy vợ mới. Từ xưa đến nay người Việt Nam chúng ta có nhiều cá tính tốt không thua gì nước người: cần cù, siêng năng, nhẫn nhục, dũng cảm, tháo vát, bất khuất. Bây giờ mấy ông Việt kiều này lại cộng thêm cho người mình một cá tính mới: nhân từ và bác ái, thương bồ nhí, vợ mới ở Việt Nam. Họ muốn ra tay hiệp sĩ cứu những phụ nữ này ra khỏi cảnh nghèo khó.

Ngày xưa khi còn độc thân mới sang đây tôi mơ tưởng lấy vợ Mỹ vì người Tây Phương nhìn vô cùng xinh đẹp. Thế nhưng mơ là một chuyện, có xẩy đến hay không là chuyện khác: người tôi đen đúa, nói tiếng Anh lõm bõm chả em Mỹ da trắng tóc vàng nào thèm để ý đến nên tôi ngày đêm ở vào trường hợp *"Anh ơi nếu mộng không thành thì sao? Mua chai thuốc chuột uống vô rồi đời"*.

Không được em Mỹ mê, tôi xuống cấp mê em Mễ, em Việt Nam ở Móng Cái, Hải Phòng, Bạc Liêu hay em loại "còn thương rau đắng mọc sau hè" cũng được, thế mà cũng chẳng em nào thèm lấy làm tôi lo sợ són đái ra quần. May là đến năm 26 tuổi thì có một cô này ở Paris sang chơi gặp tôi ở nhà thờ, hồn nhiên vô tư lự, ăn chay trường từ lúc mới lên ba, thương hại tôi sẽ sống kiếp mồ côi cả đời nên bằng lòng lấy tôi. Cái nghĩa cử cao đẹp đó tôi thề sẽ không bao giờ quên cho đến khi hui nhị tỳ.

Khi sắp sửa làm đám cưới, ông Mục sư nói với chúng tôi là phải qua một lớp giáo lý căn bản hôn nhân -ba hay sáu tháng gì đó, tôi không nhớ rõ- để học về lời Chúa dạy thì mới làm đám cưới trong nhà thờ được. Tôi từ chối không chịu học. Lý do của tôi là tôi đã hứa với vợ sắp cưới của tôi là tôi sẽ lấy nàng, ăn ở và đùm bọc nàng cho đến chết thì lời hứa của tôi với nàng đã quá đủ, không cần bất cứ một ai dạy cho tôi nhớ lời hứa đó, giảng morale tôi phải ăn ở với vợ mình như thế nào cho phải phép. Ai có dạy tôi đến đâu mà chính tôi không giữ lời hứa yêu thương vợ thì sự dạy bảo đó hoàn toàn vô ích. Tôi nhất định không chịu học. Tôi bảo vợ tôi không cần làm lễ ở nhà thờ, chúng tôi ra tòa làm giấy hôn thú. Tính tôi lì lợm nên một khi tôi đã có lập trường khẳng định rồi thì Tề Thiên Đại Thánh hay Trư Bát Giới cũng không thay đổi được quyết định của tôi, huống chi là Đức Giáo Hoàng Phao-Lô Đệ Lục.

Trong đời sống vợ chồng, dù rằng trường hợp mỗi người có thể hơi khác biệt một tí, những ông chồng khác cũng như tôi cần phải nhớ hai điều ngày xưa khi mình mới lấy vợ. Thứ nhất là mình đã may mắn được vợ ghé mắt để ý đến (thay vì nàng có thể lấy Năm xích-lô, Hùng du đãng, Tư cà-thọt, hay Tâm chém mướn), và thứ hai, chính mình là người hứa sẽ chung sống trọn đời với vợ.

Rất hiển nhiên là những ông chồng bỏ vợ hay gian dối vợ về Việt Nam lấy bồ nhí, trí nhớ họ cũng bị bệnh quên Alzheimer's như các ca sĩ, M.C. về Việt Nam. Họ quên ngày xưa vào thuở hàn vi chính họ là người năn nỉ vợ lấy mình, chính họ là người nói sẽ săn sóc vợ cho đến trọn đời.

Trong lẽ đạo làm người, Khổng Tử dạy đàn ông nên theo Tam Cương, Ngũ Thường, và đàn bà thì theo Tam Tòng, Tứ Đức (**Tam Cương:** Quân, Sư, Phụ. **Ngũ Thường:** Nhân, Nghĩa, Lễ, Trí,Tín. **Tam Tòng:** Tại gia tòng phụ, Xuất giá tòng phu, Phu tử tòng tử. **Tứ Đức:** Công, Dung, Ngôn, Hạnh).

Khi về Việt Nam tìm bồ nhí, các ông chồng đã mất đi bốn cái "Thường" trong Ngũ Thường: Nhân - không nhân từ với vợ mình, Nghĩa -không giữ nghĩa với vợ mình, Lễ -không tôn trọng vợ mình, Tín -không giữ lời hứa với vợ mình. Đã không xấu hổ mất đi bốn trong năm căn bản đạo đức của đạo làm người, họ cũng không xấu hổ không chịu nhìn nhận là đàn ông xồn xồn gian dối vợ như họ thì ở bên Mỹ không ma nào thèm lấy, chẳng người nào có đạo đức trong người còn xem họ là bạn bè. Họ cũng không có liêm sỉ để nhận thức được là họ chẳng có tài cán gì như những người ngày xưa được đi du học: họ, cũng như tôi, chỉ may mắn sang đây nhờ tấm lòng nhân đạo của người Mỹ. Lý do duy nhất con gái ở Việt Nam theo họ là vì đời sống Việt Nam quá nghèo khổ, phụ nữ Việt Nam cũng như bao nhiêu người khác tìm đủ mọi cách, bằng bất cứ giá nào, tìm cho được một cái phao cấp cứu, cho dù cái phao cấp cứu đó có vô lương tâm, vô liêm sỉ đến đâu đi nữa, miễn sao nó có thể kéo họ ra khỏi cái biển mịt mờ, nghèo đói, không tương lai, thấy họ trên con thuyền tương lai xán lạn trực chỉ hướng về bên Mỹ.

Ở Hoa Kỳ bị mọi người khinh rẻ nhưng trái lại khi các ông về Việt Nam thì vươn vai bảy trượng, đổi tên Mỹ thành Michael Nguyen, David Tran, Scott Ly, Peter Le.... Những ông nổ như tạc đạn này ngoài miệng ba hoa chích chòe hãnh diện tôi là người Việt Nam thế nhưng trong lòng xấu hổ sợ bị gán danh cùng với 90 triệu người Việt khác nên phải dùng tên Mỹ dán trong thẻ xách tay, thẻ hành lý để cho những người Việt khác biết ông ta đến từ đại đế quốc Hoa Kỳ. Rất nhiều ông hù những người ở Việt Nam khi nói chuyện thỉnh thoảng cứ chêm vào tiếng Anh vì người ở Việt Nam đâu biết rằng ở bên Mỹ ông ta nói tiếng Anh dở tệ.

Tôi sang Mỹ từ năm 1975, học nốt Trung học ở Mỹ, không phải gốc gác tía em hừng đông đi cày bừa, thế mà 36 năm sau nói tiếng Anh chết lên chết xuống, về Việt Nam nói chuyện cẩn thận không dám thốt ra một chữ tiếng Anh vì mình xấu hổ phát âm sai, và vì không muốn người ở Việt Nam nghĩ rằng mình thuộc loại ta đây lòe thiên hạ. Ấy thế mà những người này về Việt Nam sổ tiếng Anh nhiều còn hơn xe gắn máy ở SàiGòn, nhanh còn hơn đi chợ mua sắm bị người khác gạt. Lý do dễ hiểu là họ có thể hù người Việt Nam. Người Việt không biết tiếng Anh nên không thể nào biết mấy ông này là anh lé giữa đám mù. Xin lỗi, tôi nói sai, lé là còn giỏi, phải nói là anh đui giữa đám mù mới phải.

Đối với những ông chồng tin Chúa, tôi muốn dùng Kinh Thánh thảo luận vấn đề này. Tôi xin lỗi không phải vì méo mó nghề nghiệp mà trưng dẫn Kinh

Thánh. Tôi cũng muốn trưng dẫn kinh Phật lắm, thế nhưng cho dù đã tra khảo và nghiên cứu cách mấy, tôi không tìm được bất cứ kinh Phật nào Đức Phật đề cập đặc biệt về vấn đề ly dị. Kinh Thánh thì khác, hầu như bất cứ những việc gì liên quan đến cách cư xử trong xã hội Chúa đều có luật pháp tỉ mỉ nói rõ vấn đề mình muốn tìm.

Trong Kinh Thánh Chúa dạy thế nào về ly dị? Tôi xin loan tin đáng buồn kèm theo 21 phát súng đại bác bắn mặc niệm là Chúa Jesus hoàn toàn không cho phép ly dị. Trong Cựu Ước, Đức Chúa Trời còn cho ly dị (*"Nếu ông nào lấy một người đàn bà làm vợ, không hài lòng vì thấy nàng có một điều gì xấu hổ nào đó, ông ta có thể viết một chứng chỉ ly dị đưa cho vợ và yêu cầu nàng rời khỏi nhà mình."* Phục Truyền Luật Lệ Ký, Deuteronomy 24:1) thế nhưng khi Chúa Jesus đến trong Tân Ước, thì không ai còn cơ hội ly dị nữa: (*"Ngày xưa ai muốn ly dị vợ mình thì chỉ cần đưa cho vợ chứng chỉ ly dị, nhưng ta nói cho các ngươi biết rằng nếu ông chồng nào ly dị vợ mình (ngoại trừ lý do nàng phạm tội ngoại tình), thì làm cho nàng là nạn nhân của tội ngoại tình*, và người đàn ông nào khác lấy người vợ bị ly dị này sẽ phạm tội ngoại tình."* Ma-Thi-Ơ, Matthew 5:31-32).

Jesus dạy một khi hai người lấy nhau thì là… tàn một đời hoa, point final, ò e con ma đánh đu, không ai được ly dị ai nữa (*"Ta phán cho các ngươi, những người đã lập gia đình rồi, là vợ không được ly thân chồng (nếu nàng ly thân thì sẽ ở giá cho đến chết hoặc tái giá với chồng mình), và chồng không được ly dị vợ."* 1 Cô-Rinh-Tô, 1 Corinthians 7:10-11).

Nhà tiên tri Malachi trong sách Ma-La-Chi, Malachi 2:10-14 đưa lý do tại sao vợ chồng phải ăn ở với nhau cho đến chết: Loài người được một Cha đời đời sáng tạo, và Chúa là người chứng kiến cuộc hôn nhân và lời thề thốt chung sống trọn đời của hai vợ chồng. Do đó không ai có thể trở mặt với Chúa (*"Chúng ta chẳng phải chỉ có một Cha thôi sao? Chẳng phải chỉ có một Đức Chúa Trời tạo ra chúng ta sao? Vậy thì tại sao chúng ta bất trung với nhau để phạm giao ước với tổ phụ của mình?"* Malachi 2:10. *"Đức Chúa Trời đã làm chứng (cho sự hôn nhân) giữa vợ chồng ngươi, thế mà ngươi (ngoại tình) không trung thành với vợ ngươi, là người bạn đời, và là người vợ ràng buộc trong giao ước hôn nhân."* Malachi: 2:14).

Đức Chúa Trời ghét ly dị đến nỗi Ngài so sánh hành động ly dị vợ của người chồng là một hành động bạo lực (*violent act*): *"Đức Chúa Trời của dân Do Thái phán rằng: Ta ghét người nào bỏ vợ của mình. Ta ghét người nào có hành động bạo hành như thế đối với vợ mà nghĩ đó là chuyện tầm thường không đáng kể như mặc một chiếc áo."* (Malachi 2:16)

Do đó, luật lệ trong Tân Ước vẫn áp dụng cho đến bây giờ: dưới mắt Chúa, hôn nhân là chuyện vĩnh viễn. Nếu chẳng may một ông chồng lấy nhằm một bà chằng lửa hay một bà vợ lấy nhằm một ông chồng bê tha không chịu đi làm, tối ngày nằm nhà chờ sung rụng, chờ tối vợ đi làm về rồi hối thúc vợ nấu cơm nhanh nhanh cho mình ăn thì dù có tức mình đến đâu, không ai được ly dị ai cho đến chết.

Tôi biết mọi người sẽ nhảy dựng đứng khi đọc đến đây, bực mình khi thấy luật lệ đâu mà kỳ khôi, không thể nào hiểu được; nhất là mấy cô sẽ nghĩ nhỡ mình lấy nhằm một thằng chồng chết tiệt thì chẳng lẽ phải nấu cơm, hầu hạ cho nó ăn trọn đời, không được ly dị nó sao? Tôi xin trả lời là trí óc con người chúng ta nông cạn, không thể nào tìm hiểu hết được những huyền bí của tạo hóa, chẳng hạn như tại sao phụ nữ mê shopping, tại sao đàn bà nào cũng có hai mươi đôi giầy trở lên mang làm sao cho hết, tại sao đàn ông lười biếng tắm... Chúa là Đấng sáng tạo loài người thì chắc chắn Chúa có câu trả lời, chúng ta chỉ không biết nó là gì đấy thôi, xin tất cả mọi người hãy bớt cơn nóng giận, uống vài ly nước mía cho hạ hỏa. Không, uống nước mía ở Mỹ sẽ tức *trào máu họng* không thể nào hạ hỏa được vì ở Việt Nam ly nước mía chỉ có 25 cents, trong khi ở Mỹ đến 3 dollars! Thay vì thế, hãy uống một ly nước chanh đường để hạ hỏa thì rẻ hơn.

Những ông chồng nào tin Chúa thì cho dù là bất cứ đạo phái nào, Công Giáo hay Tin Lành (đủ loại giáo phái khác nhau**) về Việt Nam tìm gái, gian dối vợ không cho vợ biết thì đã phạm tội ngoại tình theo điều răn thứ 10: *"Ngươi chớ tham nhà lân cận của ngươi, ngươi chớ mơ tưởng đến vợ người láng giềng."* (Xuất Ê-Díp-Tô Ký, Exodus 20:2-17), hay *"Hễ ai nhìn một người đàn bà với lòng thèm muốn thì đã phạm tội tà dâm trong lòng của họ rồi."* (Ma-Thi-Ơ, Matthew 5:28). Nếu ly dị vợ hay sẽ ly dị vợ bên Mỹ để lấy con gái ở Việt Nam thì cũng đã phạm tội ngoại tình như tôi đã trưng dẫn Kinh Thánh ở trên.

Như thế, trốn vợ về Việt Nam đi chơi với gái, hay về Việt Nam lấy em xinh đẹp, ly dị vợ bên Mỹ thì trong cả hai trường hợp, trước mặt Chúa người chồng đều có tội. Khi chết ông chồng sẽ đi xe lửa tốc hành xuống địa ngục, ngồi ở hạng ghế cứng chứ không được hạng ghế mềm đắt hơn. Tầu hỏa sẽ không dừng ở trạm Bà Rịa hay Ninh Hòa để xin được ân xá hay khoan hồng. Khi trở lại Mỹ, những ông chồng này không còn lý do đi nhà thờ làm gì nữa. Trong sổ địa ngục đã có tên ông mạ vàng 24 carat, chỉ chờ khi ông ngủm củ tỏi là cho ông đi máy bay Hạng Nhất đến địa ngục cho nhanh nên có đi nhà thờ cầu khẩn lạy lục đến đâu cũng vô ích.

Cho dù tin hay không tin vào bất cứ một đạo nào, những ông chồng ở hải ngoại về Việt Nam tìm khoái lạc chẳng khác gì những ca sĩ, MC về Việt Nam hát kiếm sống: họ không thấy xấu hổ trong hành động họ làm. Ngày xưa họ bỏ chạy vì một chính thể, bây giờ họ lại vác mặt quay về cùng chính thể đó. Nếu tôi là chính thể hiện tại, tôi sẽ không cho phép những người này trở lại Việt Nam vì họ bất trung, phản chính nghĩa. Ngày xưa họ sợ tôi nên bỏ chạy, ích kỷ chỉ lo bảo toàn cho sinh mạng của họ, không cần biết người khác sống chết ra sao. Bây giờ họ trở lại đất của tôi nhưng mang danh công dân của một nước khác, với mục đích duy nhất là chỉ để làm tiền, chỉ để kiếm gái, ích kỷ mang lợi cho riêng họ, và lại một lần nữa không cần biết đời sống người khác nghèo đói như thế nào, không đóng góp gì cho chính thể của tôi, cũng như không đóng góp gì cho chính thể trước.

Chính vì họ bất trung và ích kỷ trong lập trường sống mà trong đời sống hôn nhân, họ cũng bất trung với vợ ở bên Mỹ để mang cái lợi, ích kỷ riêng cho mình là tìm bồ nhí hay vợ mới ở Việt Nam. Thiện hay Ác là ở trong cái tâm, cái bản ngã của mình. Nếu một người đã có cái bản ngã Ác thì nó sẽ không bao giờ thay đổi: một khi họ khám phá ra bồ nhí, vợ mới cưới Việt Nam không còn mang lợi đến cho họ, họ sẽ bỏ như họ bỏ vợ bây giờ để tìm những người mới.

Mặc dù chúng ta ai cũng biết những ông chồng ở hải ngoại trốn vợ về Việt Nam chơi gái, hay ly dị vợ để lấy con gái trẻ hơn ở Việt Nam là vô liêm sỉ, chết thế nào cũng xuống địa ngục, tôi nghĩ chúng ta nên khoan hồng, cho ông ta chọn lựa cực hình khi xuống âm phủ:

Khi ông ta xuống gặp Diêm Vương, Diêm Vương cho ông ta biết là có ba cửa ngục với ba hình thức tra tấn khác nhau, ông ta được quyền chọn một. Diêm Vương dẫn ông đến cửa ngục thứ nhất. Ở nơi đây, tù nhân bị cởi hết quần áo, tay bị trói xích sắt treo toòng teng hổng chân, phía trước phía sau có người cầm roi mây quất nát lưng nát mặt, máu ra đầm đìa. Ông ta sợ quá, nói với Diêm Vương thôi, cho xem cửa ngục thứ hai.

Ở cửa ngục thứ hai, chưa đến mà ông đã nghe tiếng thét kêu la thảm thiết từ trong vọng ra. Khi đến nơi thì ông ta thấy tù nhân bị gác-dan dùng kìm kéo hết móng tay móng chân sứt hết cả ra, máu trôi lênh láng. Sau đó tay chân họ bị dây xích kéo căng ra bốn bên trên một lò lửa cháy bừng bừng cháy lưng, nám thịt. Ông ta sợ quá, xin cho xem cửa ngục thứ ba.

Đến cửa ngục thứ ba thì ông ta ngửi thấy mùi hôi thối nồng nặc, thế nhưng có tiếng cười, tiếng hát. Đến nơi thì ông thấy một phòng đầy phân người, trong đó tù nhân đứng trong phân cao ngập đến cổ. Tuy hôi thối kinh khủng, ông thấy mọi người cười hát và nói chuyện vui vẻ. Nghĩ rằng tuy bị hôi thối nhưng thân thể không bị đau vì hành hạ tra tấn, ông chọn cửa ngục thứ ba để chịu tội. Diêm Vương bèn cho ông ta vào ngục, đóng cửa lại. Bước chân vào phòng, tuy là phân ngập đến cổ hôi thối, ông ta tự nhủ dần rồi sẽ quen, mừng là thân thể không bị hành hạ đau đớn. Định hỏi người bên cạnh ở trong ngục đã lâu chưa thì ông ta nghe tiếng chuông reng thật lớn, rồi người chủ ngục ở đó quát tháo với tất cả mọi người:

"Hết giờ nghỉ giải lao rồi! Xin mời tất cả đồng chí ngồi xuống!"

(Tháng 11, 2011)

Chú thích:

* Vì Chúa không đồng ý việc ly dị, thành ra trên nguyên tắc vợ chồng là vợ là chồng cho đến chết. Nếu người chồng ly dị vợ, vợ đi lấy người khác, vì dưới mắt Chúa không được ly dị, người vợ vẫn là vợ của người chồng trước nên khi người vợ ăn nằm với người chồng thứ hai thì có nghĩa là nàng phạm tội ngoại tình.

** Các giáo phái Tin Lành: *Baptist* - Hội Thánh Tin Lành Báp-Tít, *Methodist* - Hội Thánh Tin Lành Giám Lý, *Seventh-Day Adventist* - Hội Thánh Cơ Đốc Phúc Lâm, *Assemblies of God* - Hội Thánh Phúc Âm Ngũ Tuần, *The Christian and Missionary Alliance CMA* - Hội Truyền Giáo Phước Âm Liên Hiệp, *Pentecostal* - Hội Thánh Tin Lành Ngũ Tuần).

Lên Lai Quần

Hoa Kỳ chẳng những là một quốc gia tự do mà còn là một quốc gia của cơ hội: ai cũng có cơ hội tiến thân để thành công trong xã hội. Mặc dù người Mỹ kinh khiếp khi thấy một người ăn vịt con chưa thành hình còn nằm trong trứng, Hột Vịt Lộn Long An ở Santa Ana lúc nào cũng tấp nập khách hàng đàn ông mua trứng về nhà luộc ăn với rau răm, chấm với muối tiêu và rồi hít hà: "Giời ơi, không lấy vợ thì chỉ mới chết có nửa đời người, nhưng không ăn hột vịt lộn là chết cả một đời giai!". Mắm ruốc, mắm tôm, mắm nêm người Mỹ kinh hãi không hiểu người Việt chúng ta có mát dây dùng trong thức ăn, thế mà đủ mọi thứ mắm trong chợ Việt Nam bán chạy như tôm tươi; các bà chủ tiệm mắm ai cũng giàu sụ có tiền mua nước hoa Chanel 5 xức thơm phức, át hẳn mùi mắm ruốc.

Hoa Kỳ cũng là quốc gia mà người nào chịu khó tự làm lấy thì việc gì cũng làm được vì dụng cụ, hàng hóa, sách vở chỉ dẫn cách thức làm, bán đầy ở tiệm. Ai có kiên nhẫn đọc và thi hành theo lời chỉ dẫn đều làm được hết. Các bà vợ Việt Nam ở ngoại quốc là một thí dụ điển hình: mọi người đều giỏi về nấu ăn, món gì cũng nấu được, từ bún chả Hà Nội đến hủ tiếu Nam Vang vì người biết làm đăng công thức nấu trên mạng lưới Internet cho người không biết học nấu (OK, OK, để cho một vài ông chồng hài lòng, tôi đồng ý là thỉnh thoảng với vài bà nội trợ hải ngoại, bún chả Hà Nội nấu có thể không giống, biến thành bún chả Bạc Liêu, hoặc hủ tiếu Nam Vang có thể biến thành hủ tiếu Gò Vấp).

Người Anh có câu thành ngữ: "Necessity is the mother of invention"("Cần thiết là mẹ đẻ của phát minh"). Tôi xin chú thích ở đây là vài người cho rằng câu này có thể phát xuất từ triết lý gia Plato người Hy-Lạp, hay từ nguồn gốc La-Tinh. Thế nhưng cho dù có thể là từ Plato hay La-Tinh đi chăng nữa, vì có in trong sách hẳn hòi và lưu hành trong dân gian Anh quốc vào năm 1658, đa số người ta tin chắc câu này nguyên thủy từ Anh quốc chứ không phải xuất xứ từ thành phố Hà Nội, nơi có bốn nghìn năm văn hiến, nơi dĩ nhiên ăn đứt văn hiến nước Anh, khỏi cần bỏ phiếu thăm dò trưng cầu dân ý.

Trong trường hợp của tôi, "Hà tiện là mẹ đẻ của tự làm lấy". Tuy rằng tôi thích những công việc tay chân, rất nhiều việc tôi không có sự lựa chọn, bắt buộc phải học hỏi tự làm vì tiền trả cho thợ quá đắt, tôi nghĩ tôi có thể làm được với giá rẻ hơn rất nhiều. Vì thế mà những việc lặt vặt như lót gạch, đóng tủ, sửa ống nước, xây tường gạch, duy trì nhà cửa, thay dầu nhớt, thay thắng xe hơi, làm vườn, cắt cỏ, lau hồ bơi và dùng thuốc duy trì nước đúng độ sạch cho khỏi bị lên rêu…, tôi đều tự làm lấy ở nhà.

Ngay cả cắt tóc, tông-đơ ở đây bán có sẵn những miếng plastic mỏng khi ráp vào máy sẽ cắt tóc với một độ ngắn cố định của miếng plastic đó nên tôi cũng hớt tóc lấy một mình. Tôi đẩy tông-đơ khắp nơi trên đầu, phía trước lẫn phía sau, không cần soi gương. Xong xuôi thì tôi gọi vợ tôi tỉa cắt gọn lại ở vành tai sau đầu, nơi tôi không thể nào thấy. Khi một người đã đến tuổi già, không còn hy vọng em nào theo mình nữa thì cắt tóc nham nhở thế nào cũng chẳng sao. Tóc cắt có đẹp đến đâu để chờ em thì cũng như người dân Việt Nam hy vọng chờ công trình xây cất đường xá kết thúc cho nhanh, như người lái xe gắn máy ở Sàigòn chờ đoàn xe ngược chiều chạy đi hết đèn vàng để mình quẹo trái, như nàng Tô Thị ngày đêm ra biển chờ

NGUYỄN TÀI NGỌC

chồng đến nỗi biến thành đá Hòn Vọng Phu: tất cả hoàn toàn vô ích.

Tiền công lên lai một cái quần ở tiệm Mỹ là mười hai đô-la. Mười hai đô-la! Đem ra tiệm năm mươi cái quần cho họ lên lai sẽ tốn sáu trăm đô-la, bằng tiền chiếc nhẫn hột xoàn tôi mua cho vợ tôi khi dạm hỏi cưới nàng, quá đắt! Vì giá lên lai quần đắt như vậy nên khi cần lên lai quần, vợ tôi chờ dịp chúng tôi có việc đi xuống khu phố người Việt Nam ở Santa Ana thì đem cho họ làm, rẻ hơn, chỉ có bốn đô-la.

Chờ đợi như thế mất thì giờ vì cả mấy tháng chúng tôi mới đi một lần, và vì bỏ bốn đô-la lên lai quần cũng uổng tiền, tôi mua một chiếc máy may giá 100 đô-la để ở nhà lên lai quần cho nàng, và thỉnh thoảng cho tôi. Tôi cao bằng một người Mỹ trung bình nên mua quần đúng khổ dễ dàng, nhưng thỉnh thoảng mua quần đại hạ giá rẻ hơn hột vịt lộn, quần dài hơn bình thường, hay quần Tây đắt tiền loại không lên lai tùy người mặc, nên nếu dùng máy may lên lai ở nhà thì vừa nhanh chóng, vừa khỏi tốn tiền, vừa được việc nhà nước.

Mỹ là nước dư thặng, vợ là thứ duy nhất người ta chỉ có một, không được có hai hay hơn, còn lại thì cái gì cũng vậy, không ai làm sở hữu chủ chỉ có một cái. Tôi vừa mới vào trong phòng quần áo đếm số quần Tây, quần jean tôi có: 21 cái (chưa kể những quần trong bộ veste). So với thời còn đi học Trung học ở Việt Nam cả năm tôi chỉ có mỗi một quần mặc đi học thì con số 21 quần thật là khổng lồ. Ấy, tuy rằng 21 quần là nhiều thật, nhưng so số lượng quần áo, giày dép đàn ông với đàn bà thì cứ như là so sánh Vương Quốc nhỏ xíu Kăm-Pu-Chia với nước có thật nhiều chất lượng Cộng Hòa Xã Hội Chủ Nghĩa Việt Nam:

quần áo đàn ông phải nhân lên ít nhất ba lần thì mới bằng số lượng của quần áo đàn bà. Vì thế, thỉnh thoảng tôi vẫn có việc lai rai lên lai quần cho vợ khi nàng đi shopping mua quần mới.

Một tháng trước nàng mua vài cái quần vật liệu bằng vải thun. Lên lai quần jean hay bằng cotton thì khá đơn giản vì vải cứng, đạp một lèo là đường chỉ nối lại đến điểm khởi đầu. Tôi chưa bao giờ lên lai quần vải thun nên hơi e ngại, thử may một đường làm "nháp" thì quả y như rằng tay nghề tôi còn non nớt: vải bị giãn ra trong khi đạp máy nên khi đạp gần hết một vòng ống quần thì vải giãn ra một khúc, nếu tôi đạp luôn đến điểm khởi đầu thì quần sẽ có một nếp. Tránh voi chẳng xấu mặt nào, tôi tuyên bố với vợ tôi là tôi không có khả năng lên lai quần vải thun như thế này được, tôi cần thêm nhiều kinh nghiệm cải tiến, tiếp tục đổi mới, nâng cao chất lượng, hiệu quả hoạt động, kế thừa và phát huy những thành tựu may mặc, chiến thắng những bức xúc, nghiêm túc thi hành đường chỉ cắt, đề xuất biện pháp cụ thể để khắc phục lai quần, đạt đến mục tiêu của nàng và nhân dân đã đặt ra*, thì lúc ấy tôi mới dám lên lai quần loại vải như thế này. Còn bây giờ thì nàng cứ đem nó xuống Santa Ana cho người Việt lên lai là thượng sách.

*(*quý vị đừng buồn khi đọc mà không hiểu đoạn chữ in nghiêng này. Tôi viết mà còn không hiểu thì làm sao quý vị hiểu được?)*

Ba tuần trước chúng tôi có dịp xuống Santa Ana, nàng mang theo ba cái quần mới mua để lên lai. Tôi vừa mua một quần Tây loại không có lai, đại hạ giá sale chỉ có chín đô-la. Vải quần trông có vẻ đắt tiền (có lẽ bán chung với ao vest nguyên bộ nên không có lai quần), tôi quyết định nhân dịp vợ mang quần ra

NGUYỄN TÀI NGỌC

tiệm cho lên lai thì tôi đưa cho họ làm luôn. Lâu lâu mình cũng phải cho thiên hạ kiếm cháo chứ. Ai cũng hà tiện như tôi thì hàng quán đóng cửa, trái đất đến ngày tận thế mất.

Tiệm nàng thường đến là của một bà Việt Nam vừa là chủ, vừa là nhân viên duy nhất, gần thương xá Phước Lộc Thọ. Khi đến nơi thì tiệm đóng cửa, một việc ngoài dự đoán. Một bảng yết thị ngoài cửa loan báo tiệm đóng cửa bốn tuần vì bà chủ về Việt Nam truy lùng ông chồng đi về SàiGòn tìm vợ bé mà không được chính quyền trung ương cấp giấy phép.

"Ôi thôi rồi nồi xôi!" Không biết chỗ nào khác lên lai quần, chúng tôi đi vài block đến một quán nước đầu đường ăn đậu đỏ bánh lọt. Trong lúc ngồi uống nước xem ông đi qua bà đi lại thì chúng tôi thấy một tiệm giặt ủi, bên ngoài có một bảng quảng cáo nhận may quần áo và lên lai quần. Đã biết giá lên lai quần của tiệm nàng thường dùng là bốn đô-la, chúng tôi mạnh dạn bước vào tiệm, không sợ bị hố.

Ấn tượng đầu tiên của tôi khi vào bên trong là tiệm sạch sẽ và ngăn nắp, có vẻ đâu vào đấy. Tiệm này thuộc loại hiếm có vì phần đông người Việt tính tình luộm thuộm, không ngăn nắp. Một người đàn ông và đàn bà đứng sau quầy, tôi đoán là hai vợ chồng. Ông người Bắc thân thiện cười chào đón chúng tôi:

- Chào anh chị. Anh chị cần gì?

- Dạ, tôi muốn lên lai quần. Ở đây lên lai bao nhiêu tiền vậy anh? Vợ tôi vừa nói, vừa để bốn cái quần lên mặt bàn.

Ông chủ tiệm sờ vải của từng mỗi cái quần rồi lẩm bẩm:

- Cái này ba đô. Cái này cũng ba đô. Còn cái này vải khác khó hơn thì bốn đô...

Vừa nói ông ta vừa kéo hai ống quần cho bằng nhau trên quầy, nói tiếp:

- Hmm, nhưng sao quần nào cô cũng lên dấu hai ống, như cái này chỗ dấu lên lai không bằng nhau. Cái nào đúng, cái nào sai? Tôi cắt theo cô thì ống cao ống thấp à?

Vợ tôi đã quen dùng kim băng đánh dấu đường cắt cả hai ống quần khi đem đến tiệm nàng thường mang đến để lên lai nên trả lời:

- À, anh không cần hai dấu, nó có khác thì chỉ khác một tí thôi. Anh chỉ cần dùng một dấu, xong rồi cắt ống thứ nhì như ống thứ nhất.

*- Nhưng tôi đâu biết ống nào đúng, ống nào sai? Thôi này nhé, cô vào phòng mặc quần mới này vào rồi leo lên cái bục kia -*vừa nói ông ta vừa chỉ vào một bục nhỏ chiều rộng khoảng một thước rưỡi chung quanh là gương-, *tôi sẽ đo rồi cắt cho chắc ăn.*

Quay sang tôi, ông ta nói:

- Anh nữa, anh vào phòng thử mặc vào cho tôi xem.

Tôi lắc đầu, cười:

- Em thì cắt làm sao cũng được, không quan trọng anh ơi.

- Không, anh đã đến đây rồi thì mặc vào để tôi biết lên lai bao nhiêu.

Tôi cầm cái quần, định vào phòng thử vợ tôi đã vào, thì ông chủ tiệm lại lên tiếng:

NGUYỄN TÀI NGỌC

- *Anh dùng phòng kế bên này, chúng tôi có hai phòng thử.*

Tôi cười:

- *Hmm, cô này là vợ em mà. Mấy chục năm lấy nhau nhìn mông vợ mắt em chưa bị mù. Bảo đảm khi vào trong, em có là con quỷ râu xanh cô ấy cũng không la lên, anh đừng sợ...*

Nói đùa với ông ta nhưng tôi vào cái màn thứ hai để mặc quần vào.

Vợ tôi mặc xong đã ra đứng trong bục để ông ta kéo ống quần qua khỏi giầy một khoảng cách ấn định nào đó, rồi lên lai tạm, đánh dấu bằng kim băng.

- *Cô nhìn trong gương thử xem có vừa ý không? Tôi thấy đẹp quá rồi đấy.*

Đến lượt tôi thì cũng thế, và rồi chúng tôi trở lại quầy. Lần này thì bà vợ viết tên vợ tôi vào biên lai và nói với vợ tôi:

- *Một tiếng nữa cô lại lấy nhé. Xin cô $16 đô-la.*

Tôi nhìn vợ tôi bằng ánh mắt, không nói nhưng đánh tín hiệu bằng dấu morse code ý của tôi là lúc nãy khi hỏi giá, trước mặt bà vợ, ông chồng nói hai cái quần mỗi cái ba đô-la, cái thứ ba bốn đô-la, cái cuối cùng chưa nói nhưng cùng lắm là bốn đô-la, tổng cộng $14 đô-la là nhiều nhất, sao bây giờ bà vợ lại nói $16 đô-la?

Hiểu ý tôi, vợ tôi hỏi:

-*Ủa, sao lúc nãy nói hai quần này có ba đô-la một cái...*

- *Không, chị ơi. Ông ấy tính nhầm chứ tính đúng phải là bốn đô. Bốn đô là giá sale đó nhe chị.*

Tôi nghĩ thầm trong bụng làm sao ông chồng tính nhầm được. Chính ông ta ngắm nghía từng cái quần rồi nói giá tiền chứ đâu phải ông ta nói giá tiền không nhìn quần đâu? Thế nhưng ông ta đứng đó, nghe bà vợ nói mà không thốt ra một tiếng, thí dụ như là: *"Lúc nãy anh đã nói với người ta ba đô-la thì tính ba đô-la thôi"*. Bà vợ thì cho dù là ông chồng nói sai, không giữ uy tín chồng bằng cách chỉ tính ba đô-la mà lại tính hơn, chắc có lẽ bà ta thấy mặt chúng tôi dễ gạt. Cá tính của họ đã như vậy rồi thì muốn sửa đổi họ cũng vô ích, vợ tôi trả 16 đô-la đúng theo lời bà chủ đòi hỏi.

Khi ra khỏi tiệm, cả hai chúng tôi đều bất mãn vì trước mặt chúng tôi họ nói một giá, nhưng khi tính tiền thì lại là một giá khác. Vợ tôi nói thà như tiệm trước vợ tôi thường đến lên lai quần: quần nào giá nhất định cũng là 4 đô-la, không hơn không kém, để khách hàng biết đích xác giá tiền khi đến.

Một số người Việt trong giới buôn bán không nghĩ uy tín với khách hàng là quan trọng. Ưu tiên của họ là kiếm lời bằng đủ mọi cách với bất cứ một khách hàng nào, họ nghĩ mất người này thì sẽ kiếm lời với khách hàng khác, chẳng sao. Vợ tôi kể trước 1975 vào dịp Tết ra chợ Sàigòn mua hộp bánh LU, mang về nhà mở ra thì là hộp không với giấy báo. Năm 1995 khi về Sàigòn, một anh bạn trong sở tôi ra chợ mua kem đánh răng, về nhà mở ra thì hộp kem chỉ là hơi thổi phồng cho hộp căng lên. Khi mẹ tôi còn sống, tôi vào một tiệm bán CD, DVD Việt Nam ở Santa Ana mua cho mẹ tôi vài đĩa DVD nhạc, kịch. Mẹ tôi nói đã xem một DVD rồi nên tôi quay vào tiệm xin trả lại, và dù tôi mua không đầy năm phút trước đó, với biên lai đàng hoàng, tiệm nhạc đó không chịu trả lại tiền cho tôi, viện lẽ "đã mua rồi thì tiệm không nhận trả lại".

Có một bận vợ chồng tôi xuống Santa Ana, vợ tôi vào một cửa hàng mua một khay bò khô đu đủ.Thấy cách đó vài gian có một tiệm bán trái cây, nàng đưa cho tôi $20 đô-la, bảo tôi mua một hộp xoài. Tôi hỏi nàng giá bao nhiêu. Nàng nói: *"Người ta nói bao nhiêu thì trả bấy nhiêu"*. Khi tôi đến mua thì bà hàng nói $15 đô-la một hộp. Trả tiền xong, quay người đi nhưng còn lảng vảng ở đấy để tiền thối lại vào trong ví cho ngăn nắp, tôi nghe một người đàn bà khác cũng đến mua xoài:

- *Gì mà mắc dữ vậy? 8 đô thôi.*

- *Được rồi, tui để cho chị 8 đô.*

Tò mò, tôi quay đầu nhìn: Người đàn bà đến mua sau tôi trả chỉ có 8 đô-la cho hộp xoài tôi vừa mới trả $15 đô-la! Không cần học đến chức Phó Tiến Sĩ, ai cũng dư biết là nếu một tiệm lừa gạt khách hàng, hay bán với giá khác nhau để vài người bị mua hố thì khách họ sẽ tẩy chay, lần tới sẽ chẳng bao giờ trở lại mua ở tiệm đó nữa.

Đúng hai tuần sau tôi có dịp trở lại Santa Ana. Lần này thì chị dâu của tôi nhờ tôi mang hai cái quần để lên lai. Tôi trở lại cùng tiệm này vì tiệm cũ vẫn còn đóng cửa. Bà chủ tiệm không nhận ra tôi tuần trước đã đến, nói với tôi giá lên lai quần là 5 đô-la. Tôi nghe giá thì bực vô cùng, vì chính bà này lần trước không giữ giá đã nói của ông chồng, và lần này thì lại nói hơn lần trước. Đã định bụng quay gót trở ra, nhưng tôi không biết chỗ nào lên lai quần khác nữa, và đi xa như thế này chẳng lẽ lại mang quần bà chị dâu về không lên lai, tôi nói với bà ta là tôi mới đến đây hai tuần trước, và giá lúc đó chỉ có bốn đô-la.

Câu trả lời của bà ta chỉ vỏn vẹn: *"Thế à? Như thế thì tính anh bốn đô-la."*, và rồi tính tôi tám đô-la cho hai cái quần. Một giờ sau trở lại lấy quần, tôi thề sẽ không bao giờ trở lại tiệm này nữa.

Chỉ có vài đồng đô-la mà nó làm cho tâm trí tôi bực dọc, thái độ của tôi trở thành hằn học với một người đồng hương. Thử tưởng tượng nếu tôi bị mất cả chục hay cả trăm đô-la thì tôi sẽ ghét cay ghét đắng bà bán hàng đến chừng nào. Khi nghĩ đến tiệm lên lai quần này, tôi chỉ thấy sự ganh ghét một người đồng loại, không thể nào yêu họ được như trong điều răn thứ hai Chúa ban: "Hãy yêu kẻ lân cận như mình"(Mác 12:31).

Trong Kinh Thánh 1 Cô-Rinh-Tô 13, Chúa dạy rất rõ chúng ta phải yêu thương lẫn nhau:

"Dù tôi nói được các thứ tiếng loài người và thiên sứ, nếu không có tình yêu thương, thì tôi chỉ như kẻng kêu hay là chập chõa vang tiếng. Dù tôi được ơn nói tiên tri, biết tất cả sự mầu nhiệm và mọi sự tôi đều hay biết, dù tôi có đức tin có thể dời núi nhưng không có tình yêu thương, thì tôi chẳng ra gì. Dù tôi phân phát gia tài nuôi kẻ nghèo khó, đày đọa thân mình trong khổ cực, nhưng nếu không có tình yêu thương thì những điều làm đó chẳng ích chi cho tôi. Tình yêu thương hay nhịn nhục, tình yêu thương hay nhân từ, tình yêu thương chẳng ghen tị, chẳng khoe mình, chẳng lên mình kiêu ngạo, chẳng làm điều trái phép, chẳng kiếm tư lợi, chẳng nóng giận, chẳng nghi ngờ sự dữ, chẳng vui về điều không công bình, nhưng vui trong lẽ thật. Tình yêu thương hay dung thứ mọi sự, tin mọi sự, trông cậy mọi sự, nín chịu mọi sự. Tình yêu thương chẳng hề hư mất bao giờ...."

Rõ ràng tôi không có tình yêu thương với bà chủ tiệm may quần áo nên tôi đã trở nên nóng giận. Tôi phải đi đến những nơi nào tôi cảm thấy có tình yêu thương để lòng tôi lại chan chứa đầy tình yêu thương với người đồng loại.

Ba năm trước đây khi trở về Việt Nam, sáng sớm 6 giờ 30 đi lang thang ở vườn Tao Đàn tìm xôi để mua thì tôi tình cờ gặp một cô này mặc quần cụt, áo thun, trên đường đến vườn tập thể dục. Thấy mặt tôi ngó dáo dác, cô ta hỏi có giúp gì cho tôi được không. Tôi nói tôi muốn tìm gánh hàng xôi để mua xôi. Sau khi nghe xong, cô ta tình nguyện dẫn tôi đi mua xôi và nếu tôi muốn, dẫn tôi đi xem thắng cảnh vòng quanh SàiGòn. Tôi sợ người lạ nên từ chối không đi. Bây giờ suy nghĩ lại, cô ta là người đem tình thương của mình tỏa rộng cho người khác vì cô ta muốn giúp tôi. Những người như thế này đáng cho tôi bày tỏ tình thương trở lại. Thay vì đi Santa Ana gặp một bà làm cho tôi nóng giận, tôi cần trở về SàiGòn gặp cô đó bày tỏ tình yêu thương để trong lòng tôi không có sự ghen ghét mà chỉ có nỗi vui mừng.

Dĩ nhiên là tôi phải làm trong bí mật, không thể nào để vợ tôi biết vì nếu nàng biết thì tình yêu thương của nàng chẳng thể nào "nhân từ". Nó sẽ trở thành ghen ghét, nóng giận, ăn tươi nuốt sống tôi như tôi nóng giận với bà chủ tiệm may quần áo!

(Tháng 12, 2011)

My New Year's Resolutions -
Điều Tôi Hứa Thực Hành
Trong Năm Mới

Hàng năm cứ vào cuối thu, lá ngoài đường rụng nhiều và trên không có những đám mây bàng bạc... ấy chết, khai bút đầu năm mà tôi đã đạo văn "Tôi đi học" của Thanh Tịnh thì cả năm chỉ ăn thịt gà hóc xương của vợ nấu, xin bắt đầu lại:

Hàng năm cứ vào sau Giáng Sinh, quét lá ngoài đường bỏ vào thùng rác mệt bở hơi tai và trên không có sương mù lạnh teo mông, dân Mỹ ai cũng sốt sắng, quyết tâm, hồ hởi đặt ra New Year's Resolution: những cải tổ đời sống trong năm mới mình muốn hoàn thành. Những Resolution ấy là gì? Theo http://www.usa.gov/Citizen/Topics/New-Years-Resolutions.shtml, nó thường là:

- Giảm uống bia rượu.
- Xuống cân.
- Bỏ hút thuốc.
- Ăn thức ăn bổ ích hơn.
- Tìm việc làm khác tốt hơn, lấy thêm môn học giúp cho nghề hiện tại của mình.
- Bớt nợ.
- Giảm tinh thần căng thẳng.
- Để dành tiền.
- Đi du lịch.
- Tẩy sạch môi trường sống: không vất rác bừa bãi hay dùng vật liệu ô nhiễm môi trường.
- Giúp người khác.

Không biết có ai làm thống kê xem bao nhiêu người thật sự làm những resolution họ đã hứa, nhưng có một điều tôi biết chắc ai cũng thất bại là hứa xuống cân. Theo Centers for Disease Control and Prevention, Trung Tâm Kiểm Chế và Ngăn Ngừa Bệnh Tật, hơn một phần ba người trưởng thành ở Mỹ bị mập. Trong vòng hai mươi năm nay, tỷ lệ mập của người lớn tăng gấp đôi và của trẻ em tăng gấp ba. Ngay chính tôi khi mới sang Mỹ chỉ nặng có 125 lbs (57 kg) mà bây giờ nặng đến 175 lbs (79 kg), cho dù tôi đã tốn bao nhiêu năm tháng vái trời vái Phật, cho dù tôi đã tốn bao nhiêu tiền lẻ hay tiền chẵn cúng ông Thần hay ông Địa.

Tuổi của tôi sắp sửa gần đất xa trời mà đến giờ vẫn không có danh gì với núi sông thì thật là tủi thẹn vô cùng khi so sánh với những danh nhân khác trong lịch sử Việt Nam. Bà Triệu 22 tuổi đã khởi binh chống quân Đông Ngô. Nguyễn Huệ sinh năm 1753, đến năm 1788, chỉ mới có 35 tuổi mà đã lên chức Quang Trung Đại Đế. Phan Đình Phùng 38 tuổi đã theo phong trào Cần Vương do Tôn Thất Thuyết đề xướng nhân danh vua trẻ Hàm Nghi, khởi nghĩa chống Pháp. Cô Tám bán chè trong xóm của tôi mới có 21 tuổi mà đã làm bao nhiêu chàng trai, kể cả tôi, chết mê chết mệt vì sắc đẹp đổ nước nghiêng thành (hmm, câu cuối này không có ăn nhậu gì đến đề tài bài viết, xin rút bỏ).

Vì thế, bắt chước mọi người, tôi cũng đặt ra Resolution cho riêng tôi phải hoàn thành, cứu dân độ thế để tên tuổi tôi sẽ đi vào lịch sử bốn nghìn năm văn hiến. Cái nỗi khổ ở đây là nếu việc nhà không yên ổn, tôi còn bất đồng với vợ thì làm sao tính đến chuyện to tát hơn được? Phải *tề gia* trước rồi mới nghĩ đến chuyện *trị quốc, bình thiên hạ.* Tôi cần phải hòa đồng với vợ tôi trong đời sống vợ chồng trước khi nghĩ đến việc của người khác. Do đó, đây là New Year's Resolutions của tôi:

1. <u>Khen vợ</u>:

Mấy ông chồng Việt Nam chúng ta dở hơn đàn ông ngoại quốc là rất hà tiện trong việc khen vợ. Vợ nấu cho ăn đã không khen mà lúc nào cũng tìm ra khuyết điểm: *"Phở thịt bò em nấu hơi dai"*, *"Chè em nấu hơi nhạt"*, làm vợ nổi sùng vì đã mất thì giờ nấu ăn mà còn bị phê bình kém xây dựng. Thêm một tội nữa là vợ mặc quần áo mới không khen, nhưng ra đường gặp em nào đẹp thì lại suýt xoa tâng bốc hết mình, vì vậy mà đàn bà Việt Nam cắt của quý chồng nhiều nhất thế giới.

> *Lời nói không mất tiền mua,*
> *Cứ khen mút chỉ, cho vừa lòng em.*

Ai cũng thích khen. Được khen thì cô nào cũng tươi như hoa. Không ai muốn vợ mình có gương mặt đằng đằng sát khí như chị Ba đánh mướn nên tôi phải khen để sắc diện của nàng lúc nào cũng tươi rói. Khi khen, ta cũng nên tránh những lời khen tầm thường như *"Tối nay em đẹp quá"*, *"Bún thịt nướng em nấu ngon"*, mà nên khen: *"Chà, tối nay bất cứ một cô gái nào trên thế giới, kể cả cô Tám bún riêu, cô Tư xôi nước bồ cũ của anh không thể nào đẹp bằng em"*, và: *"Brigitte Bardot chỉ có đẹp thôi. Em vừa đẹp như Brigitte Bardot, vừa làm bún thịt nướng ngon nữa thì thật là may mắn cho anh có em là vợ!"*

Đàn ông không đeo nữ trang, ví chỉ là một vật dụng để mang tiền và giấy tờ nên đàn ông không để ý đến những thứ lẩm cẩm này. Vợ tôi có mặc quần áo sang trọng và mang ví đắt tiền đến đâu đi nữa, đối với tôi vô ích vì tôi là nhà quê lên tỉnh, chẳng biết thứ nào sang, và cũng chẳng màng đến giá trị của nó làm gì. Trong khi đàn bà thì lại khác: cô nào mang nhẫn hột xoàn to bằng viên xí mụi, hay xách ví, mang kính, mặc quần áo hiệu Louis Vuitton, Channel, Burberry... thì cô khác phát hiện ngay lập tức, nhanh hơn điệp viên Đặng Chí Bình bị Bắc Việt phát giác ở Hà Nội trong hồi ký Thép Đen.

Vì thế, tôi phải ráng để ý đến những chi tiết nhỏ nhặt để có dịp khen vợ như là: *"Đôi giầy mới em mang thật là hợp với bộ quần áo"*, hay: *"Cái ví Longchamp mầu xanh lá cây em mang hôm nay thật là hợp với sự tươi mát của mùa Thu"*, hoặc: *"Đôi bông tai làm em trẻ hẳn ra"*. Nhất định tôi cần tránh nói những câu bâng quơ vô tích sự chỉ chuốc lấy guốc của vợ gõ lên đầu, ở Mỹ thất nghiệp không có tiền mua bảo hiểm sức khoẻ, không được vào nhà thương băng bó vết thương đầy máu thì chỉ khổ cho mình, như câu này: *"Đôi giầy thứ 203 này của em anh thấy giống y chang như mấy đôi giầy kia, có khác gì đâu?"*

2. **Không cãi lời vợ**:

Vợ chồng hay cãi nhau thường đưa ra những nguyên nhân sau đây lý do của sự xung đột:
- Tính tình nóng nẩy, không giải quyết ôn hòa được.

- Chuyện trong nhà giữa hai vợ chồng không ai biết nên cãi cọ không sao.

- Vợ tôi (hay chồng tôi) là người khởi sự trước.

- Cãi nhau tốt vì không ai giận để bụng.

Tôi không biết vì một lý do gì đàn ông cãi nhau với vợ: tiền bạc túng thiếu, chồng có mèo bị vợ phát giác, khác ý trong sự răn bảo con cái, chồng không giúp việc nhà..., thế nhưng trong trường hợp riêng tôi, tôi khám phá ra là lần nào cãi nhau thì tôi cũng thua, vợ tôi giữ phần thắng vì nàng đưa ra hình phạt mỗi lần cãi là tôi bị cấm cung và ăn mì gói. Đồng ý là không ai có thể chết vì ăn mì gói ngày này sang ngày khác, và không ai có thể chết nếu bị cấm cung 30 ngày 30 đêm, nhưng cái gì mình có mà tự nhiên mất, nhất là nó cứ ở ngay bên cạnh mình không được phép đụng, thì cái hành hạ đó ghê gớm hơn là bị trấn nước hay tuốt nứa, vì nó là *psychological warfare*, chiến tranh tâm lý. Tôi không phải là lính cảm tử SEAL đặc biệt của quân đội Mỹ tinh thần được huấn luyện kiên trì không đầu hàng nếu bị địch quân bắt tra tấn nên dại gì cãi. Mình vừa bị đau khổ tinh thần lẫn xác thịt, vừa bị thua vô điều kiện, 100% phải xuống nước năn nỉ. Vì thế, New Year's Resolution thứ hai của tôi là sẽ không cãi lời vợ. Nàng nói gì thì cứ công nhận là nàng đúng cho xong.

3. <u>Nhận thức vợ đi shopping là đúng</u>:

Tôi tương đối không ngu lắm, triết lý tôn giáo chính yếu trên thế giới phức tạp đến đâu tôi cũng có thể tra khảo, đọc để tìm hiểu; nhưng khi nói đến shopping thì tôi không hiểu tại sao đàn bà mua quần áo, giầy dép, bóp da bao nhiêu cái cũng không đủ.

Men buy, women shop. Đàn ông mua, đàn bà sắm: Tôi muốn mua thứ gì, lái xe đến tiệm đó, tìm chỗ đậu xe gần cửa nhất. Nếu không có chỗ đậu xe là tôi nản chí, lái xe đi luôn không thèm mua. Vợ tôi thì khác, lái xe đến shopping mall, nhìn thấy xe cộ đậu hàng hàng lớp lớp ngập trời, ấy vậy mà nàng không bao giờ ngao ngán, lái xe ra xa mười cây số tìm chỗ đậu xe rồi đi taxi vào. Một khi đàn bà đã quyết định đi shopping rồi thì cái *Mission* đó không thể nào là *Impossible*, cho dù có phải đậu xe xa ở tít tận chân trời.

Đậu xe xong đi vào tiệm, nếu muốn mua một cái búa, tôi đến thẳng vào hàng dụng cụ tìm cái búa, mang ra quầy trả tiền rồi đi về. Đừng có người bán hàng nào đến gạ bán những món khác vì tôi sẽ nổi sùng, làm mất thì giờ của tôi, tôi sẽ vất búa trở lại không thèm mua hàng của tiệm đó.

Vợ tôi, và có lẽ tất cả đàn bà khác, thì trái lại. Đọc quảng cáo thấy bán cái áo đầm rẻ, nàng lái xe đi mua. Đến tiệm, thay vì đến thẳng hàng bán quần áo thì nàng ghé vào hàng bán nước hoa vì cô bán hàng mời nàng nếu mua hôm nay thì được tặng miễn phí đồ trang điểm *makeup*. Sau đó nàng đến hàng giầy có nhiều kiểu mới trông thật xinh, hàng kính đeo đang đại hạ giá, hàng ví da có nhiều mốt lạ nàng chưa có. Sau cùng, đến hàng quần áo thay vì chỉ mua chiếc áo đầm quảng cáo, cô bán hàng nói nàng thử bộ quần áo đi làm, áo lạnh, quần jupe…, mà chỉ có nàng mặc vào mới trông thấy đẹp, lịch sự, thanh nhã. Những lời nói khích lệ của cô bán hàng làm nàng cho dù không cần cũng mua. Cuối cùng, thay vì chỉ cần mua mỗi một chiếc áo đầm như đã dự định lúc ban đầu, thì nàng lại mua cho mười bịch quần áo, giầy dép, nước hoa, nữ trang... xe hơi không đủ chỗ chứa, phải gọi xe bus mới có đủ chỗ trống.

Tôi chỉ trả mười đô-la cho một cái búa, mất 15 phút là cao lắm. Còn nàng thì chỉ có cái áo đầm mà nàng mất hơn bốn tiếng shopping, tiêu $2000 đô-la. Thế nhưng trường hợp shopping của nàng thì thật chính đáng vì nàng "tiết kiệm" được 1,000 đô-la: giá chính thức là 2,000 đô-la, đặc biệt bán "sale" 50% nên nàng chỉ tiêu có $1,000. Làm sao mà ai có thể "tiết kiệm" được đến $1,000 đô-la chỉ trong vài tiếng đồng hồ như nàng?

Sự thiển cận của tôi không hiểu lý do tại sao đàn bà thích shopping đã được giải thích khi tôi đọc một tiết mục trong http://www.businessweek.com/bwdaily/dnflash/feb2005/nf 20050214_9413_db_082.htm: Mặc dù đàn bà làm ít tiền hơn đàn ông -đàn bà lãnh lương chỉ 78 cents so với cứ mỗi một đô-la đàn ông làm-, thế nhưng 80% quyết định mua sắm ở nhà là do đàn bà. Trước khi mua, đàn bà nghiên cứu giá tiền, phẩm chất, kỹ lưỡng hơn đàn ông. Đàn bà không bị quảng cáo lôi cuốn dễ dàng như đàn ông.

Lương bổng của đàn bà gần đây tiến nhanh hơn sao xẹt: trong ba thế kỷ qua, khi lương trung bình của đàn ông chỉ hơn 0,6% thì lương đàn bà gia tăng vượt bực với một con số khổng lồ là 63%! Hiện thời, 30% mấy bà vợ lãnh lương nhiều hơn chồng. Trong những năm gần đây, số nữ sinh ghi tên Đại học nhiều hơn nam sinh nên viễn ảnh một ngày nào đa số mấy bà vợ kiếm tiền nhiều hơn chồng chắc cũng không xa là mấy.

"If you can't beat them, join them". "Nếu anh không thắng được, thì gia nhập cùng với họ". Đây là một câu thành ngữ của Mỹ mà bắt đầu từ năm nay, tôi sẽ cương quyết tuân theo tuyệt đối khi vợ tôi

shopping: chẳng bao giờ tôi sẽ còn thắc mắc nữa. Nàng có đủ trí thông minh và có khả năng kiếm tiền nhiều hơn tôi như tiết mục trên đề cập. Hơn nữa, có shopping quần áo, ví, giầy dép nhiều đến đâu, lý do chính yếu là chỉ để cho nàng đẹp thêm ra. Ông chồng nào có vợ đẹp mà lại không hãnh diện? Tôi nhất định không phải trong trường hợp ngoại lệ.

Việc gì cũng thế, nói dễ, làm khó. Tôi biết bao nhiêu người Mỹ đặt ra New Year's Resolution nhưng rồi họ thất bại không làm. Tôi là người thực tế nên tôi cho tôi một thời gian dài hạn để thi hành ba cái Resolution của tôi: Khen vợ, Không cãi lời vợ, Nhận thức vợ đi shopping là đúng.

Tôi nghĩ trong hai mươi năm nữa tôi sẽ thành công thực hành ba resolution ấy.

(Tháng Giêng, 2012)

Giỗ Tổ
Hùng Vương

Lễ Giỗ Tổ Hùng Vương năm nay nhằm vào ngày 31/3/2012. Cũng như bao ngày lễ khác như Tết Nguyên Đán, Trung Thu, Phật Đản…, ngày giỗ tổ Hùng Vương thật sự là vào 10 tháng 3 âm lịch. Tôi chẳng hiểu tại sao người mình cứ bắt chước Trung Quốc giữ âm lịch làm cái quái gì, thế giới, và ngay cả Việt Nam có ai dùng đâu? Mình chỉ nói miệng chống đối Trung Quốc, không muốn lệ thuộc vào Trung Quốc nhưng thực hành thì làm ngược lại, cái gì xuất xứ của họ không còn có lý lẽ hiện đại hay không tốt mình vẫn làm: Họ hỉ mũi xuống đường, mình cũng hỉ mũi xuống đường. Họ mặc áo thun hở nách, mình cũng mặc áo thun hở nách. Họ ăn nói ồn ào, mình cũng ăn nói ồn ào. Họ ăn bánh tiêu, dầu cháo quẩy, mình cũng ăn bánh tiêu, dầu cháo quẩy. Chết, bánh tiêu và dầu cháo quẩy là hai món tôi thích ăn nhất, xin gạch bỏ. Tết âm lịch Trung Quốc là một thí dụ điển hình nữa. Người Việt vẫn khăng khăng bắt chước kỷ niệm Tết Nguyên Đán, trong khi người Nhật Bản họ đã đổi ăn mừng Tết Tây từ khuya. Thay vì nghỉ chỉ có một ngày như Âu Mỹ, họ ăn mừng 3 ngày: 1, 2, và 3-January dương lịch thay vì theo âm lịch.

Không dùng âm lịch có một cái lợi nữa là dẹp bỏ bao nhiêu sự mê tín dị đoan xem bói quẻ, tử vi, chọn ngày lành tháng tốt để gả con, cưới vợ, lấy chồng… Một khi đã tìm được cô cậu nào đẹp giai đẹp gái, con nhà giầu thì nhất định không cần chọn ngày lành tháng tốt âm lịch. Trong 365 ngày dương lịch, ngày nào cũng tốt hết, làm đám cưới gấp gấp cho nhanh, lấy người như cứu hoả.

Ở miền Nam Lễ Giỗ Tổ Hùng Vương không có gì đặc biệt, nhưng ở ngoài Bắc dân chúng giữ truyền thống có một nơi đặc biệt để tổ chức nhớ ơn các vua Hùng Vương: Đền Hùng, Hy Cương, Việt Trì, tỉnh Phú Thọ, phía Tây Bắc Hà Nội. Vào năm 2007, chính phủ ấn định Lễ Giỗ Tổ Hùng Vương 10-3 âm lịch là ngày lễ chính thức nghỉ phép, trả lương cho công chức toàn quốc.

Tôi có một mối liên hệ không đặc biệt cho lắm với chữ Hùng Vương. Ngày xưa tôi học Trung học ở một trường tên là Hùng Vương. Nó tọa lạc trên đường Hồng Bàng, gần Chợ Lớn, cách trường Chu Văn An khoảng 500 thước, đối diện Đại Học Y Khoa. Ít người biết về trường Hùng Vương tuy rằng theo lời Thầy Hiệu Trưởng của tôi, vào năm cuối cùng tôi học 1975, kể cả học sinh ba buổi sáng, trưa và tối (bán công), Hùng Vương là trường Trung học có đông học sinh nhất ở Sài gòn, nhiều hơn cả Petrus Ký và Gia Long.

Có vài lý do tại sao trường tôi không được nhiều người biết đến. Thứ nhất là vì nó tương đối xa, gần Chợ Lớn. Thứ Hai, nó là trường Trung học tân lập chỉ bắt đầu từ năm 1970 (cùng với Sương Nguyệt Anh, Nguyễn An Ninh..), và thứ ba là Hùng Vương có nhiều học sinh học dở ẹc, vô danh tiểu tốt như… tôi.

Vì mang danh là Hùng Vương nên tôi nhớ có một năm khi tôi học lớp 10, nhân dịp giỗ Tổ Hùng Vương, trường tôi tổ chức cho học sinh các lớp ra đứng xếp hàng ngoài sân để Thầy Cô đọc diễn văn về mấy đời vua Hùng Vương. Đứng giữa sân trời nắng chang chang trong khi các thầy cô thay phiên nhau thao thao bất tuyệt lên micro, một, hai cô học sinh xỉu vì không chịu nổi cái nắng nên được mang vào trong mát. Khi không thấy dấu hiệu gì của buổi lễ cần hủy bỏ, tôi bước ra khỏi hàng, đến trước Thầy Tổng Giám Thị, yêu cầu thầy cho học sinh tan hàng di chuyển vào chỗ mát hay đứng trong hành lang có bóng mát. Tôi nhớ rất rõ ngay vừa sau khi nói với Thầy Tổng Giám Thị là: *"Trời nắng chang chang, Thầy Cô là người lớn, đứng trong mát (mọi người đứng dưới hành lang), trong khi các em học sinh nhỏ tuổi, nhất là con gái phải đứng ngoài nắng chịu không nổi ngã xỉu, Thầy không thấy ngứa mắt hay sao?"* thì nhanh hơn sao xẹt, tôi bị ông ta tát một bạt tai vào má, đỏ chót.

Cái kỷ niệm lãnh tát đó không bao giờ tôi quên trong đời. Do đó, hôm nay khi nói về vua Hùng Vương, tôi cố gắng giữ một địa vị khách quan để thảo luận, không để cái bạt tai đó ảnh hưởng sự suy luận của tôi về việc giỗ Tổ Hùng Vương là vô lý, vì nó chỉ là chuyện hoang đường.

Tôi ngu dốt nên dù rằng thích lịch sử, chuyện tích về vua Hùng Vương đến nay vẫn làm tôi hoang mang, không còn nhớ là vua Hùng Vương có liên hệ đến Lệnh Hồ Xung hay Cô Gái Đồ Long như thế nào? Tại sao mình là con rồng cháu tiên mà không phải là con rùa cháu chuột? Do đó, tôi xin vắn tắt lại cho độc giả cũng như tôi hiểu rõ về 18 đời vua Hùng Vương, từ sách Đại Việt Sử Ký Toàn Thư.

Đại Việt Sử Ký Toàn Thư là bộ sử Việt Nam hiện còn gìn giữ, do Ngô Sĩ Liên, một sử quan dưới thời Lê Thánh Tông hoàn thành vào năm 1479, viết bằng chữ Hán. Ngày xưa đi học tôi ngu dốt cứ tưởng mọi sự việc mình học trong lịch sử viết bằng chữ Quốc Ngữ, thế nhưng bây giờ khôn lớn mới biết là quyển tự điển quốc ngữ đầu tiên của Giám Mục Bá Đa Lộc (Pigneau de Behaine) chỉ hoàn thành vào năm 1815 (sửa chữa và hoàn chỉnh chữ quốc ngữ phôi thai của Linh mục Đắc Lộ - Alexandre de Rhodes - khoảng năm 1651). Do đó, tất cả các tác phẩm Việt Văn viết trước thời gian này thì một là bằng chữ Hán, hai là chữ Nôm.

Đã nói đến đây thì tôi xin giải thích luôn nếu ai muốn biết chữ Nôm là chữ gì.Có bốn quốc gia nguyên thủy dùng chữ Hán của Trung Quốc là chữ của nước mình: Trung Quốc, Nhật Bản, Hàn Quốc và Việt Nam. Dần dần, vì không muốn bị ảnh hưởng của Trung Quốc, ba nước kia đổi dạng chữ Hán, bỏ dấu này, thêm dấu kia, để chế tạo thành ngôn ngữ riêng của họ. Chữ Nôm của ViệtNam do đó cũng tương tự như chữ Nhật Bản hay Đại Hàn hiện thời. Tổ tiên chúng ta quẹt thêm dấu ngang, bẻ cong dấu nằm, loại bỏ dấu phẩy…, mục đích chỉ để làm dân Trung Quốc hoang mang không đọc được sự tích Tấm Cám hay nghe nhạc Hùng Cường & Mai Lệ Huyền của Việt Nam. Rất may cho chúng ta rất nhiều nhà truyền giáo Pháp, Bồ- Đào-Nha đọc chữ Nôm sắp bị…điên tiết, nhức đầu kinh niên nên cùng Alexande De Rhodes sáng tạo ra chữ quốc ngữ với mục đích giảng đạo cho người Việt, và nhờ thế mà voilà, chữ Nôm biến mất. Bây giờ gặp bồ nhí, mấy ông có thể viết là "Anh yêu em", thay vì viết "Ngộ ái nị" tiếng Hán:

Trở lại Đại Việt Sử Ký Toàn Thư, vì viết bằng chữ Hán, chúng ta chỉ biết khoanh tay đọc những học giả tinh thông chữ Hán dịch sang tiếng Việt. Đây là nguồn gốc của người Việt, theo Ngô Sĩ Liên:

"Theo Đại Việt sử ký toàn thư: Vua Đế Minh là cháu ba đời của vua Thần Nông, đi tuần thú phương Nam, đến núi Ngũ Lĩnh (nay thuộc tỉnh Hồ Nam, Trung Quốc), gặp một nàng tiên, lấy nhau đẻ ra người con tên là Lộc Tục. Đế Minh truyền ngôi lại cho con trưởng là Đế Nghi làm vua phương Bắc (từ núi Ngũ Lĩnh về phía Bắc), phong cho Lộc Tục làm vua phương Nam (từ núi Ngũ Lĩnh về phía Nam), xưng là Kinh Dương Vương, quốc hiệu là Xích Quỉ.

Kinh Dương Vương làm vua Xích Quỉ vào năm Nhâm Tuất 2897 TCN, lấy con gái Động Đình Hồ quân (còn có tên là Thần Long) là Long nữ sinh ra Sùng Lãm, nối ngôi làm vua, xưng là Lạc Long Quân. Lạc Long Quân lấy con gái vua Đế Lai (con của Đế Nghi), tên là Âu Cơ, sinh một lần trăm người con trai. Một hôm, Lạc Long Quân bảo Âu Cơ rằng: "Ta là giống rồng, nàng là giống tiên, thủy hoả khắc nhau, chung hợp thật khó". Hai bên từ biệt nhau, chia 50 con theo mẹ về núi, 50 con theo cha về ở miền biển (có bản chép là về Nam Hải), phong cho con trưởng làm Hùng Vương, nối ngôi vua".

Nếu sau khi đọc xong bạn vẫn còn hoang mang thì tôi xin tóm tắt viết sau đây, tên người ở hàng trước là bố mẹ của tên người sau mũi tên kế tiếp:

- Thần Nông ---> Đế Minh (cháu 3 đời Thần Nông) --->Đế Nghi (con trưởng, vua phương Bắc), và Lộc Tục (con thứ, vua phương Nam).

- Đế Nghi ---> Đế Lai --- > Âu Cơ.

- Lộc Tục (Kinh Dương Vương, vua Hùng Vương Thứ Nhất) + Long Nữ --- > Sùng Lãm (Lạc Long Quân).

- Sùng Lãm (Lạc Long Quân) + Âu Cơ ---> 50 con (theo Lạc Long Quân) + 50 con (theo Âu Cơ).

Người con trưởng trong 50 người con theo Lạc Long Quân tiếp tục nối ngôi vua Hùng Vương. Có cả thảy 18 đời vua Hùng Vương.

Tính theo niên kỷ thì từ vua Hùng Vương thứ nhất (Kinh Dương Vương) đến vua Hùng Vương cuối cùng thứ 18, Hùng Duệ, là từ 2879 trước Thiên Chúa Giáng Sinh đến 258 trước Thiên Chúa Giáng Sinh, tổng cộng 2,622 năm.

Để khỏi nói vòng vo tam quốc, tôi đi thẳng vào vấn đề. Sự tích 18 đời vua Hùng Vương là hoàn toàn vô lý lẫn phi lý.

Trước nhất, nếu một người theo Thiên Chúa Giáo, Công Giáo hay Tin Lành, khi đọc đến câu: "Lạc Long Quân bảo Âu Cơ rằng: "Ta là giống rồng, nàng là giống tiên... ", họ phải nhận thức ngay thờ phượng hay "giỗ Tổ" giống rồng rắn là chuyện Kinh Thánh hoàn toàn cấm ky.

Người mình bắt chước người Trung Quốc xem rồng là một con vật có quyền thế, bảo vệ an ninh, mang lợi lộc đến cho gia đình. Vì thế lịch sử và rất nhiều người Việt Nam cứ nhắc đi nhắc lại ta là "con rồng cháu tiên" như trong truyền thuyết ở đây. Thế nhưng trong Kinh Thánh, rồng là giòng dõi của rắn, tượng trưng cho Satan. Rồng được người đời thờ phượng, vì nó có quá nhiều quyền hành. Kinh Thánh sách Khải Huyền (Revelation) đoạn 13:4 nói: *Dân chúng thờ lạy con rồng vì con rồng đã cấp quyền phép cho con quái vật. Họ cũng thờ lạy con quái vật và nói rằng, "Ai giống như con quái vật này ? Ai có thể tranh chiến với nó?"* (*"And they worshiped the dragon, for he had given his authority to the beast, and they worshiped the beast, saying, "Who is like the beast, and who can fight against it?"*)

Rồng là ma quỷ chống đối Chúa nên Chúa diệt bỏ:

"Người bắt con rồng, tức là con rắn đời xưa, là ma quỉ, là Sa-tan, mà xiềng nó lại một nghìn năm." ("He seized the dragon, that ancient serpent, who is the devil, or Satan, and bound him for a thousand years") -Khải Huyền, Revelation 20:2.

Lạc Long Quân trong truyền thuyết này tự xưng mình là giòng dõi rồng, giòng dõi của ma quỷ nên một người nào nếu tự xưng mình tin Chúa thì không thể chấp nhận câu chuyện này có thật được.

Nếu không tin Kinh Thánh, tôi cũng không nghĩ là bất cứ ai lại hãnh diện khi nghĩ mình là con cháu của rồng. Nhìn hình vẽ con rồng cũng đủ biết: nó giống như con rắn, chỉ thêm chân,và đầu thì hơi khác một tí. Thay vì hãnh diện, tôi nghĩ mọi người, nhất là phụ nữ kinh tởm con rồng là đằng khác. Hai tuần trước vợ chồng tôi dẫn hai cô bạn leo núi thì có một con rắn bò ra giữa đường. Hai cô kinh hãi đứng ra thật xa bằng từ Sàigòn ra Thủ Đức, đợi cho con rắn bò sang bên kia đường rồi mới dám đi tiếp. Mình là con cháu của con rồng? Tôi thật tình không nghĩ như vậy.

Bây giờ thẩm định truyền thuyết vua Hùng Vương với cái nhìn vô tôn giáo thì một cô hay cậu bé cũng nhận thấy là chuyện này quá vô lý. Rồng, tiên, là chuyện hoang đường. Nói tổ tiên của người Việt là bác chạy xe lam thì còn có thể tin hơn là con cháu của mấy bà tiên ở tiên cảnh. Rồi chuyện Âu Cơ đẻ ra 100 trăm trứng? Chỉ có côn trùng, gà vịt, hay súc vật mới sinh ra trăm trứng. Chuyện Lạc Long Quân đem 50 con xuống biển? Thời ấy làm gì có tiềm thủy đĩnh để Lạc Long Quân chở hết 50 con xuống biển? Mà nếu có đi nữa thì 100% là do Mỹ chế tạo, Lạc Long Quân làm gì hiểu tiếng Anh mà biết đường lái tiềm thủy đĩnh? Lái lạng quạng không phương hướng, xâm nhập vùng biển của

Trung Quốc, bảo đảm với Hải Quân hùng hậu, Trung Quốc sẽ bắn thủy lôi chìm tiềm thủy đỉnh của Lạc Long Quân. Do đó Lạc Long Quân phải dẫn hết 50 đứa con bơi xuống biển.

Vào tháng Hai năm 2010, một anh Thụy Sĩ, Peter Colat, phá kỷ lục nín thở dưới nước lâu nhất thế giới: 19 phút 21 giây. Một người chỉ có thể nín thở dưới biển đúng 19 phút! 19 phút chỉ vừa đủ để ăn tô phở thì làm sao mà Lạc Long Quân với 50 con sống sót dưới biển để rồi sinh ra Hùng Vương thứ 4,5,6,7…khác?

Không những truyền thuyết 18 đời vua Hùng Vương là chuyện hoang đường, bao nhiêu những chuyện liên hệ đến những đời vua Hùng Vương cũng là chuyện thêu dệt:

-Vào đời vua Hùng Vương thứ 6, giặc Ân sang xâm lấn nước ta. Có một đứa bé lên ba chưa biết nói bỗng nhiên xin vua ban cho một con ngựa sắt, thanh gươm sắt rồi nhảy lên ngựa, vươn vai thành người cao lớn, đánh tan giặc. Xong rồi cỡi ngựa bay về trời (không cần Phi thuyền con thoi, thế có hay không chứ!). Người dân phong là Phù Đổng Thiên Vương.

- Vào đời vua Hùng Vương thứ 18 vua Hùng Vương gả con gái là Mỵ Nương cho Sơn Tinh thay vì Thủy Tinh vì nhẫn cà-rá của Thủy Tinh mang đến nhỏ hơn hai ly làm Thủy Tinh nổi giận, năm nào cũng nổi giông bão lụt lội đánh nhau với Sơn Tinh.

- Vào đời vua Hùng Vương thứ 3, có một cha con Chử Đồng Tử nhà quá nghèo, hai người chia nhau một cái khố. Khi cha mất, Chử Đồng Tử mang khố cho cha rồi đem chôn nên người lúc nào cũng trần như nhộng. Vua có một cô con gái tên là Tiên Dung. Cô công chúa này đến một bãi sông căng màn ra tắm. Lúc cát trôi thì thấy anh Chử Đồng Tử lõa lồ. Nghĩ rằng đây là duyên nợ nên Công chúa Tiên Dung lấy Chử Đồng Tử.

Chuyện này đọc nghe rất phi lý vì chính tôi đi bơi hàng tuần ở một gym gần nhà. Dĩ nhiên là có đàn ông lẫn đàn bà bơi. Thế mà khi vào phòng tắm lại có bao giờ tôi thấy cô nào lõa lồ xinh đẹp đâu? Ngược lại, có một lần tôi thấy một bà già 85 tuổi, bà ta kéo cái soutien hơi xuống một tí, rồi vẫy tay ngoắc ngoắc tôi làm tôi kinh hoàng bỏ chạy, ù té dập mặt. Thành ra nếu nói có ông bà già 80, 90 tuổi, sexy thì còn có lý, chứ cô cậu trai trẻ không quần áo nằm trong đống cát thì hoàn toàn không thể nào tin được.

Tất cả những chuyện trên đây, cùng với chuyện vua Hùng Vương, là những chuyện nghe chẳng lọt lỗ tai một tí nào.

Theo Wikipedia:
http://vi.wikipedia.org/wiki/H%E1%BB%93ng_B%C3%A0ng
thì có nhiều nghi vấn về đời vua Hồng bàng có thật sự hiện hữu hay không. Những sách sử viết trước năm 1479, năm Đại Việt Sử Ký Toàn Thư của Ngô Sĩ Liên biên soạn, không có một sách nào nói về Hùng Vương. Tôi xin trích một đoạn của Wikipedia:

"Hồng Bàng là sản phẩm tưởng tượng của các sử gia thế kỷ 14. Nghi vấn này dựa trên việc sử cổ không viết về đời Hồng Bàng: Đại Việt Sử Ký (1272) của Lê Văn Hưu không chép gì về đời Hồng Bàng mà bắt đầu từ đời Triệu Vũ Vương. An Nam Chí Lược của Lê Tắc, viết tại Trung Hoa khoảng 1335, cũng không viết gì về đời Hồng Bàng mặc dù có nói nước An Nam đã giao thiệp với Trung Hoa từ thời Nghiêu Thuấn. Phải đến khoảng 1377, trong Đại Việt Sử Lược, một cuốn

sách không rõ tác giả, mới có nhắc sơ qua đến đời Hồng Bàng: "Đến đời Trang Vương nhà Chu (696-682 trước Công nguyên), ở bộ Gia Ninh có người lạ, dùng ảo thuật áp phục được các bộ lạc, tự xưng là Hùng Vương, đóng đô ở Văn Lang, hiệu là nước Văn Lang". Truyền thuyết Kinh Dương Vương được ghi lại lần đầu là do Ngô Sĩ Liên trong Đại Việt Sử Ký Toàn Thư năm 1479. Trong Việt Sử Tiêu Án (1775), Ngô Thì Sĩ đặt nghi vấn về Kinh Dương Vương, Xích Quỷ, và nhiều truyền thuyết liên quan."

(Chú thích: *Đời Hồng Bàng là tên gọi của những năm trị vì của 18 đời vua Hùng Vương. Vì thế ta mới có câu "con Hồng, cháu Lạc". "Hồng" là Hồng Bàng, "Lạc" là Lạc Long Quân).

Truyền thuyết Hùng Vương quá ư là phi lý (chưa kể chia ra trung bình mỗi năm một ông vua trị vì 145 năm), thế mà bao nhiêu các sử gia, các học giả cận kim năm này sang năm khác viết vào sách sử để cho thế hệ con cháu học như vẹt, không cần biết đúng hay sai.

Chúng ta dạy con cái từ bé không được nói láo nên tôi không hiểu tại sao mình cứ truyền bá chuyện không có thật từ thế hệ này sang thế hệ khác, nhất là trong lịch sử, ta cần ghi lại cho trung thực (chuyện bà Trưng, bà Triệu thua trận nhảy xuống sông tự tử mà không bị quân giặc bắt chặt đầu cũng là chuyện bóp méo sự thật). Khi nói đến truyền thuyết hoang đường nổi tiếng thế giới thì tôi nghĩ ngay đến truyền thuyết thần thoại của người Hy-Lạp. Họ có đủ mọi thứ thần: Apollo, Titan, Zeus, Oceanus, Dionysus…, thế nhưng ngay chính người Hy-Lạp cũng công nhận đây là chuyện thần thoại, không bao giờ họ bao gồm vào lịch sử của quốc gia họ.

Thực tại chúng ta không có gì xấu hổ để phải thổi phồng quá khứ. Quá khứ có le lói đến đâu cũng không bằng thành quả đạt được ở thực tại. Thổi phồng quá khứ là một loại thuốc phiện đáng sợ che giấu lòng thành thật. Lòng thành thật, trung thực là điều kiện tiên quyết khi viết lại lịch sử vì nếu không có nó, lịch sử sẽ trở nên vô giá trị.

(Tháng 3, 2012)

Tài liệu tham khảo:

http://www.sggp.org.vn/xahoi/2007/3/92493/

http://www.informatik.uni-leipzig.de/~duc/amlich/PHP/amlich_holidays.php

http://vi.wikipedia.org/wiki/Qu%E1%BB%91c_ng%E1%BB%AF

http://vi.wikipedia.org/wiki/Pigneau_de_Behaine

Kinh Thánh.

Lý Tống, Luật Pháp
&
Tòa Án Hoa Kỳ

Hai năm trước vào tối 18 Tháng 7 Năm 2010 tại sân khấu Trung Tâm Hội Nghị Santa Clara ở California, Lý Tống, 64 tuổi, cựu phi công Việt Nam Cộng Hòa, cải trang thành phụ nữ trà trộn vào buổi hát nhạc của các ca sĩ từ Việt Nam. Sau khi Đàm Vĩnh Hưng kết thúc màn song ca với Mỹ Tâm bài *Trái tim không ngủ yên*, Lý Tống đã tiến lên gần sân khấu để giả vờ tặng hoa. Khi Đàm Vĩnh Hưng cúi xuống nhận hoa, Lý Tống xịt hơi cay vào mặt anh chàng ca sĩ (sau này Lý Tống nói chất này không phải là hơi cay, mà là chất nước hỗn hợp của nước mắm và nước hoa).

Lý Tống nêu ra lý do tại sao ông ta đã làm như thế: thứ nhất, cảnh tỉnh người Việt hải ngoại biết Đàm Vĩnh Hưng là công cụ của chính quyền Việt Nam, và thứ hai, báo động cho giới chức chính quyền Hoa Kỳ là Đàm Vĩnh Hưng, cũng như những ca sĩ từ Việt Nam, sang Mỹ hát thu tiền lợi tức cá nhân nhưng trốn không khai thuế với chính phủ.

Việc làm của Lý Tống gây ra hai hậu quả:

1. Chính phủ Mỹ thanh trừng và kiểm soát gắt gao việc cung cấp visa nhập cảnh cho ca sĩ từ Việt Nam.

2. Lý Tống bị cảnh sát bắt và đem ra truy tố. Ngày 25-5-2012, sau gần hai năm, Lý Tống ra tòa xử án và bị kết tội. Ngày 22-6-2012, bà Chánh án tòa Santa Clara tuyên phạt ông 6 tháng tù và 3 năm quản chế.

Một số người Việt Nam hô hào vận động quyên tiền giúp Lý Tống chống án. Đích thân Lý Tống cũng chỉ trích hệ thống pháp luật Hoa Kỳ và than phiền bồi thẩm đoàn đã không công bằng.

Vài độc giả của http://www.saigonocean.com/ chuyển tiếp cho tôi biết tin, và yêu cầu tôi viết quan điểm của tôi về đề tài này.

Tôi không muốn tham gia chính trị nên không muốn thảo luận việc làm của ông Lý Tống đúng hay không đúng, nhưng là một người ở Mỹ từ năm 1975, tôi ngạc nhiên khi có người chỉ trích hệ thống luật pháp Hoa Kỳ là không công bằng. Hoa Kỳ là quốc gia có hệ thống pháp lý triệt để bênh vực bị cáo, do đó tôi viết bài này để giải thích về hệ thống luật pháp của Mỹ cho những ai không biết gì mà đã chê bai hệ thống pháp luật và tòa án Hoa Kỳ.

Đã viết thì phải viết chi tiết, mà viết về luật pháp Hoa Kỳ thì tôi xin kéo còi hụ loan báo là nó sẽ không hấp dẫn như phim "Sóng Tình" với Thẩm Thúy Hằng mà sẽ nhàm chán như chuyện "Mưa rơi xuống nước" hay "Lá rụng xuống sình".

Cơ cấu tổ chức chính quyền của nước Mỹ khác với phần đông các quốc gia trên thế giới là họ có chính quyền Liên Bang và Tiểu Bang. Hiến Pháp Hoa Kỳ ấn định rất rõ quyền hạn cũng như thẩm quyền pháp lý của Liên Bang và Tiểu Bang.

Những sự việc Tòa án Liên Bang xét xử là nhân quyền, quyền lợi lao động, môi trường, tội phạm với Liên Bang như phản quốc, làm bạc giả, hủy hoại tài sản, ăn cắp thuế má tiền bạc hay vật liệu của chính phủ, thương mại xuyên bang..., can phạm là Đại sứ hay ở trong chức vị cao cấp, khánh tận, ăn cắp bản

NGUYỄN TÀI NGỌC

quyền...

Những sự việc Tòa án Tiểu Bang xét xử là tranh chấp về Hiến Pháp Tiểu Bang, hợp đồng ký kết, chấn thương cá nhân, gia đình, bất động sản, hàng hóa, thương mại, pháp lệnh thành phố, quy định giao thông, tội ác tiểu bang cấm như giết người, ăn trộm, xâm phạm gia cư bất hợp pháp, hủy hoại tài sản, xem nhạc Paris by Night quá 24 giờ trong một tuần....

Việc Lý Tống xịt hơi cay do đó được tòa án của Tiểu Bang California xét xử, vì vi phạm luật pháp của tiểu bang.

Đây là sơ lược diễn tiến của một vụ án hình sự (criminal case), từ khi can phạm bị bắt đến khi ra tòa xử án:

Bị cảnh sát bắt:

Khi một người bị cảnh sát bắt giải về nhà tù thì một trong ba điều này sẽ xẩy ra:

- Can phạm sẽ được thả nếu Công tố viên chính phủ nghĩ không có đủ bằng chứng buộc tội.

- Can phạm sẽ đóng tiền thế chân, tại ngoại hầu tra. Công tố viên sẽ nói ngày nào phải trở lại.

- Can phạm không được thả, bị áp giải ngay vào tù.

Khởi đầu một cuộc án:

- Cảnh sát viên bắt can phạm sẽ viết một bản báo cáo, ghi lại diễn tiến cuộc bắt giam và tên của nhân chứng, nếu có. Can phạm không được xem bản báo cáo vì lý do cảnh sát sợ can phạm biết được tên tuổi, số điện thoại của nhân chứng rồi trả thù. Tuy nhiên luật sư của can phạm sẽ nhận được tờ tường trình này. Đây là lý do tại sao ở Mỹ ai bị thưa kiện nên có luật sư.

- Công tố viên quyết định nên hay không nên buộc tội, buộc bao nhiêu tội, trọng tội (felony) hay khinh tội* (misdemeanor), theo bản báo cáo cảnh sát cung cấp.

*"khinh" là nhẹ, như trong nghĩa khinh khí cầu

Thật sự là có đến 3 loại tội chứ không phải 2: Infractions (Vi cảnh), Misdemeanor (Khinh tội), và Felony (Trọng tội).

- Infractions (Vi cảnh): Tội rất nhẹ, phần đông là tội vi phạm lưu thông, người vi phạm chỉ đóng tiền phạt.

- Misdemeanor (Khinh tội): Hình phạt tối đa là 6 tháng hay 1 năm trong tù của County Jail và/hay $1,000. Thí dụ: Phá nhà, Ăn cắp, Lái xe, Say rượu, Vợ mặc áo mới mà lỡ dại không khen...

- Felony (Trọng tội): Hình phạt từ một năm tù prison cho đến tử hình. Thí dụ: Ăn cướp, Giết người, Hiếp dâm, Sửng sốt nói với vợ: "lúc này anh thấy em có da có thịt một tí",....

Vì can phạm có quyền đòi hỏi xúc tiến vụ án nhanh chóng, trong vòng 48 giờ công tố viên phải quyết định có buộc tội hay không. Quá 48 tiếng mà vẫn không bị buộc tội thì can phạm sẽ được thả ra.

Ngày ra tòa bị buộc tội (The Arraignment):

Chánh án sẽ giải thích cho can phạm:

- Bị buộc bao nhiêu tội.

- Quyền Hiến pháp bảo đảm cho can phạm (như Đạo Luật Thứ Năm: quyền im lặng, không nói gì hết).

- Nếu không có tiền thì Tòa sẽ chỉ định một luật sư biện hộ cho can phạm miễn phí.

Can phạm lúc đó sẽ chọn một trong 3 trường hợp sau đây: Không có tội (Not Guilty), Có tội (Guilty), hay Đồng ý với lời buộc tội (No contest). No Contest như là Guilty, chỉ khác ở một điểm là không được dùng để buộc tội can phạm trong vụ kiện dân sự (civil lawsuit).

Chánh án sẽ ấn định số tiền thế chân, thả can phạm tự do tại ngoại hầu tra sau khi can phạm đóng tiền thế chân.

Sau khi hai bên Công tố viên và Luật sư biện hộ của bị cáo trao đổi dữ kiện về cuộc án trong một thời gian khá lâu gọi là *Discovery*, Thẩm phán sẽ ấn định ngày ra tòa.

Ngày xử án:

Công tố viên và Luật sư biện hộ trước đó đã chọn 12 người làm bồi thẩm đoàn. Bồi thẩm đoàn là dân chúng sống ở thành phố đó, "xui xẻo" được computer chọn đến tòa để làm bồi thẩm đoàn. Ở County tôi ở, trung bình một ngày họ gọi 250 người, và trung bình một người một năm bị gọi đi làm bồi thẩm đoàn một lần. Từng người một được hai bên gọi để phỏng vấn, và nếu không thích quan điểm của mình khi trả lời, họ có quyền không chọn mình. Tôi nói thí dụ họ chọn bồi thẩm đoàn cho vụ án Lý Tống. Luật sư biện hộ cho Lý Tống có thể không chọn người đưa ra ý kiến ghét Lý Tống, e rằng khi người này là bồi thẩm đoàn sẽ kết tội Lý Tống, và ngược lại Công tố viên có thể không chọn người đưa ra ý kiến là thấy việc làm của Lý Tống là đúng, e rằng người ấy sẽ biểu quyết tha bổng bị cáo khi xử án.

Bồi thẩm đoàn, không phải Chánh án, là những người sẽ quyết định bị cáo có tội hay không. Nếu không, bị cáo sẽ được thả tự do. Nếu bị kết tội, Chánh án sẽ chọn một ngày khác để ấn định án tù là bao nhiêu.

Sự phán xét và buộc tội của bồi thẩm đoàn phải là hoàn toàn chắc chắn, không một chút hồ nghi (beyond any reasonable doubt), do đó cả 12 người phải đồng ý kết tội. Nếu 11 người muốn kết tội mà chỉ cần một người không đồng ý thì can phạm sẽ được tha bổng.

Kháng Án:

Can phạm nào sau khi bị kết tội cũng có quyền kháng án. Thế nhưng kháng án là chuyện trầy da tróc vẩy vì kháng án không có nghĩa là sẽ xử án lại một lần nữa. Thẩm phán khác, không phải là bồi thẩm đoàn, sẽ duyệt lại bản án, và chỉ xét xem Chánh án ở tòa dưới có làm sái luật khi cho phép nhân chứng hay tang chứng trình bày trước tòa. Tòa Kháng án không xem lại dữ kiện của tòa dưới để kết luận bị cáo phạm hay không phạm tội. Do đó một người chỉ có thể kháng án nếu họ lập luận rằng:

1. Không đủ tang chứng ở tòa dưới để kết tội; hay/và

2. Pháp luật và luật lệ đã không giữ đúng ở tòa dưới khiến bồi thẩm đoàn kết tội sai lầm.

Qua những chặng đường của một cuộc xử án vừa nêu trên, một người có thể thấy luật pháp Hoa Kỳ thận trọng bảo toàn quyền lợi của can phạm từ khi bị bắt đến khi kết thúc. Ấy thế mà vẫn chưa đủ. Ở các quốc gia khác trên thế giới, khi vừa bị bắt là luật pháp của nước họ kết án can phạm có tội ngay lập tức. Đến ngày xử án thì can phạm phải chứng tỏ cho bồi thẩm đoàn là mình vô tội. Trong khi ở Mỹ thì ngược lại. Cho dù một người đâm người khác chết rõ ràng, có nhiều nhân chứng và tang vật giết người được lưu giữ, can phạm đó hoàn toàn vô tội cho đến ngày xử án, *innocent until proven guilty*, và chính phủ phải chứng minh cho bồi thẩm đoàn thấy là can phạm đó đã giết người, chứ không phải can phạm phải chứng minh là mình vô tội.

Bên nào phải chứng minh thì bên đó khó thắng hơn. Tôi đưa ra một thí dụ chuyện này xảy ra hơn 20 năm về trước ở hãng tôi: Anh tài xế lái xe đi giao hàng uống bia trong khi làm việc nên đôi lúc "xỉn", làm lụng bê tha và thỉnh thoảng trốn vào một góc say ngủ. Chúng tôi do đó sa thải anh ta. Anh ta mướn luật sư thưa hãng tôi ra tòa về tội sa thải nhân viên trái phép, và tòa xử chúng tôi thua! (Lúc bấy giờ hãng chúng tôi nhỏ nên không có cẩm nang luật lệ để nhân viên ký đồng ý tuân theo điều lệ). Lý do? Hãng chúng tôi nói anh ta say rượu thì phải chứng minh điều đó. Hãng tôi có máy đo hơi thở để biết số lượng rượu trong cơ thể không? -Không! Hãng tôi có bao giờ thử hơi thở của anh giao hàng để biết độ rượu trong máu của anh ta là bao nhiêu không? -Không! Nếu không thì bằng chứng đâu hãng tôi nói anh ta say rượu? Chúng tôi hoàn toàn thua đại bại!

Hệ thống tòa án phải cần đến 12 người bồi thẩm đoàn để xét xử, tất cả không phải là giới chức chính quyền mà là dân chúng bình thường như bị can (jury of one's peers), lấy từ một điều khoản trong Chương 28 của một tài liệu tuyệt vời về luật pháp của Anh quốc, Magna Carta, viết vào năm 1225. Điều khoản ấy nói rằng *"không một người dân tự do nào bị bắt, hay bị giam, hay bị sống ngoài vòng pháp luật, hay bị đày tha hương, hay bị thủ tiêu. Chúng ta cũng không giao họ cho người khác, không lên án họ, trừ khi họ bị những người cùng như họ, hay bị luật pháp của quốc gia kết tội"* ("No freeman shall be taken or imprisoned, or be outlawed, or exiled, or any otherwise destroyed; nor will we not pass upon him, nor (condemn him), but by lawful judgment of his own peers or by the law of the land").

Bây giờ nói đến vụ án Lý Tống.

Như đã giải thích ở trên, ngay sau khi can phạm bị bắt, trong vòng 48 giờ, công tố viên phải buộc tội. Nếu không thì can phạm sẽ được trả tự do. Sự buộc tội này phải dựa trên những điều luật đã có sẵn, nếu không thì không sẽ buộc tội can phạm được.

Đây là chuyện có thật xẩy ra mấy chục năm trước: Siêu thị ở Mỹ có những xe đẩy -cart- để khách bỏ bao đi chợ vào, đẩy ra chỗ đậu xe. Mấy chục năm trước những người không có xe hơi nhưng sống ở gần siêu thị đẩy xe cart này về apartment của mình rồi để đó, không đẩy lại. Hậu quả là siêu thị mất xe cart, vì nó ở rải rác khắp nơi. Siêu thị bèn quyết định thưa những người này ra tòa về tội ăn cắp xe tư nhân, thuộc quyền sở hữu của siêu thị. Tòa xử siêu thị... thua! Lý do? Xe cart siêu thị làm công dụng của nó là để khách hàng chuyên chở thức ăn mua trong chợ. Không có một chỗ nào gắn bảng cảnh cáo trong khu vực đậu xe là xe cart không được đẩy ra khỏi phạm vi siêu thị, theo đạo luật số mấy... thì làm sao có thể buộc tội người đẩy xe về nhà, vì họ dùng nó là công cụ chuyên chở, và vì họ không biết? Từ đó trở đi, nếu một người nào bây giờ để ý thì parking siêu thị nào cũng cắm bảng viết rất rõ cấm không được đẩy xe cart ra khỏi phạm vi siêu thị, chiếu theo đạo luật số 123456......

Một số người nghĩ như Lý Tống đã nghĩ, là tội ông ta rất nhẹ vì chỉ xịt nước mắm trộn lẫn nước hoa chứ không phải hơi cay, chẳng hại cho ai hết (chính Lý Tống nói việc này con nít cũng làm được). Thế nhưng họ nghĩ lầm vì mỗi một tội, dù nhỏ hay có khác nhau đến đâu, đều đã có trong sách hình luật và do đó công tố viên đã buộc ông đến 6 tội: 5 trọng tội -felony, và 1 khinh tội - misdemeanor (Án số/ Docket No.: C1082954):

Tội Thứ Nhất: (Trọng Tội - Felony): Tấn công dùng vũ khí chết người - Assault with a deadly weapon. Hình luật số 245(a)(1).

Tội Thứ Nhì: (Trọng Tội - Felony): Dùng hơi cay bất hợp pháp - Unauthorized use of tear gas. Hình luật số 12403.7(g).

Tội Thứ Ba: (Trọng Tội - Felony): Thay đổi số sản xuất của vũ khí bằng gas - Altering ID on tear gas weapon. Hình luật số 12422.

<u>Tội Thứ Tư</u>: (Trọng Tội - Felony): Tự ý dùng hơi cay nơi công cộng - Willful employment or use of tear gas, mustard gas or combination thereof in public. Hình luật số 375(a)/(d).

<u>Tội Thứ Năm</u>: (Trọng Tội -Felony): Burglary Bậc hai: vào nhà một người khác với ý định gây trọng tội - Second Degree Burglary - Entering with intent to commit a felony. Hình luật số 459-460(b).

<u>Tội Thứ Sáu</u>: (Khinh Tội - Misdemeanor): Chống cự, Trì hoãn, Cản trở cảnh sát - Resisting, Delaying, Obstructing an officer. Hình Luật số 148(a)(1).

Hình phạt tối đa nếu bị kết án cả sáu tội này là 3 năm và 8 tháng tù ở. Thế nhưng bồi thẩm đoàn chỉ kết Lý Tống có bốn tội 1, 2, 5, 6, ở trên, với tội thứ nhất giảm xuống còn khinh tội - *misdemeanor, simple assault* - vì họ không nghĩ Lý Tống dùng vũ khí chết người. Hai tội Thứ Ba và Thứ Tư, họ tha bổng cho ông. Bà chánh án Andrea Y. Bryan sau đó tuyên phạt Lý Tống sáu tháng tù ở.

Bồi thẩm đoàn chỉ xem xét, phân tích những tang chứng trình bày của cả hai bên Công tố viên và Luật sư biện hộ tại Tòa để đưa đến kết luận. Lý do khiến Lý Tống giả phụ nữ để xịt nước cay vào người khác cho dù có hữu lý đến đâu cũng không thể nào thuyết phục đó là lý do chính đáng để hành hung người khác, dù rằng sự hành hung ấy có nhẹ đến đâu đi nữa.

Hoa Kỳ là xứ tự do, nhưng cũng là quốc gia của luật pháp. Dân chúng có toàn quyền bày tỏ ý kiến của mình, chê bai một cá nhân, một tập thể, một chính sách, một chính thể, một quốc gia, thế nhưng sự bày tỏ ý kiến ấy phải hợp pháp, làm trong vòng luật pháp.

Đạo luật Bổ túc Thứ Nhất, The First Amendment, bảo đảm quyền tự do ngôn luận, nhưng ngay cả quyền tự do ngôn luận cũng không thể đụng chạm quyền lợi của người khác một cách phi lý.

Một người đứng trước Tòa Bạch Cung có thể la hét chửi bới Obama làm lũng đoạn sự cường thịnh của nước Mỹ mà không sợ bị ai bắt vì quyền tự do ngôn luận của anh ta được Đạo luật Bổ túc Thứ Nhất - The First Amendment - bảo vệ, thế nhưng anh ta không thể nào vào giữa rạp hát đang chiếu phim, la lớn: *"Cháy nhà"*! khi không có đám cháy mà chỉ với mục đích dọa người đi xem phim.

Thử tưởng tượng một người đánh người khác rồi đưa ra lý do tại sao: Hôm qua vợ tôi chửi tôi nên hôm nay tôi trả thù. Tôi đi chợ mua tầu hũ, về nhà khám phá nó bị thiu nên tôi tức mình nện người bán hàng. Tôi khen cô bạn vợ tôi nấu ăn ngon, làm bây giờ tôi bị ăn mì gói hơn ba tháng, nổi cơn điên nên tôi đánh ông bán mì gói. Trăm nghìn người sẽ dùng trăm nghìn lý do khác nhau để hành hung người khác. Xã hội bảo đảm sẽ trở nên hỗn loạn vô trật tự. Bồi thẩm đoàn do đó chỉ thấy tang chứng rõ ràng là Lý Tống mua vé xem hát với mục đích xịt hơi cay để đả thương, dùng hơi cay bất hợp pháp để xịt vào mắt người khác (nhưng không nguy hiểm như công tố viên nghĩ), và chống cự cảnh sát khi bị bắt.

Lý Tống là người gan dạ, làm những việc mà cả trăm nghìn người, cả triệu người không dám làm. Nhưng nếu ông đã có gan làm thì cũng có gan gánh hậu quả, không nên chỉ trích những điều gì vô lý. Nước Mỹ không phải là xứ có *kangaroo court,* tòa án bất chấp luật lệ, hay Chánh án là người duy nhất buộc tội và kết tội, mà đổ lỗi cho hệ thống pháp luật Hoa Kỳ không công bằng.

Lý Tống không bị một thẩm phán độc tài, một quân đội chuyên chế kết tội, mà được bồi thẩm đoàn 12 người cùng là công dân xứ Hoa Kỳ như Lý Tống, với đầu óc khách quan xem xét tang chứng đã được trình bày trước tòa từ cả hai bên công tố viên chính phủ và luật sư biện hộ, rồi họ phân tích tỉ mỉ để đưa đến kết luận ông ta phạm tội.

Một người gan dạ như Lý Tống dĩ nhiên nên có "sức chơi, sức chịu". Tôi không phải là người gan dạ, nhưng tôi đã có kinh nghiệm cũng chỉ vì một lời phát ngôn bừa bãi với vợ tôi mà gánh lấy hậu quả tai hại. Thế nhưng khác với Lý Tống, tôi biết đó là lỗi tại tôi, chẳng đổ lỗi cho ai khác bao giờ:

> ngày xưa mình mới lấy nhau,
> đôi ta mảnh khảnh, Phi Châu, ốm, gầy.
> quần anh mặc phải buộc dây,
> thân em liễu yếu, gió bay cái vèo.
> giờ thì anh mập như heo,
> còn em, cũng chẳng ốm teo dạo nào.
> anh ngu, nói chẳng đón rào,
> khen em da thịt hồng hào hơn xưa.
> nghe xong, em giận mây mưa,
> *"anh chê tôi mập? đừng rờ đến tôi!"*
> trăm nghìn muôn sự tại tôi,
> sẩy lời, đê vỡ, thiếu xôi chín tuần.
> làm trai cho đáng thánh thần,
> mình làm mình chịu, chẳng ngầm chê ai.

(Tháng 7, 2012)

<u>Tài liệu tham khảo:</u>

http://www.bbc.co.uk/vietnamese/vietnam/2012/06/12
0623_lytong_trial.shtml
http://www.docstoc.com/docs/47962063/Felony-
complaint-against-Ly-Tong
http://www.courts.ca.gov/1069.htm
http://www.vietvungvinh.com/index.php?option=com
_content&view=article&id=1618:bai-dien-van-ly-
tong-du-dinh-se-doc-khi-toa-tuyen-
an&catid=49:chinh-tri-xa-hoi&Itemid=82
http://www.archives.gov/exhibits/featured_documents/
magna_carta/translation.html
wikepedia

Người Việt
Nói Tiếng Anh

Đời sống có những huyền bí mà những người đạo Thiên Chúa Giáo nếu chịu khó đọc Kinh Thánh sẽ tìm ra câu trả lời. Tại sao Xe đò Hoàng có xe bus chạy nối liền Orange County-Los Angels- San Jose? Vì Kinh Thánh Mác đoạn 16 câu 15 Chúa phán với loài người: *"Hãy đi khắp thế gian..."*. Tại sao bố mẹ mình đẻ như vịt, gia đình Việt Nam lúc nào cũng đông lúc nhúc? - Vì Sáng Thế Ký đoạn 9 câu 1 nói: *"Đức Chúa Trời ban phước cho Nô-ê và các con trai của Nô-ê, rồi nói với người rằng: Hãy sanh sản thêm nhiều, làm cho đầy dẫy trên trái đất"*. Tại sao đàn bà đau đớn khi sinh đẻ? Vì Eva nghe lời con rắn phạm tội nên Chúa phạt trong Sáng Thế Ký đoạn 3 câu 16: *"Ta sẽ thêm điều cực khổ bội phần trong cơn thai nghén; ngươi sẽ chịu đau đớn mỗi khi sanh con"*. Tại sao mỗi quốc gia nói một thứ tiếng? Vì thiên hạ muốn xây tháp Babel cao tận trời nên Chúa phạt cho mỗi người nói một thứ tiếng khác nhau, không ai hiểu ai do đó không thể nào tiến hành cuộc xây cất. Sáng Thế Ký đoạn 11 câu 7 Chúa phán: *"Chúng ta hãy xuống trần làm lộn xộn tiếng nói để chúng nó không hiểu nhau"*.

Thế nhưng có một điều Kinh Thánh, hay ông Đạo Dừa, hoặc Chiêm Tinh Gia Huỳnh Liên không thể nào giải thích được: Tại sao người Mỹ, người Anh nói tiếng Anh? Tại sao người Pháp nói tiếng Pháp? Tại sao người Việt nói tiếng Việt Nam?

Tiếng Pháp, tuy không độc vận như tiếng Việt, nhưng dễ phát âm vì thấy sao nói vậy. Trong khi tiếng

Anh thì cùng một chữ nhưng lại phát ngôn ba, bốn nẻo khác nhau, chẳng biết đường nào lần. Cùng một chữ *a*, trong chữ *apple* thì đọc là **áp**-pồ, nhưng trong chữ *gate* thì đọc là **ghết**(ơ), trong chữ *national* thì lại đọc là na-shô-**nôl**, và trong chữ *bare* thì lại đọc là **ber.** Đã thế, mẫu tự cuối của một chữ phải nói ra hơi gió, không thì người Mỹ không hiểu. Người Việt chúng ta đại đa số khi nói tiếng Anh ai cũng nuốt âm gió. Thí dụ như chữ *good*, đọc đúng là *gúđ(ơ)* với vần cuối *đơ* uốn lưỡi trong miệng, thì người mình chỉ nói *gút*, làm người Mỹ nghe muốn điên cả đầu. Hầu hết chúng ta nếu sống ở Việt Nam từ bé đến lớn chừng 16, 17 tuổi rồi sang Mỹ ở thì mặc dù nói tiếng Anh trẹo quai hàm cho đến 50 năm sau cũng chẳng bao giờ phát âm đúng như người Mỹ.

Cộng với việc uốn lưỡi trẹo quai hàm, nếu mình đánh dấu nhấn sai chỗ, người Mỹ nghe sẽ không hiểu. Ngày xưa khi mới sang là dân tỵ nạn, tôi đến tiểu bang Pennsylvania. Khi vào học trung học ở California, bạn Mỹ trong lớp hỏi tôi trước đó ở đâu, tôi trả lời là ở Pen-sôl-vê-**Ní**-a. Họ lắc đầu không hiểu chỉ vì tôi đọc nhấn mạnh sai ở vần "Ní". Vần nhấn đúng là ở chữ "Vế": Pen-sôl-**Vế**-ni-a.

Tôi sang Mỹ từ năm 17 tuổi, bây giờ phát âm tiếng Anh vẫn còn dở ẹc. Có ở thêm chục năm nữa thì vẫn là anh Mít nói tiếng Mỹ. Ấy là tôi không phải là người thất học vì ngày xưa từ bé bố tôi đã dạy tôi tiếng Pháp ở nhà. Vào trung học lớp 6 tôi chọn chọn sinh ngữ chính Pháp văn. Đến năm lớp 9 thì như bao học sinh khác, tôi phải học thêm tiếng Anh là sinh ngữ phụ thứ hai. Tôi nói vòng vo tam quốc như thế để nhấn mạnh một điểm là tôi không đến nỗi ngu lắm khi học ngoại ngữ, thế mà sau 37 năm sinh sống ở Hoa Kỳ, tiếng Anh của tôi vẫn còn bập bẹ như chị bán bar trong xóm Bàn Cờ của tôi ngày xưa.

Có trình độ học vấn mà tôi còn thấy chới với, do đó hầu hết người Việt Nam sang Mỹ khi đã trưởng thành, nhất là những người ít học hay vào lứa tuổi 30, 40, thì không tài nào nói tiếng Anh được chuẩn. Không đọc được tiếng Anh nên họ phát âm chữ Mỹ theo tiếng Việt nhiều tiếng vô tình nghe rất buồn cười.

Khi con vợ chồng tôi còn nhỏ, chúng tôi thuê một bà Việt Nam săn sóc vào ban ngày khi chúng tôi đi làm. Dĩ nhiên là bà ta hoàn toàn không nói tiếng Anh. Nếu nghe bà ta phát âm tên con đường Kuehner (Kiu-nơr) gần nhà tôi thì bảo đảm người Mỹ sẽ há hốc kinh ngạc: đường Cu Nó. Đường Cu Nó ở phía Tây thành phố. Phía Đông thành phố nơi bà ta ở có một con đường tên Culver (Kôn-vơr) thì bà ta biến nó thành đường Cu Dơ. Thành ra bà ta ở đường Cu Dơ, nhưng mỗi sáng đi làm đến nhà tôi ở gần đường Cu Nó.

Con đường chính yếu gần nhà tôi là Yosemite (Dzồ-sé-mi-ti) thì bà ta đọc là Dô Xe Mít, thành phố kế bên Burbank (bơr-beenk) thì bà ta đọc là Bấp Bênh. Đi trên đường Dô Xe Mít (Yosemite) gập ghềnh nên nó kế bên thành phố Bấp Bênh (Burbank) là phải lắm!

Những cặp vợ chồng Việt trẻ sinh con ở Hoa Kỳ phần lớn đặt tên tiếng Mỹ cho con vì chúng nó xem như là dân Mỹ, chẳng còn liên hệ gì đến Việt Nam. Bố mẹ có thể gọi được tên con, nhưng đối với ông bà nội/ngoại, gọi cháu mình với tên Mỹ là cả một cực hình.

Hơn chục năm trước tôi có quen một anh bạn. Khi vợ sinh đứa con trai đầu lòng, anh ta đặt tên con là Kirt (Kơrt). Vài năm sau tôi đến ăn sinh nhật, gặp bà ngoại cháu bé thì bà ấy nói với tôi:

- Cái thằng Liêm thiệt hết sức nói. Tiếng Dziệt Nam mình có biết bao nhiêu là tên, nó hổng đặt tên con nó tiếng Dziệt để tui dễ gọi, mà nó lại đặt tên tiếng Mỹ, tui giận hết sức.

- Tiếng Mỹ với tiếng Việt cũng như vậy thôi, có gì đâu mà bác giận? Tôi hỏi và nói tiếp: *Mình ở Mỹ thì nên đặt tên con nít tiếng Mỹ, chứ nếu không mai sau nó vào trường học, bạn bè không gọi được tên tiếng Việt thì tội cho nó.*

- Trời ơi, tội cho nó nhưng ai tội cho tui? Nó đặt tên con tiếng Mỹ thì làm sao tui kêu? Mà có đặt tên Mỹ thì cũng kiếm cái tên gì cho tui gọi được. Đằng này nó đặt tên thằng cháu tui là cái gì... "Cứt", "Cứt". Ngày nào tui cũng gọi thằng cháu tui tên "Cứt", "Cứt", nghe kỳ quá!

Đứa bé tên là Kirt (Kơrt), bà ta đọc không được tên cháu của mình nên gọi nó là "Cứt"!

Thời đại đặt tên con là "Cái Tĩn" hay "Thằng Tũn" đã xa xưa lắm rồi. Bây giờ thì bố mẹ nào cũng tìm tên thật đẹp để đặt cho con. Michelle (mi-sheo) hay Sally (sa-ly), tên con gái ở Mỹ nghe thật hay nhưng nhiều ông bà nội/ngoại không phát âm được nên đổi tên cháu Michelle ra... "Mì xào", Sally gọi là "Xá-lị".

Một cô bạn gái nói cho tôi biết có một anh bạn, vợ sinh con trai, đặt tên là Christopher. Người nào cùng lứa tuổi tôi có thể nhớ trước 1975 có phim Tình Thù Rực Nắng, phim của Mỹ tựa là "Summertime Killer", dịch ra tiếng Pháp tựa là "Meutre au Soleil". Sở dĩ tôi còn nhớ vanh vách phim này vì hai tài tử chính, cô đào Olivia Hussey và anh chàng Christopher Mitchum cả hai đều đẹp. Tôi còn nhớ rõ Christopher

Mitchum với bộ tóc mầu vàng, trông rất lạ vì tóc Á Đông của chúng ta mầu đen. Anh chàng này tóc vàng, da trắng, người Âu Mỹ trông thấy đã đẹp, tên anh ta Christopher nghe cũng đẹp nữa. Ấy thế mà bà nội Việt Nam ở Mỹ vì không nói được chữ Christopher (Khris-tô-phơ) tuyệt đẹp tên của cháu mình nên gọi nó là... "Tô Phở!".

Anh này có một cậu em trai, cũng lấy vợ, và cũng sinh con trai. Hai vợ chồng người em đặt tên con là Tommy (tom-mi). Tên này thì quá dễ để cho ông bà gọi cháu, ấy thế mà bà cũng gọi trại ra theo âm Việt Nam: "Tô Mì". Hai đứa cháu, một đứa là "Tô Phở", một đứa là "Tô Mì", bây giờ nó trở thành tên quá dễ để cho bà nội gọi cháu.

Tên đường xá ở Mỹ thì những người Việt tha hồ gọi theo tiếng của mình, chẳng quan tâm đến việc người Mỹ có hiểu hay không. Đây là một vài thí dụ tên đường xá, thành phố ở Mỹ, chữ trong ngoặc là phát âm đúng theo tiếng Mỹ, và chữ kế bên cạnh là người mình đổi sang tiếng Việt để đọc:

Magnolia (mặec-noó-li-a):	Mặt ngó lia
Cullen (kơ-lân):	Cù lần
McFadden (mặec-pha-đân):	Mất phải đền
McLaughlin (mặec-láph-lân):	Mắt láo liên
Brookhurst (brúk-hơrst):	Bốc Hốt
McKee (mặec-ki):	Mặc Kệ
Tully (tu-li):	Tú Lỳ
Bascom (bas -com):	Bát Cơm
Saratoga (sa-ra-tô-ga):	Xỏ Lá To Gan
Piedmont (píd-mont):	Bịt Mông

Sau đây là một người Việt nói một câu dùng tiếng Mỹ trà trộn thêm vào:

- *Ông đi tới bảng tốp* (stop), *quẹo phải thì thấy đất to* (drug store (drấg-stor): *nhà thuốc Tây*) *mua cho tôi hộp ếch rình* (aspirin), *nghe nói ếch rình là thần dược còn chữa cô rồ* (cholesterol) *nữa!*

Đây là một câu chuyện cũng về người Việt đọc tiếng Anh, lưu truyền trên Internet, tôi không biết ai là tác giả, xin chép lại nguyên văn:

Tui xin kể một chuyện vui có thiệt 100%, xảy ra cho chính tui:
Cách đây vài tháng, một người bạn nhờ tui ra phi trường đón dùm một cô ca sĩ rất rất ư là nổi tiếng bên VN (xin cho phép tui tạm giấu tên cô ca sĩ đó). Nàng là thần tượng của giới trẻ bên đó và cũng như bên đây. Nàng rất ư là dễ thương và very cute ! và thông minh luôn. Nàng sang đây hát show theo lời mời của nhóm người bạn của tui. Anyway, trên xe, nàng hỏi tui là nàng có thể xài thẻ tín dụng bên đây được không ? tui hỏi lại là thẻ loại gì ? của nhà băng nào ? Thì nàng nhỏ nhẹ bảo là thẻ của nàng là thẻ "Con Mẹ Xin ăn" !!! Và cứ thế, suốt cả giờ, nàng huyên thuyên kể về cái thẻ "Con Mẹ Xin ăn" của nàng có rất nhiều tiền trong đó, nàng có thể dùng nó bất cứ lúc nào và bất cứ nơi nào trên thế giới.
Tui không dám hỏi. Cũng không dám ngắt lời nàng để hỏi. Trong lòng cứ ấm ức và thắc mắc, - Ngộ thiệt đó nha ! Cở sao nhà băng bên Việt Nam lại lấy một cái tên nghe oái oăm thiệt. Tại sao lại đi lấy tên nhà băng là "Con Mẹ Xin ăn" nhỉ? Thiếu gì tên đẹp mà sao hổng lấy. Mà lạ, nàng bảo là cái "Con Mẹ Xin ăn" băng này là lớn lắm đó nha... Em được họ cho em muốn xài bao nhiêu cũng được cả. Vì họ biết em có dư khả năng trả

cho họ hàng tháng !!! " Chở nàng đến khách sạn, tui ngần ngừ rồi năn nỉ: "Em cho anh xem thử cái thẻ... của em được không?"

Mèng đét ui, té ra nó là cái thẻ Commercial Bank ! tui phá ra cười khom cả cái lưng còm ốm yếu của tui. Mà tất nhiên là hổng dám giải thích cho nàng hiểu tại sao mình cười. hi hi hi Suốt đời chắc hông bao giờ quên được cái kỷ niệm đó, kỷ niệm mà tui hông bao giờ dám kể lại cho nàng nghe cả!

Ghi chú:

Chữ "Commercial" nếu phát âm theo tiếng Anh thì không nghe giống "Con Mẹ Xin Ăn" nhưng nếu phát âm theo tiếng Pháp hoặc theo lối VN thì đúng là "Con Mẹ Xin Ăn".

Dùng tiếng Anh sai cũng tai hại không kém. Một chị bạn kể cho tôi nghe chị có một bà láng giềng người Việt Nam. Một buổi sáng chục năm trước bà ta ra xe thì gặp ông láng giềng Mỹ. Khi ông ấy hỏi: *"Bà đi đâu thế?"*, thì bà ta trả lời: *"Sáng nay tôi đi tìm mua một cái condom"*. Ý bà ta nói là muốn mua một cái *condo* (con-đô, không có m), chữ viết tắt của chữ *condominium*, có nghĩa tương tự như chữ *apartment*, nhưng bà ta lại nói nhầm là condom (con-đâm). *Condom* là bao cao su cho đàn ông dùng để ngừa thai!

Câu chuyện sau đây cũng là người Việt nói tiếng Mỹ: Có một anh Việt Nam ngày xưa ở dưới Rạch Giá, sang đây làm nghề thợ ráp ở hãng tôi. Cũng giống như bao nhiêu người Việt mê nhạc Việt Nam, hát karaoke và tổ chức nhảy đầm ở nhà, anh ta rất rành rẽ những điệu nhạc như Valse, Cha-Cha-Cha, Tango, Bolero, Rumba... Một hôm anh ta xuống Santa Ana vào một tiệm bánh để mua bánh paté chaud. Rất tự tin, anh ta ung dung nói với cô bán hàng:

- *Cô bán cho tui ba cái bánh "ba-sô-đốp".*

Cô hàng ngẩn tò te nhìn vì không hiểu anh ta muốn gì, mà anh ta cũng không biết tại sao cô ta nhìn mình: Thay vì nói muốn mua bánh *paté chaud*, anh ta nói muốn mua *pasodoble*, một loại điệu nhẩy!

Đọc đến đây quý vị chắc sẽ có vài nụ cười và nói với tôi *"Thank you"* đã viết bài này. Tôi định trả lời *"Không có chi"* bằng tiếng Anh cho quý vị: *"You are welcome"* ; nhưng thay vì phát âm đúng như người Mỹ nói: *"You Arr Gweo Kâm"*, tôi bắt chước một bà Việt Nam lớn tuổi ở tiểu bang Mả-Cha-Chú-Chệt (Massachusetts –Más-sa-chú-sệt) nói câu *"You are welcome"* với giọng An Nam Mít đặc sệt:

- *Giò heo hầm.*

(Tháng 8, 2012)

(Thành thật cảm ơn chị Châu, chị Huyên, chị Sen, chị Muội, anh Giang, anh Lương, Nguyễn Thu Hương, Đoàn Thu Hương, Phi Liên, Lisa (Nguyên), Thúy, Trâm, đã góp ý).

Xin Đừng Làm
Ca Sĩ

Trong tất cả các phương pháp tra tấn tù nhân, *waterboarding* là một trong những phương thức hữu hiệu nhất. Người tra tấn không cần tốn sức lao động, không cần vũ khí gây ra máu me mà tù nhân đã vội vàng đầu hàng, tình nguyện trả lời vấn cung.

Waterboarding (*Water*: nước, *board*: tấm gỗ) là một hình thức tra tấn. Tù nhân nằm dài trên một miếng gỗ, hai chân và hai tay bị xiềng xích, mặt của tù nhân bị bịt kín bằng một miếng vải hay một miếng plastic có một lỗ hở thông qua khẽ mồm. Tấm gỗ nằm nghiêng 30 độ hay 45 độ với tù nhân nằm ngửa nhìn lên trần nhà, đầu hướng về phía đất. Người tra tấn sẽ đổ nước từ từ vào mặt tù nhân. Cảm giác chết ngộp trong khi tay chân bị trói là một cảm giác kinh hoàng. *Waterboarding* có thể làm tù nhân chết đuối trên cạn, *dry drowning*, óc và phổi hủy hoại vì thiếu dưỡng khí, xương tay chân có thể bị gẫy vì tù nhân oằn oại cố vẫy vùng để tránh khỏi chết ngộp.

Mặc dù nhiều người cho rằng *waterboarding* là vô nhân đạo, -ngay cả chính phủ Hoa Kỳ đã xử tử vài người lính Nhật Bản đã dùng phương thức *waterboarding* tra tấn lính Mỹ đến chết ở Thế Chiến Thứ Hai-, Cơ Quan Tình Báo C.I.A. chính thức công nhận đã dùng *waterboarding* tra tấn ba tù nhân Al-Qaeda: Khalid Sheikh Mohammed, Abu Zubaydah, và Abd al-Rahim al-Nashiri vào năm 2002 và 2003 ở Vịnh Guantánamo*.

Tra tấn lối *waterboarding* tuy đơn giản nhưng hữu hiệu. Các nhân viên tình báo của Cơ Quan Tình Báo C.I.A. trong thời gian huấn luyện tình nguyện bị tra tấn kiểu này thì trung bình họ chịu nổi chỉ có 14 giây là đầu hàng vô điều kiện. Khi tin chính quyền George Bush Con dùng phương thức waterboarding tra tấn tù nhân được tiết lộ vào năm 2007, phe tả phái ở Hoa Kỳ phẫn nộ và làm lớn chuyện. Họ cho rằng *waterboarding* là một cách tra tấn hành hạ (*torture*) tù nhân, hành động Hiệp Ước Genève cấm kỵ (Chính quyền Bush bất đồng ý, nói *waterboarding* không phải là tra tấn mà là một kỹ thuật chất vấn -*interrogation*). Nhiều đài truyền hình đã cho ký giả của mình tình nguyện bị tra tấn bằng phương pháp waterboarding để quay phim rồi chiếu cho dân chúng xem. Tuy rằng có một người chịu đựng đến 16 giây, hầu hết tất cả chỉ trong vòng có vài giây là khủng hoảng tột độ, yêu cầu chấm dứt.

Waterboarding gây cảm giác kinh hoàng tột cùng. Không cần bị bắn hay đâm chém mà tù nhân phải đầu hàng, nhanh chóng tiết lộ bí mật. Tù nhân không có một dấu vết thương tích như vừa mới trải qua một cơn tra tấn, vì thế nó là một trong những kỹ thuật C.I.A. dùng để khảo cung tù binh.

Tuần vừa rồi vợ chồng chúng tôi đi dự một đám cưới, và giống như hầu hết mọi đám cưới Việt Nam chúng tôi đi dự ở bên Mỹ, lễ lộc trình làng nhà trai nhà gái bình thường không có gì để nói. Chỉ cho đến khi bắt đầu giờ văn nghệ giúp vui, các ông bà tranh nhau lên khán đài xin cống hiến một bản nhạc để "giúp vui chương trình" thì lúc ấy quan khách mới kinh hoàng, có cảm tưởng bị tra tấn không thua gì *waterboarding*: cơ thể không có dấu vết gì là bị hành hạ nhưng tinh thần thì sa sút tột độ như chồng bị vợ cấm cung hai tháng.

Con người từ thuở khai thiên lập địa đã thích ca hát. Nhạc cụ xưa nhất thế giới người ta tìm được là một chiếc sáo làm bằng xương khoảng 35,000 năm trước đây. Trong văn hóa của bất cứ quốc gia nào thì ca nhạc đều đóng góp một phần quan trọng trong đời sống của dân chúng, từ văn hóa La Mã, đến Ai Cập, Trung Hoa, hay Ấn Độ. Thế nhưng tất cả những quốc gia ấy không thể nào so sánh bằng sự yêu chuộng âm nhạc của văn hóa Việt Nam.

Khi quân nhà Nguyên xâm lăng nước ta, vua Trần Thánh Tông hội họp quần thần vào năm 1284 để tìm phương thức đối phó địch quân thì Đại Nhạc Hội Trung Tâm Asia đã triệu tập ca sĩ hát bài Hội Nghị Diên Hồng: *"Toàn dân nghe chăng, sơn hà nguy biến...."*. Khi quân nhà Hán xua quân đánh nước ta ở Bến Bạch Đằng vào năm 938, Ngô Quyền không đủ lính tráng nên đã hô hào trai tráng tình nguyện tham trận. Duy Khánh đáp lời kêu gọi đi quân dịch nên đã hát bài *"Xuân này con không về"*, gửi gấm tâm tình của đứa con trai cho mẹ trước khi lên đường nhập ngũ.

Ở hải ngoại giá trị đồng tiền to lớn, kiếm tiền không khó khăn so với các Đệ Tam quốc gia nên việc mua sắm hàng hóa trở nên dễ dàng. Việt Nam có những gia đình không có tủ lạnh hay TV nhưng ở hải ngoại hai thứ đó là căn bản tối thiểu của đời sống như bát đũa, nồi niêu, soong chảo, không gia đình nào không có. Ở Mỹ hay Canada tôi thấy có một thứ khác, ở Việt Nam thuộc vào loại xa xí phẩm, nhưng ở đây thì hầu như nhà nào cũng có: máy hát karaoke. Chỉ cần hai trăm đô-la là một người có thể mua máy karaoke về nhà cuối tuần tập luyện cho hàng xóm nghe điên cả óc, phải xin vào dưỡng trí ở nhà thương điên Biên

Hòa. Mọi người có karaoke một sớm một chiều trở thành ca sĩ cố-ý-không-bất-đắc-dĩ.

Đây là sự khác biệt của làn sóng di cư năm 1954 và đoàn người di tản năm 1975: những người di cư năm 1954 đều là những người bất tài không có năng khiếu về nghệ thuật, trong khi những người di tản năm 1975 sau khi mua máy karaoke mang về nhà, tất cả đều khám phá ra mình có một biệt tài xưa này không bao giờ nghĩ đến. Cái biệt tài đó là trở thành ca sĩ.

Muốn học hỏi để biết làm bất cứ một thứ gì sẽ tốn nhiều thì giờ. Học nấu ăn thì phải biết thịt thà loại gì, rau cỏ ra sao, đo lường như thế nào, ngâm, nấu trong bao nhiêu lâu. Học sửa xe thì phải biết nguyên tắc máy phát nổ, biến điện như thế nào, dầu nhớt lưu thông ra sao, thắng xe bóp dãn bố thắng cách nào. Học làm thợ mộc thì phải biết chọn loại nào là gỗ tốt, dùng máy móc đủ loại để cưa, cắt, chạm trỗ, đánh vernis thế nào cho đẹp.... Môn nào cũng đòi hỏi nhiều thời gian và cũng đòi hỏi sự tinh tế của trí óc để nhận định, học hỏi rồi thi hành.

Trái lại, hát karaoke thì không: không cần biết nhạc lý, không cần học Quốc Gia Âm Nhạc, không cần vận động đầu óc hai mươi lăm thành công lực đọc nốt nhạc vì điệu nhạc đã ghi sâu sẵn vào trí óc của mọi người từ bé. Bây giờ tôi có thể hát lại vanh vách những bài hát của Hùng Cường - Mai Lệ Huyền hát: *"Vì cớ làm sao u sầu mà không thèm nói, Vì cớ làm sao anh về mà em chẳng vui..."*, *"Khoác lên ngực áo anh một vòng hoa. Cớ sao tự nhiên em lại thẹn thùng..."*, *"Em biết tại sao lúc này lính dù lên điểm? Đi ra đường phố nhiều cô nhìn nổ con ngươi...?* vì ngày xưa khi tôi còn bé, ông Trọng bán tem sát bên nhà tôi sáng Chủ Nhật nào cũng bật máy nhạc

NGUYỄN TÀI NGỌC

magnétophone hát những bài này một tháng cả chục lần. Không cần học nhưng nếu bị trả bài, tôi bảo đảm hát sẽ không sai một chữ, không lên xuống sai một tông. Ai cũng có thể trở thành Duy Quang, Elvis Phương, Ý Lan, Lưu Bích, Khánh Hà, Diễm Liên.... Ai ca sĩ, ta cũng là ca sĩ.

Đi học thì sau khi cộng, trừ, nhân, chia, điểm trung bình, cuối năm cả lớp biết ngay người giỏi, kẻ dở, Mỹ thì theo thứ hạng A,B,C,D,F, Việt Nam thì theo thứ tự hạng nhất đến hạng chót. Muốn vào đại học hay các ngành chuyên nghiệp thì phải thi. Ai giỏi thiên hạ biết liền vì người dở sẽ không đậu. Trái lại, nhân tài hát karaoke thì khác. Không có tổ chức thi cử nên ai cũng trở thành ca sĩ thứ thiệt. Không có người phán đoán mình hát dở nên ai cũng nghĩ mình hát hay. Không có người ngoài mách nước mình là nhân tài chưa lên mà đã xuống nên ai cũng tưởng mình là một tài năng mới thế giới chưa bao giờ khám phá, một Carrie Underwood của American Idol, một Susan Boyle của Britain's Got Talent, một Christophe Willem của Nouvelle Star, một Eva Avila của Canadian Idol, hay một Uyên Linh của Vietnam Idol.

Tuy rằng ở nhà tôi không bao giờ nghe nhạc, nhưng nếu đi dự một buổi ca nhạc sống mà ca sĩ hát hay, tôi cũng rất thích. Đi dự đám cưới cũng không khác gì đi nghe nhạc sống. Nếu một ca sĩ hát hay thì tôi cũng như bao nhiêu người khác vỗ tay tán thưởng vì họ có tài thiên phú thu hút tâm hồn khán giả qua một bài hát. Khổ nỗi những người hát hay thường ít hát hoặc nếu hát thì chỉ hát một bài vì họ khiêm nhường muốn dành thì giờ cho người khác có dịp hát.

Ca sĩ karaoke thì trái lại, hát bao nhiêu bài cũng không đủ. Tôi đã mục kích vài lần ca sĩ karaoke vừa hát xong khán giả chưa kịp móc cà chua trong ví chọi lên sân khấu để bày tỏ ý kiến của mình thì ca sĩ karaoke đã nói: *"Thành thật cảm ơn sự hoan hô nồng nhiệt của quý vị* (họ cố tình không biết khán giả vỗ tay vì lịch sự), *và để đáp theo lời yêu cầu của số đông quan khách* (dù rằng chẳng có một ma nào yêu cầu), *tôi xin hát tiếp bài thứ hai....".* Không cần dí súng vào đầu mà bỗng dưng vớ được một cơ hội áp giải cả trăm người tụ họp vào một chỗ, vì thế các ca sĩ karaoke này lợi dụng cơ hội trình diễn một-bài-không-đủ-hai-bài-mới-phê để chẳng bõ công tập luyện, mà không cần biết bao nhiêu người chỉ vì nghe giọng hát của mình làm nội tạng của họ bị chấn thương trầm trọng.

Những ca sĩ karaoke tự-mình-nghĩ-mình-là-ca-sĩ-thứ-thiệt không có môi trường trình diễn để thế giới khâm phục tài năng của họ nên khi có dịp ở những buổi tiệc tùng, reunion, đám cưới... thì họ tranh giành với nhau lên trổ tài. Nếu chương trình dài quá hạn, khổ chủ phải quyết định cho người này hát, không cho người khác hát thì hậu quả sẽ hơn quả bom nguyên tử nổ ở Hiroshima.

Tôi có đi dự một đám cưới mà vì chương trình quá dài, gia đình tổ chức chương trình phải cắt phần trình diễn của một bà chồng là nha sĩ. Bà ta về giận còn hơn là mối thù của con quỷ truyền kiếp. Bà ta, vợ của một ông nha sĩ, gia đình giàu có khắp nơi đều biết thì chuyện bà ta có tiếng hát vượt không gian và thời gian dĩ nhiên là ô-tô-ma-lắc, làm sao những người này cả gan không cho bà ta lên sân khấu để cử tọa mất đi một dịp may trăm năm mới có một lần chiêm ngưỡng một giọng hát oanh vàng thỏ thẻ? Thế Chiến Thứ Ba vì thế lăng nhách bùng nổ, tình nghĩa bạn bè chỉ vì một bài hát mà gián đoạn muôn đời.

NGUYỄN TÀI NGỌC

Tôi để ý một điểm là những ca sĩ karaoke hát dở nhưng cứ hăm he đòi lên trình diễn, hầu hết là những người có tiền tài hay chức vụ trong xã hội. Không một ai nghe chị Hai bán chè hay cô Năm làm nghề tính tiền ở Siêu Thị Vạn Phát khi có tiệc tùng muốn lên hát giúp vui, mà chỉ thấy bà Nha Sĩ Nường, ông Bác Sĩ Đạm, chủ tiệm Nail Hoa Huệ, bà chủ tiệm nữ trang Đại Phát Tài....tranh giành với nhau được lên hát như các lực sĩ chạy đua 100 thước rút. Theo những người này thì nghề nghiệp, danh vọng, tiền tài, của một người khi tiêu diêu miền chín suối chưa đủ gây tiếng vang cho hậu thế; chỉ có giọng ca rùng rợn của mình mới thật sự bảo đảm tiếng tăm lẫy lừng nghìn đời thế hệ về sau.

Nghiệp đoàn luật sư tả phái Hoa Kỳ ACLU (American Civil Liberties Union) không đồng ý với C.I.A., cho rằng tra tấn những tù nhân khủng bố Hồi Quốc đã phá sập hai tòa building World Trade Center ở New York với phương pháp *waterboarding* là vô nhân đạo nên vào năm 2004, ACLU thưa chính quyền Bush, đòi C.I.A. tiết lộ cách thức C.I.A. tra tấn tù nhân, dùng *waterboarding* như thế nào**. Tháng 5 năm nay, Tòa Kháng Án Vùng 2 -*The 2nd US Court of Appeals*- xử ACLU thua, cho rằng phương thức tra tấn của C.I.A. thuộc bí mật quốc phòng, không nằm trong *Freedom Of Information Act* nên C.I.A. có quyền không tiết lộ. (*Freedom Of Information Act* là một đạo luật bắt buộc chính phủ phải cung cấp tài liệu, nếu được báo chí hay dân chúng yêu cầu).

Đi ăn đám cưới vô tình phải ngồi hết cả buổi để nghe những ca sĩ karaoke tự phong chức mình là ca-sĩ-thứ-thiệt hăm hở trổ tài hát xướng thì không khác gì tù nhân bị tra tấn với *waterboarding*. Xứ Mỹ có câu thành ngữ dạy cho tôi *"Don't get mad, get even"*

("Đừng nổi nóng, hãy trả thù"). Tôi sẽ đệ đơn thưa chủ nhân đám cưới đã mời tôi đi dự tiệc nghe hát làm tinh thần tôi bị khủng hoảng kinh niên, không hy vọng chữa khỏi. Thế nhưng khác với Nghiệp Đoàn ACLU, tôi không lo ngại sẽ bị thua theo số phận của họ vì khi ra tòa, tôi sẽ phát hình video clip của những ca sĩ nghĩ mình là ca-sĩ-thứ-thiệt này làm bằng chứng cho quan Tòa xem.

Bảo đảm chỉ cần sau khi xem vài phút là ông Thẩm Phán sẽ bắt tôi tắt video clip ngay lập tức, tay chỉ vào TV loạn xạ, miệng hét lên những tiếng thét hãi hùng:

- *Waterboarding! Waterboarding!*

(*Tháng 9, 2012*)

Ghi chú:

* *Guantánamo Bay: Vịnh Guantánamo là một căn cứ quân sự Hoa Kỳ, 45-mile (117.6 mét) vuông, tọa lạc trên vùng Đông Nam của đất Cuba, dùng để giam giữ và chất vấn tù binh chiến trường. Vào ngày 10-Tháng 6-1898, Thủy Quân Lục Chiến Hoa Kỳ đánh nhau với Tây-Ban-Nha (lúc bấy giờ Tây-Ban-Nha thống trị Cuba), đổ bộ lên Guantánamo Bay và chiếm đóng từ đó cho đến nay, 114 năm. Vào năm 1903, Mỹ và Cuba ký thỏa ước Mỹ thuê Vịnh này với giá 2,000 đồng vàng một năm. Năm 1959, Cuba đòi Mỹ trả lại Guantánamo nhưng lợi dụng một khẽ hở trong hợp đồng khi Fulgencio Batista đại diện cho Cuba ký kết với Mỹ vào năm 1934, Mỹ vẫn giữ Guantánamo Bay cho đến bây*

giờ (khẽ hở đó là cả hai quốc gia phải đồng ý thảo thuận thì việc trả Guantánamo Bay cho Cuba mới tiến hành. Mỹ vẫn còn bất đồng ý kiến với Cuba nên việc trao trả Guantánamo Bay không thể nào xẩy ra).

Căn cứ quân sự ở Guantánamo là địa điểm lý tưởng cho Mỹ giam giữ tù binh chiến trường vì nơi đây không thuộc về Hoa Kỳ, do đó tù binh ở đây không được hưởng quyền lợi như nếu bị giam giữ trên đất Mỹ.

** Đồng ý với quan điểm của Nghiệp Đoàn Luật Sư ACLU là dùng waterboarding tra tấn tù binh Al-Qaeda ở Guantánamo Bay là vô nhân đạo, vào tháng Giêng năm 2009, Tổng Thống Obama ký sắc lệnh nghiêm cấm C.I.A. và quân đội Hoa Kỳ không được dùng waterboarding để tra tấn tù nhân (Obama không cần biết đến việc Al-Qaeda dã man vô nhân đạo đã dùng 16 cảm tử quân khủng bố giết chết 2,977 dân lành vô tội ở New York, Washington D.C., Pensylvania, và gây ra cả trăm tỷ đô-la thiệt hại cho nền kinh tế Hoa Kỳ).

Tài liệu tham khảo:

http://articles.cnn.com/2012-05-21/us/us_scotus-cia-interrogations_1_court-blocks-release-interrogation-waterboarding?_s=PM:US
http://en.wikipedia.org/wiki/Waterboarding
http://1howmany.com/how-many-people-died-in-9-11

http://www.historyofcuba.com/history/funfacts/guantan.htm
http://www.theatlantic.com/entertainment/archive/2012/04/did-humans-invent-music/255945/

Lễ Chào Quốc Kỳ
Việt Nam (VNCH)

(Ghi chú: Quốc ca/Quốc kỳ Việt Nam tôi đề cập trong bài này là của Việt Nam Cộng Hòa, cờ vàng ba sọc đỏ, Lưu Hữu Phước sáng tác "Này công dân ơi, quốc gia đến ngày giải phóng. Đồng lòng cùng đi hy sinh tiếc gì thân sống...)

Ngày 1-1-2013 đánh dấu năm thứ 38 của những người rời quê hương vào năm 1975. Đây là một thời gian khá dài, gấp đôi thời gian bắt đầu chia đôi đất nước từ 1954 đến 1975. Không biết ngẫu nhiên hay trùng hợp mà trong vài tuần qua, tôi nhận được nhiều email luân chuyển của bạn bè và độc giả gửi đến xem đoạn video về quốc ca và quốc kỳ Việt Nam (http://www.youtube.com/watch?v=ahEblKNhUVw). Cùng trong thời gian này, tôi cũng nhận được những chương trình hội chợ Tết năm nay ở miền Nam California. Liếc qua tờ chương trình, hội chợ nào cũng bắt đầu với lễ chào quốc kỳ Việt Nam.

Tôi có dịp tham dự nhiều buổi lễ, hội hè đình đám, bắt đầu là lễ chào cờ Việt Nam: hội họp tái hợp reunion trường học cũ, lễ phát giải văn chương, hội chợ, chương trình đại nhạc hội. Tôi tò mò vào trong Youtube tìm chào cờ ở đâu nữa thì khám phá ra người ta chào cờ Việt Nam tưới hột sen ở khắp nơi:

- vào đầu năm ở chùa Điều Ngự.

- ở chương trình nhạc Hùng Sử Việt.

- ở buổi lễ Đức Trần Hưng Đạo.

- ở buổi lễ tưởng niệm Giáo sư Nguyễn Ngọc Huy tại Paris.

- trong buổi hội thảo về tình hình đất nước tại Toronto.

- ở lễ chào cờ đầu năm 2007 và vinh danh học sinh xuất sắc của Trung Tâm Văn Hóa Việt Nam tại Tượng Đài Chiến Sĩ Việt Mỹ. Orange County.

- ở lễ chào cờ đầu năm 2012 của Cộng Đồng Việt Nam tại San Jose, Bắc California.

Ở quốc gia nào cũng vậy, chào quốc kỳ là một chuyện trọng đại. Người ta chỉ hát quốc ca ở những buổi lễ của quân đội, khi Tổng Thống nhậm chức, ở những buổi lễ quốc gia, vào mỗi ngày Thứ Hai đầu tuần ở Tiểu học hay Trung học. Trong tầm vóc thế giới thì quốc ca trình diễn khi chào đón một nguyên thủ quốc gia, hay ở các cuộc tranh tài thể thao quốc tế như Thế Vận Hội, quốc ca sẽ trỗi lên cho lực sĩ của nước nào thắng huy chương vàng. Riêng ở nước Mỹ, bài quốc ca Hoa Kỳ *Star-Spangled Banner* thường được hát trước khi một trận đấu thể thao bắt đầu. Đây là một truyền thống đặc biệt của nước Mỹ vì bài hát này đã được hát từ khoảng giữa thập niên 1800 ở các trận chơi baseball. Mãi cho đến ngày 3-Tháng 3-1931, Quốc Hội Hoa Kỳ mới ký sắc luật tuyên bố nó là quốc ca Hoa Kỳ. Vì quen lệ, ngày hôm nay quốc ca *Star-Spangled Banner* vẫn được hát ở các trận đấu thể thao.

Có thể ngày xưa ở Việt Nam tôi còn trẻ nên không biết, nhưng tôi không nhớ VNCH chúng ta hát quốc ca tán loạn như ở bên này, chỗ nào và thời điểm nào cũng là lý do để hát quốc ca. Trong những nơi hát quốc ca tôi trình bày nêu trên, nơi tôi thấy ngứa mắt nhất là ở chùa Điều Ngự. Lý do tôi ngứa mắt vì tôi thấy lá cờ Việt Nam và Hoa Kỳ, những người mặc binh phục của quân đội Việt Nam Cộng Hòa, và quốc ca hát trong một một cơ sở tôn giáo, chùa Điều Ngự.

Đạo luật Bổ Túc Thứ Nhất của Hoa Kỳ ấn định hẳn hòi chính quyền không được tham gia vào tôn giáo. Cho dù 78.4% dân chúng Mỹ theo Thiên Chúa giáo và chỉ có 1.6% là vô thần, hội A.C.L.U. (American Civil Liberties Union), thiết lập từ năm 1920, rất thành công trong việc thưa cơ sở chính phủ phải dẹp bỏ những biểu tượng Thiên Chúa giáo trưng bày như cây thánh giá, cảnh tượng Chúa Giáng Sinh, Mười Điều Răn (Đức Chúa Trời khắc trên hai phiến đá, đưa cho Môi-se ở núi Sinai), viện lẽ Hiến pháp Hoa Kỳ không cho phép chính phủ tham gia vào tôn giáo.

Một trường hợp sôi nổi nhất là trong một tòa án ở Alabama, Chánh Án Tiểu Bang Roy Moore cho trưng bày Mười Điều Răn khắc trên đá mài nặng 2.6 tấn. A.C.L.U. thưa tiểu bang Alabama không được trưng bày tượng đá này, và năm 2003 Tối Cao Pháp Viện Hoa Kỳ đồng ý, ra lệnh Alabama phải dẹp bỏ nó, dù rằng bốn trong năm người Mỹ đồng ý không có gì sai lầm thấy tượng đá Mười Điều Răn trong tòa án.

Thành phố Santa Monica ở ven biển cách nhà tôi 40 phút lái xe, cả mấy chục năm nay vào mùa Giáng Sinh cho phép các nhà thờ dựng những kiosk trưng bày cảnh Chúa hài đồng giáng sinh cho dân chúng đến xem miễn phí mỗi năm vào tháng 12 ở một công viên của thành phố, Palisades Park. Năm nay, những người vô thần viện lẽ công viên thành phố mọi người vô thần hay có đạo đều có thể dùng nên thưa thành phố, bắt buộc thành phố phải cho đấu giá những kiosk cho tư nhân hay hội đoàn trả cao giá. Họ thông đồng với nhau trả tiền đấu giá cao nên thắng 18 trong 21 kiosk. Mục đích của họ là sẽ trưng bày những biểu ngữ vô thần trong những kiosk này. Các nhà thờ thưa lại những người vô thần vì quyền bày tỏ ý kiến của những người vô thần xâm phạm quyền bày tỏ ý kiến của các nhà thờ. Thay vì phải làm trọng tài và bị lôi kéo vào việc thưa kiện, thành phố Santa Monica quyết định dẹp bỏ, không cho bên nào trưng bày ở công viên Palisades Park năm nay.

Bỗng nhiên chỉ vì một số người vô thần thưa kiện mà truyền thống trưng bày cảnh Chúa hài đồng của thành phố Santa Monica năm nay phải bị dẹp bỏ, người bị lỗ lã nhất là dân chúng vì họ không còn có cơ hội xem cảnh Chúa giáng sinh miễn phí.

Lịch sử Việt Nam chúng ta cũng còn quá mới để không ai không nhớ chính quyền Ngô Đình Diệm bị lật đổ vì lý do nhiều người cho rằng là đàn áp Phật giáo. Vào ngày 6/5/1963, trước lễ Phật Đản hai ngày, Phủ Tổng thống gởi Công điện số 5159 cho các tỉnh, yêu cầu địa phương bắt buộc các tôn giáo thực hiện nghiêm túc quy định của chính phủ về việc treo cờ tôn giáo (Chính phủ Ngô Đình Diệm quy định cờ tôn giáo không được treo ngoài khuôn viên cơ sở tôn giáo như nhà thờ, chùa, thánh thất...). Công điện này mục đích rất rõ không cho dân chúng treo cờ Phật giáo ngoài phạm vi chùa chiền. Nhưng Điều 44 của Dụ số 10 trong hiến pháp Việt Nam quy định "*Chế độ đặc biệt dành cho các Hội Truyền giáo Thiên Chúa và Gia Tô, các Hoa Kiều Lý Sự Hội, sẽ được ấn định sau.*" nên mọi người đều nghĩ chính quyền Ngô Đình Diệm thiên vị Công giáo. Việc cấm treo cờ do đó đưa đến sinh viên và Phật tử chống đối, xô xát, biểu tình,

Thượng Tọa Thích Quảng Đức tự thiêu..., rồi cuối cùng đưa đến tướng Dương Văn Minh, Trần Văn Đôn lật đổ chính quyền.

50 năm trước, dân chúng chỉ trích Ngô Đình Diệm thiên vị Công Giáo. 50 năm sau, những người tổ chức hát quốc ca ở chùa chiền, những người trong quân phục mang và chào đón cờ trong chùa chiền phạm cùng một lỗi lầm năm xưa: tỏ ra thiên vị một tôn giáo. Một người mặc quân phục phải cẩn thận trong cách sử xự và hành động để bảo toàn thể diện mầu áo binh chủng mình đang mặc. Quân phục không phải để trình diễn vô bổ, không phải để mình mặc tỏ ra oai phong lẫm liệt, không phải để loè thiên hạ, không phải để lợi dụng lấy lời như tôi thường thấy các ca sĩ, các M.C. trong chương trình ca nhạc mặc quân phục trình diễn, nhảy nhót, ca hát, với mục đích thương mại lấy tiền bỏ vào túi riêng cá nhân cho cả tập đoàn hát xướng, và chắc chắn không phải để diễn hành hát quốc ca đầu năm ở một cơ sở tôn giáo, chùa chiền hay nhà thờ.

Ở những buổi hội họp tôi đích thân đến dự, song song với hát chào cờ Việt Nam, họ cũng chào cờ hát quốc ca Mỹ, *The Star-Spangled Banner*. Tôi biết chúng ta ở hải ngoại có thể cảm động khi nghe quốc ca VN, thế nhưng nếu mình muốn chào cờ của nước mình thì cứ chào, tại sao lại vơ đũa cả nắm lôi quốc ca Hoa Kỳ vào? Họp reunion của học sinh cũ của một trường học ở Việt Nam, phát giải văn chương, phát giải học sinh xuất xắc Việt Nam, khai lễ đầu năm ở chùa Việt Nam, ở đại nhạc hội Hùng sử Việt... thì có dính líu gì đến truyền thống, phong tục, quốc ca Hoa Kỳ?

Những lời viết của Francis Scott Key trong bài quốc ca Hoa Kỳ, cảm tác khi ông ta mục kích sự chống trả anh hùng của quân Mỹ chống quân đội Anh bao vây đồn Fort McHenry, có liên hệ gì đến những lễ lộc riêng tư của người Việt Nam hải ngoại? Hay là chúng ta "thấy sang bắt quàng làm họ", quốc ca Việt Nam chẳng có thế lực gì cả vì nó không còn có một quân đội hậu thuẫn nên hát kèm theo quốc ca của cường quốc Mỹ thì bà con thế giới mới run sợ?

Quốc ca chỉ nên dùng đúng chỗ, đúng cơ hội. Cũng trong Youtube, tôi thấy người ta hát quốc ca ở ngày Quốc hận 30-4 ở Toronto, hay ở Đại hội quân chủng Mũ Đỏ vào năm 2011. 30-4 là ngày kỷ niệm Việt Nam Cộng Hòa thua trận, mỗi người Việt ở hải ngoại không nên quên ngày lịch sử đó, và quân đội VNCH, bất cứ binh chủng nào, đã sát cánh đổ máu bên nhau bảo vệ tự do của miền Nam, bảo vệ lá cờ vàng ba sọc đỏ, thì ở những buổi lễ này hát quốc ca để nung đúc lòng ái quốc là một việc phải làm.

Trái lại, một sự vật gì dùng quá lố sẽ trở nên nhàm chán. Quốc ca không thể nào tùy hứng đem ra trình diễn ở bất cứ vào một tình cảnh nào. Tôi tưởng quốc ca chỉ được trình bày khi chào đón một nguyên thủ quốc gia khi còn sống, hoặc để đưa tiễn ông khi chết, chứ không ngờ là quốc ca cũng được dùng để kỷ niệm Đức Trần Hưng Đạo, hay một nhân vật đại đa số chẳng biết là ai, như giáo sư Nguyễn Ngọc Huy ở Paris hay ông Nguyễn Văn Mỗ ở Texas?

Chắc tôi cũng phải gia nhập trào lưu hiện đại, trước khi ngủm củ tỏi tôi sẽ dặn trước với nhà quàn là cho hát lên bản quốc ca Việt Nam Cộng Hòa và Hoa Kỳ vào ngày đưa tiễn tôi đi chầu trời.

(Tháng Giêng, 2013)

　　　　　　　　　NGUYỄN TÀI NGỌC

Tài liệu tham khảo:

http://vi.wikipedia.org/wiki/Bi%E1%BA%BFn_c%E1
%BB%91_Ph%E1%BA%ADt_gi%C3%A1o,_1963
http://www.denverpost.com/portlet/article/html/image
Display.jsp?contentItemRelationshipId=4780544
http://abclocal.go.com/kabc/story?section=news/local/l
os_angeles&id=8906208
http://en.wikipedia.org/wiki/The_Star-
Spangled_Banner
http://www.cnn.com/2003/LAW/08/27/ten.command
ments/
http://religions.pewforum.org/reports
http://www.historynet.com/the-assassination-of-ngo-
dinh-diem.htm

Nỗi Buồn
Quân Phục

Hai tháng trước nhân dịp vợ chồng một anh chị bạn ở Canada đến chơi, chúng tôi và một vài cặp bạn khác hẹn nhau ăn ở một nhà hàng trên đường Brookhurst, Westminster. Mấy tháng nay bạn bè liên miên nên có tháng chúng tôi phải lái xe xuống phố Bolsa đến hai lần vì khoảng cách khá xa, 75 miles (120 km), lái xe mất một giờ 20 phút. Lái xe xa nhưng đến đây thì có thức ăn Việt Nam. Mỗi lần xuống đây đi dạo xem sinh hoạt của người Việt, lần nào tôi cũng dành ba phút yên lặng cảm thương cho những người Việt sống ở hải ngoại nơi khỉ ho cò gáy không có nhà hàng bán bánh cuốn, bánh bèo, hay thức ăn chơi như bánh rê, bánh cay. Phải ba phút mặc niệm chứ không phải một phút vì không sống gần gũi với chợ búa thức ăn Việt Nam đau đớn vô cùng, một phút không thể nào cho đủ.

Ăn thì ngon, nhưng vào nhà hàng Việt Nam tôi sợ ba điều: thứ nhất là không sạch, thứ nhì là khung cảnh u mê ám chướng, mình ăn mà có bàn thờ Thần Tài thổ địa khói hương nghi ngút đuổi tà ma... khách hàng, và thứ ba là có người đến gạ bán bông hoa, hàng hóa. Sợ nhà hàng bẩn thì dễ, tìm nhà hàng nào sạch hãy vào. Tránh tiệm ăn nào có bàn thờ Thần Tài cũng dễ thôi, tẩy chay để cho họ biết ông Địa là tôi, là khách hàng mang tiền đến cho họ chứ chẳng là ông Thần Tài nào khác; thế nhưng tránh người mình đang ăn họ đến quấy rầy thì không thể nào tránh được.

Khi chúng tôi đang ngồi ăn thì một ông Việt Nam, tôi đoán xấp xỉ vào khoảng 65 tuổi, và một cậu bé nhỏ cũng người Việt, khoảng 12 tuổi, đến quyên tiền. Cậu bé mặc quần áo hướng đạo cầm một hộp giấy trong tay, và ông kia mặc quân phục với huy hiệu của một binh chủng Việt Nam Cộng Hòa. Ông ta xin lỗi quấy rầy chúng tôi đang ăn, và xin chúng tôi cho tiền ủng hộ nạn nhân của cơn bão Sandy. Ông ta giải thích cho chúng tôi biết tại sao chúng tôi nên đóng góp tiền bạc: mấy chục năm trước nước Mỹ đã hy sinh cứu người Việt Nam tỵ nạn thì bây giờ mình nên trả ơn.

Quan sát ông này, có ba điểm làm tôi nhất quyết không cho tiền:

1. Trừ những người tôi thực sự quen biết, còn không thì ai xin tiền ca bài ca con cá cho người nghèo này người nghèo nọ, tôi không cho một xu vì tôi không biết số tiền thu sẽ đi đâu, có thực sự đến nơi đến chốn hay không, hay vào túi của họ.

2. Tôi không thích người lạ giảng đạo đức cho tôi. Ngày xưa khi còn trẻ có thời vào cuối tuần tôi theo ông Mục Sư đến gõ cửa nhà người lạ để giảng đạo. Tuy rằng "cùng một phe", tôi cảm thấy khó chịu khi gặp một người lạ không quen biết mà ông Mục sư đã bảo là họ có tội, phải ăn năn tiếp nhận Chúa thì mới được cứu rỗi. Tội của tôi cao ngập hơn đống rác ở chợ Bàn Cờ, bảo đảm tày trời còn hơn người khác thì làm sao tôi giảng đạo đức cho người khác được? Ông này đạo đức như thế nào mà giảng cho tôi là người Mỹ ngày xưa cứu mình, bây giờ mình cứu họ?

3. Ông ta mặc quân phục: theo tôi, ông ta đã mặc quần áo lính Việt Nam Cộng Hòa không đúng chỗ.

Dù rằng hiện đang sống trên nước Mỹ gần 40 năm sau 1975, tôi cứ thấy mấy ông Việt Nam, và cả mấy bà, có dịp là mặc quân phục. Nơi nào cũng mặc quân phục. Biểu tình mặc quân phục. Hát hò mặc quân phục. Lễ ở chùa mặc quân phục. Hội họp chẳng ăn thua gì đến quân đội mặc quân phục. Vào chợ mặc quân phục. Mở đại nhạc hội thu tiền túi mặc quân phục. Lên TV phỏng vấn mặc quân phục. Và bây giờ, lần đầu tiên tôi thấy vào quán ăn quyên tiền trong khi thiên hạ đang ăn cũng mặc quân phục.

Đối với riêng tôi, tôi chỉ đồng ý cựu quân nhân VNCH mặc quân phục tham dự một lễ hội quốc gia hay quân đội như lễ Quốc Khánh của Úc, hay diễn hành đầu năm vào dịp Tết..., hoặc dự đám tang của một đồng đội để chia sẻ với người đã khuất những giây phút cuối cùng của kỷ niệm xưa kia sống chết bên nhau.

Chiến tranh Việt Nam đã chấm dứt 38 năm về trước. Mặc dù đã chống trả quyết liệt trong 20 năm, quân đội Việt Nam Cộng Hòa đã bại trận trước quân đội Cộng Sản. Biết bao nhiêu quân nhân đã chạy nạn chỉ với mỗi một bộ quân phục trên người, và cũng như tôi còn giữ được chiếc áo trắng đồng phục thời Trung học, đại đa số quân nhân giữ lại bộ quân phục đó cho đến bây giờ. Lâu lâu họ mang nó ra nhìn lại để hồi tưởng những trận đánh sống chết, để kiêu hãnh đã là một phần tử trong một quân đội thiện chiến không thua một quốc gia nào, để bực mình dù họ có tinh thần quyết chiến, dù họ có lập trường quốc gia, dù họ sẵn sàng hy sinh cho tổ quốc, cho đồng bào, cho anh em đồng đội, dù họ dũng cảm sẵn sàng tử thủ cho đến giọt máu cuối cùng, nhưng cuối cùng đã thua trận vì một thiểu số người tham nhũng, vì một quyết định rút quân lỗi lầm không cân nhắc của người lãnh đạo, không bảo toàn an ninh cho các tỉnh ly, thành phố, dân chúng, và những sư đoàn bị bỏ rơi.

Họ sẽ nhìn bộ quân phục pha lẫn mùi thuốc súng một dạo nào, với hình ảnh của chiến trường Xuân Lộc, Kontum, Pleiku, Quảng Trị... vẫn còn phảng phất sâu đậm trong lớp áo vải kaki dầy cộm để tiếc nuối bao nhiêu nỗ lực, bao nhiêu công trình mà họ, một thành viên của quân đội Việt Nam Cộng Hòa, đã bỏ ra hai mươi năm bảo tồn tự do cho miền Nam nhưng cuối cùng cái công khó ấy tan biến một sớm một chiều vào ngày 30-4-1975. Không để cho ngọn đèn tranh đấu dìm tắt theo đêm khuya, họ kể lại quãng đời cầm súng cho con cái của họ với hy vọng thế nào rồi cũng có một đứa tiếp tục đốt sáng ngọn đèn không để cho nó dập tắt.

Bộ quân phục họ mặc chạy loạn 1975 tuy rằng bây giờ đã được ủi và treo trong tủ áo, thế nhưng không cần mặc nó trên người trong những lúc đi làm, đi chơi, đi dự hội họp với các bạn đồng đội cùng binh chủng ngày xưa trên xứ Mỹ, nó lúc nào cũng hiện hữu trong tấm lòng của họ, ẩn sâu trong tâm khảm của họ, khắng khít đi theo với họ. Nó vẫn sáng ngời như năm nào. Nó vẫn làm cho họ kiêu hãnh đã có một thời mặc nó, và nó cũng kiêu hãnh là họ đã làm sáng danh cho mầu áo, cho binh chủng Việt Nam Cộng Hòa thuở nào.

Ngày xưa tôi chưa gia nhập quân đội nên không biết luật lệ Quân Đội VNCH như thế nào, nhưng thiết tưởng luật lệ của Quân Đội VNCH chắc có lẽ cũng tương tự như các quân đội tự do trên thế giới, và có lẽ sát với quân đội Mỹ hơn vì bắt đầu vào năm 1961, Tổng Thống John Kennedy theo lời yêu cầu của Tổng Thống Ngô Đình Diệm, gửi 1000 cố vấn quân sự Hoa

Kỳ sang Việt Nam để huấn luyện 170,000 binh sĩ VNCH.

Đây là luật lệ của Quân Đội Mỹ, mà nếu đọc cho kỹ, tôi nghĩ chắc có lẽ cũng là nền tảng của các quân đội tự do trên thế giới:

Qui Tắc Quân Đội Hoa Kỳ Army Regulation AR670-1 về mặc quân phục:

Quân nhân còn tại ngũ, kể cả giải ngũ và phòng bị, không được mặc quân phục trong những nơi sau đây:

- *Nơi hội họp có mục đích thương mại hay chính trị.*
- *Khi làm việc cho các cơ sở tư nhân trong khi nghỉ phép.*
- *Khi đọc diễn văn nơi công cộng, tham dự nơi biểu tình, được phỏng vấn, trừ khi đã được cấp phép thỏa thuận của các cơ quan có thẩm quyền.*
- *Khi tham dự một hội đoàn quá khích.*
- *Khi vi phạm thanh danh của quân đội.*
- *Ở những nơi luật lệ Quân Đội ghi chép rõ ràng cấm không được tham dự.*

Quân nhân vừa được giải ngũ, theo đoạn 125 của National Defense Act (39 Stat. 165, 211) chỉ *"được mặc quân phục từ trại lính về nhà. Một khi đã về nhà thì quân phục phải đem cất vì mặc nó ra đường là vi phạm luật pháp"*. Cựu quân nhân có thể mặc quân phục khi tham dự các lễ lộc quân đội, các diễn binh vào ngày quốc lễ, các đám cưới hoặc đám tang quân đội. Khi mặc quân phục, tóc phải cắt ngắn theo tiêu chuẩn quân đội hiện hành, và không được mang râu quai hàm hay râu cằm.

Ai không là quân nhân mặc quần áo lính thì phạm Khinh tội theo Section 125, Act of Congress, ban hành vào ngày 3-Tháng 6-1916. Người nào bị kết tội này sẽ bị phạt $300 dollars hay/và có thể phạt tù tối đa sáu tháng. Trong United States Code 10, Subtitle A, Part II, Chapter 45, Sections 772 cũng liệt kê một trường hợp ngoại lệ mà một người không ở trong quân đội có thể mặc quân phục: khi đóng trong một phim kịch.

Đại đa số cựu quân nhân VNCH, có thể là theo luật lệ quân đội cũ, hay là tự cảm thấy không cần thiết, không muốn phô trương, hoặc không muốn nhắc lại chuyện quá khứ, khi định cư trên nước Mỹ không còn đụng đến bộ quân phục ngoài phạm vi trong nhà. Thế nhưng một thiểu số mặc quần áo quân đội đi phô diễn khắp nơi. Điểm đáng nêu ra là bộ quân phục những người này mặc hiện thời không phải là bộ quân phục cũ mang theo vào năm 1975. Mọi người mập mạp hơn trước nên ai cũng ra tiệm may quân phục mới cho vừa kích thước của mình. Do đó, bộ quân phục mới họ mặc ra đường, lên TV phỏng vấn, dự những buổi chào quốc kỳ VNCH, hát ở Đại Nhạc Hội, không còn một giá trị kỷ niệm chân thật, mà chỉ là một hình thức trình bày bên ngoài.

Nếu họ là cựu quân nhân Mỹ, những người bây giờ còn mặc quần áo lính phạm vào hai quy luật của quân đội Hoa Kỳ sau đây:

- *Cựu quân nhân không được mặc quân phục ở nơi hội họp có mục đích thương mại hay chính trị:* Những người mặc quân phục hát ở các chương trình nhạc tư nhân rõ ràng dùng niềm kiêu hãnh chung của lính tráng VNCH, dùng tiếng tăm của Quân Đội Việt Nam Cộng Hòa để làm lợi cho túi tiền hay kiêu hãnh cá nhân riêng. Ngày xưa trước 1975 ca sĩ mặc quân phục lên hát trên TV vì đài truyền hình là của chính quyền VNCH, do Tổng cục Truyền thanh, Truyền hình và Điện ảnh điều hành dưới quyền Bộ Dân vận (không phải của tư nhân) cho phép. Bây giờ ca sĩ lớn tuổi, M.C., và những anh ca sĩ mặt non choẹt trước 1975 chưa bao giờ cầm súng, chưa bao giờ biết đánh nhau là gì tranh đua nhau mặc quân phục. Vài người còn đeo thêm quân hàm! Quân đội mình hùng tráng như thế mà tại sao ngày xưa thua trận thì tôi thật tình không hiểu. Ở đây tôi xin ra ngoài đề một tí là khi xem lại DVD các chương trình nhạc Việt Nam để nghiên cứu, tôi tình cờ xem một chương trình nhạc mà họ còn đem Thượng Tọa, Đại Đức, Giảng sư Phật giáo ra ngồi làm bình phong cho một bài nhạc mở đầu. Đem Quân Đội VNCH ra làm tiền chưa đủ, họ đem luôn cả tôn giáo ra phô trương với mục đích thương mại. Điểm rất buồn là không một người thấy chướng, tất cả khán giả đi xem vỗ tay!

- <u>Cựu quân nhân không được mặc quân phục khi đọc diễn văn nơi công cộng, tham dự nơi biểu tình, được phỏng vấn, trừ khi đã được cấp phép thỏa thuận của các cơ quan có thẩm quyền</u>: Ai có dịp xuống Santa Ana nếu thấy một đám người biểu tình, có lẽ sẽ thấy một vài người mặc quân phục Việt Nam. Ở những buổi hội hè đình đám, thỉnh thoảng có người mặc quần áo lính VNCH lên đọc diễn văn. Xem chương trình truyền hình Việt Nam phát hình ở Mỹ, thỉnh thoảng có mấy ông bà trong quân phục lên phỏng vấn. Cả người mặc quân phục lẫn đài truyền hình không thấy người mặc quân phục 38 năm sau là một sự phô trương hình thức không cần thiết.

Phần đông chúng ta sẽ thấy ngượng nghịu khi người khác gán cho mình điều gì mình không xứng đáng hay mình không phải như vậy. Chẳng hạn như gần đây nhiều người gọi tôi là "nhà văn" hay "thi sĩ". Tôi rất đa tạ sự trịnh trọng của họ nhưng tôi cảm thấy xấu hổ vì tôi không xứng đáng với những chức tước đó. Danh xưng này nên dành cho những người chuyên nghiệp, tôi chỉ viết cho vui khi rảnh rỗi, không sinh sống bằng nghiệp văn bút. Ấy thế mà tôi thấy bao nhiêu người ngày xưa không bao giờ gia nhập quân ngũ mà giờ ai cũng đua nhau mặc quần áo lính. Người nào sinh năm 1957 nếu học đúng tuổi thì năm 1975 vừa học hết lớp 12, chuẩn bị thi Tú Tài. Vì thế trừ khi tình nguyện nhập ngũ, và ở vài trường hợp đặc biệt, ngày xưa người đi lính phải sinh từ năm 1956 trở về trước. Những người năm nay 56 tuổi thì trước 1975 chưa bị bắt quân dịch. Bao nhiêu người sinh sau 1956, từ M.C. đến ca sĩ chuyên nghiệp, đến ca sĩ tài tử, đến phó thường dân ở Mỹ, ai cũng tranh nhau mặc quân phục hát xướng và trình diễn như là một mốt thời trang thịnh hành. Vào Youtube xem sẽ thấy nhiều video clip của các cô, các bà, các anh ngày xưa không bao giờ đi lính nhưng bây giờ thì mặc quân phục lên hát và múa vũ loạn xạ.

Người dân sự mặc quân phục hay đeo hoặc mang bất cứ thứ gì liên hệ đến quân phục như quân hàm, nón lính, huy hiệu…, có được không? Ở Hoa Kỳ đã có chuyện tương tự giải đáp cho câu hỏi này xẩy ra vào năm 2003:

Cô Sarah Smiley, tác giả của quyển sách *I'm Just Saying... A Collection of Essays* và *Going Overboard: The Misadventures of a Military Wife*, viết thường trực cho một tờ báo. Chồng cô ta là Đại-Úy Dustin Smiley của Hải Quân. Năm 2003, đội vào cái nón Hải Quân của chồng, cô ta chụp hình và dùng bức ảnh kèm theo tên cô ta đăng trên báo khi viết bài.

Bức ảnh này làm nhiều người lên ruột vì họ nghĩ rằng dân sự không thể nào mặc quân phục, dù rằng chỉ là đội một cái nón. Theo họ, khi mặc quân phục, một người dân sự có thể làm xấu hổ cho quân đội. Sarah Smiley không đồng ý, biện luận là cô ta không làm gì xấu hổ, mà còn làm tăng sự hãnh diện cho Hải Quân Hoa Kỳ khi đội nón của chồng. Cô thách thức khán giả cho biết ý kiến là có nên lấy bức ảnh đó ra khỏi báo không, nếu số đông đồng ý thì cô ta sẽ tuân lời.

Mọi người rất ngạc nhiên với con số khán giả viết thư biểu quyết: 95% độc giả nói bức ảnh đó không có gì sai lầm. Đi đến đâu trong thành phố cô ta ở, mọi người đều gặp và ủng hộ cô triệt để: *"Keep the hat!"* - *"Giữ cái nón!"*. Với sự ủng hộ của đại đa số độc giả, cô ta giữ bức ảnh đăng trên báo trong suốt bốn tháng trời. Cho đến khi cô ta nhận được email của một người gửi cho cô điều luật United States Code 10 là cô đã vi phạm luật pháp Hoa Kỳ.

United States Code 10 là gì? Theo Chương 45, Đoạn 771, Tiểu Mục 10 của United States Code (10USC771), *"không một người nào, ngoại trừ một thành viên của Quân Đội Hoa Kỳ, được mặc quân phục hay mang bất cứ một thứ gì liên hệ đến quân phục của Quân Đội Hoa Kỳ, trừ khi luật pháp cho phép."* *("In accordance with chapter 45, section 771, title 10, United States Code (10 USC 771), no person except a member of the U.S. Army may wear the uniform, or a distinctive part of the uniform of the U.S. Army unless otherwise authorized by law")*. Lý do của luật này rất dễ hiểu: ngăn chận người khác làm xấu hổ quân đội, và ngăn chận kẻ thù nghịch mặc quân phục trà trộn và làm hại quân đội Hoa Kỳ. Ngay cả trên phương diện quốc tế, Thỏa hiệp Genève cũng ngăn cấm một người khác xứ mặc quân phục của một quốc gia khác.

Sau mấy tháng trời bình chân chữ vại không chịu nhường nhịn, cô Sarah Smiley rút bức ảnh, không cho đăng trên báo nữa vì bây giờ khám phá ra nó vi phạm luật lệ quốc gia. Nếu cứ tiếp tục để yên trên báo mà nếu có người thưa thì hậu quả cho cô không phải là một tuần ở Disneyland mà là ba tháng ở Khám Chí Hòa.

Những người Việt Nam ngày xưa không đi lính, bây giờ vào tiệm quần áo may quân phục mặc vì lý do này hay lý do khác nên đọc câu chuyện này. Tuy rằng đây là luật lệ của Quân Đội Hoa Kỳ, nó rất đúng và rất có ý nghĩa: quân phục không phải chỉ bỏ tiền ra mua là mặc. Một người phải gia nhập quân đội mới mặc nó được. Tôi nghĩ ra chữ tiếng Anh nhưng không biết làm sao dịch ra tiếng Việt cho ngắn gọn: *Military uniform cannot be bought, it has to be **earned***. Quân phục không phải chỉ mua là được, người mặc nó phải đổ mồ hôi nước mắt, phải là thành viên của một tập thể có kỷ luật: Quân Đội.

Chiến tranh Việt Nam đã chấm dứt 38 năm. Tôi đồng ý cho dù nó có chấm dứt 100 năm nữa và nếu mình vẫn còn sống, mình cũng không thể quên được. Thế nhưng chúng ta mặc quân phục VNCH nhan nhãn ở khắp nơi để làm gì?

- Để chống chính thể Cộng Sản bằng võ lực? Hoàn toàn không có chuyện đó vì lấy tiền đâu mà mua súng ống? Hơn nữa, chưa kể chính phủ Hoa Kỳ sẽ bắt về tội oa trữ vũ khí bất hợp pháp và âm mưu khủng bố. Ấy là chưa nói đến mấy ông bây giờ tuổi già bụng xệ, làm gì có sức đánh đấm ai?

- Để dạy dỗ con cái cho chúng nó không đời nào quên

chính thể VNCH? Điều này có thể làm riêng ở trong nhà, không cần người ngoài biết.

- Để nhớ lại dĩ vãng một thời đã chiến đấu cho quân lực VNCH? Không cần mặc quân phục mới nhớ được. Bằng chứng là bao nhiêu trường học tổ chức reunion hàng năm, có trường nào mà cựu học sinh mặc đồng phục đến dự không? Nhưng họ vẫn nhớ trường của họ như thường.

Nếu chúng ta mặc quân phục vì lý do để "hãnh diện" thời đi lính ngày xưa thì tôi xin hỏi: ngày xưa khi đụng trận, mình có bị thương tích, hoặc có giết kẻ thù nào chưa? Nếu chưa thì có gì mà khoe khoang với thiên hạ? Nghiệp lính của chúng ta cũng như nghiệp giáo, nghiệp buôn, thế thôi. Những nghiệp khác không phô trương thì tại sao mình phô trương?

Còn nếu câu trả lời là có, mình đã đụng trận và giết địch quân thì giết người có gì để khoe khoang? Ngày xưa nếu tôi phải cầm súng đối đầu với địch quân nơi chiến trường, tôi sẽ không ngần ngại dùng súng đạn kết liễu cuộc đời của đối phương vì tôi bảo vệ tự do cho đồng bào tôi và cho sinh mạng của chính tôi. Nhưng chuyện đó đã xảy ra 40 năm trước, tôi không có lợi lộc gì nhắc lại chiến tranh vì chiến tranh là tàn phá, chiến tranh là hủy hoại, chiến tranh là lấy đi mạng sống của một người khác, chiến tranh là đau thương, chiến tranh là một kinh nghiệm nên giữ sâu trong lòng để nhắc nhở mình phải cố gắng dùng mọi tài năng giúp quốc gia ngăn ngừa những mưu toan xâm lăng ngoại nhập để con cháu và đồng bào mình được sống mãi trong hòa bình, không phải tham gia vào chiến tranh. Chiến tranh không phải là một điều vinh hạnh. Chiến tranh không có gì để tâng bốc. Chiến tranh là bất đắc dĩ: ở nước Mỹ, báo chí, cơ quan truyền thanh, truyền hình hay chính phủ chỉ nhắc đến các trận chiến mỗi năm một lần vào ngày kỷ niệm. Chiến tranh không có gì để khoe khoang, dù rằng mình đứng bên chính nghĩa: bức ảnh nổi tiếng của Thiếu Tướng Nguyễn Ngọc Loan bắn một người Việt Cộng chứng minh điều này.

Vào tháng 2 năm 1968, trong thời gian căng thẳng của Tết Mậu Thân mà Cộng Sản mở cuộc tổng tấn công chỉ có hai ngày trước đó, một Việt Cộng tên Nguyễn Văn Lém được giải đến trước Thiếu Tướng Nguyễn Ngọc Loan, Tổng Giám Đốc Tổng Nha Cảnh Sát Quốc Gia.

Sau khi nói chuyện với binh lính cấp dưới tìm hiểu nguyên nhân người này bị bắt, Tướng Nguyễn Ngọc Loan rút súng lục bắn chết tên Việt Cộng ngay thái dương. Võ Sửu, người quay phim của NBC và Eddie Adams, nhiếp ảnh gia làm việc cho Associated Press cả hai đều quay phim và chụp hình hành động này.

Bức ảnh của Eddie Adams khi đăng báo làm chấn động thế giới, nhất là ở Hoa Kỳ, và làm Eddie Adams thắng giải Pulitzer về nhiếp ảnh. Nó làm cho dư luận Hoa Kỳ thay đổi, thiên về chống chiến tranh Việt Nam vì họ thấy tấm hình đó quá ghê rợn (*Xin chú thích ở đây là nếu tên Việt Cộng mặc quân phục thì đã được Hiệp Định Genève bảo vệ là tù nhân chiến tranh, Tướng Toan có thể bị truy tố ra tòa tội xử tử tù nhân; nhưng vì anh ta mặc quần áo dân sự nên Tướng Loan được bảo vệ bằng luật pháp quốc tế, cũng như của VNCH*). Nó làm cho nhiều người ghét Tướng Loan, nghĩ rằng ông ta quá bạo tàn. Khi định cư ở Hoa Kỳ, Tướng Loan mở một tiệm bán pizza ở Rolling Valley Mall ở Burke, Virginia gần Washington, D.C. Thế nhưng vào năm 1991 khi danh tánh bị tiết lộ, ông ta phải đóng cửa nhà hàng vì bị nhiều người Mỹ quấy nhiễu, chỉ vì họ còn nhớ ông ta là người trong bức ảnh nổi tiếng bắn tên Việt Cộng (Chỉ ba tháng sau khi bị chụp trong tấm ảnh đó, đụng trận lần thứ hai vào tháng 5-1968 khi Cộng Sản tái tấn công, Tướng Loan bị thương và một chân phải bị cưa. Ông mất ngày 16-07-1998, hưởng thọ 67 tuổi).

Khi chụp bức ảnh đó, Eddie Adams không biết nguyên nhân tại sao Tướng Loan bắn tên Việt Cộng (và cả thế giới khi xem tấm hình này cũng không biết lý do). Thế nhưng sau này Eddie Adams tìm ra nguyên nhân: tên Việt Cộng vừa mới giết một sĩ quan cảnh sát và cả vợ con ông ta làm Tướng Loan nổi giận xử tử hắn ngay tại chỗ. Sự khám phá này làm Eddie Adams hối hận đã chụp cảnh xử tử khiến cho cả thế giới bôi nhọ Tướng Loan khi xem tấm hình. Ông ta đã chính thức đến gặp Tướng Loan và gia đình để xin lỗi đã chụp bức ảnh nổi tiếng thế giới. Trong chương trình TV "Chuyện chiến tranh với Oliver North", Adams gọi Tướng Loan là "*một anh hùng*". Khi Tướng Loan chết vào năm 1998, và được hỏi ý kiến, Eddie Adams nói Tướng Loan *"là một người anh hùng. Nước Mỹ nên khóc (cho sự ra đi của Tướng Loan). Tôi thật tình không muốn ông ta chết mà thiên hạ không biết gì về ông ấy"*.

Chia buồn về sự ra đi của Tướng Loan trên báo TIME, Eddie Adams viết về bức ảnh ông đã chụp:

"Tôi thắng giải Pulitzer năm 1969 nhờ bức ảnh tôi chụp một người này bắn một người kia. Hai người đã chết trong bức ảnh đó: người lãnh viên đạn và Tướng Nguyễn Ngọc Loan. Tướng Loan đã giết tên Việt Cộng. Tôi giết Tướng Loan với máy chụp hình của tôi.

Hình chụp là vũ khí lợi hại nhất thế giới. Người ta tin nó, thế nhưng không biết rằng hình ảnh có lúc láo, dù rằng không ai vận dụng nó. Nó chỉ có nửa đúng thôi. Bức ảnh đó không cho người ta biết rằng "Ông/bà sẽ phản ứng như thế nào nếu ông/bà là Tướng Loan vào cái ngày căng thẳng chiến tranh hôm đó, bắt được một quân địch vừa mới giết một, hai, hay ba người Mỹ?"".

Câu chuyện này cho ta thấy chiến tranh không có gì để khoe khoang, phần đông người khác thấy chiến tranh là tàn ác, dù rằng chúng ta đứng vào bên có chính nghĩa.

Quân Đội Việt Nam Cộng Hòa hiện nay không còn hiện hữu nên không còn một thẩm quyền nào kiểm soát hành động của cựu quân nhân theo quân luật. Bộ quân phục giống như tranh vẽ Picasso: chỉ có những bức tranh nguyên thủy do Picasso vẽ thì mới đáng giá bạc triệu, còn những tấm vẽ lại chẳng có giá trị gì cả. Tôi có thể thấy kỷ niệm lưu luyến nếu bây giờ một người vẫn mặc bộ quân phục nguyên thủy chạy loạn từ năm 1975, thế nhưng khi một người may một bộ quân phục khác với huy hiệu của binh chủng VNCH cho vừa kích thước của mình, mặc nó phô diễn nơi chốn công cộng thì ý nghĩa đã thay đổi. Nó đã trở thành hình thức, không còn là nội dung. Nó trở thành phô trương, không còn là kỷ niệm. Nó trở thành khoe khoang tuyên dương cá nhân mặc ai nấy làm, không còn đại diện cho một tập thể có kỷ luật gay gắt, và khi dùng nó trong những buổi hát nhạc để thu tiền túi cho riêng mình, cho ca sĩ, cho M.C., cho người tổ chức chương trình..., thì nó trở thành thương mại cá nhân, không còn là lập trường quốc gia chân chính.

(Tháng 3, 2013)

NGUYỄN TÀI NGỌC

<u>Tài Liệu Tham Khảo</u>:

http://usmilitary.about.com/od/theorderlyroom/a/unifo
rmwear.htm
http://www.armystudyguide.com/content/Prep_For_Ba
sic_Training/Prep_for_basic_uniforms/when-the-
wear-of-the-army.shtml
http://smiley-sarah.blogspot.com/2007/04/military-
uniform-who-can-wear-it-and_18.html
http://en.wikipedia.org/wiki/Sarah_Smiley
http://www.prweb.com/releases/2004/01/prweb100687
.htm
http://www.gjenvick.com/Military/WorldWarOne/Bro
chures/1919-InformationForDischargedSoldiers-
USArmy.html#axzz2J9BW9Ace
http://voices.yahoo.com/general-nguyen-ngoc-loan-
shot-seen-around-888101.html
http://www.time.com/time/magazine/article/0,9171,98
8783,00.html
http://everything2.com/title/Nguyen+Ngoc+Loan
http://en.wikipedia.org/wiki/Nguyen_Ngoc_Loan
http://vi.wikipedia.org/wiki/%C4%90%C3%A0i_Truy
%E1%BB%81n_h%C3%ACnh_Vi%E1%BB%87t_Na
m_(Vi%E1%BB%87t_Nam_C%E1%BB%99ng_h%C
3%B2a)

Lấy Chồng
Xứ Lạ

Tôi ít đọc những email luân chuyển những tin tức lẩm cẩm vì phần đông là vô bổ, không kiểm chứng, không đọc chẳng chết một con ruồi. Nếu là tiếng Việt, tin tức Việt Nam thì văn viết lủng củng, và đôi lúc một người viết thêm lời bàn của mình thật giật gân giá-trị-không-đến-một-xu cho mẩu tin đó, rồi thiên hạ cứ chuyển tiếp tới hột sen lên, chẳng hạn như: *"những hình ảnh lịch sử kho tàng văn hóa Việt, người Việt Nam nào cũng cần phải xem"*, hay *"tin tức thật cần thiết người Việt nào cũng phải đọc để cảnh tỉnh"*. *Who cares?* Ai mà thèm quan tâm đến?

Tin những cô gái Việt Nam lấy chồng xứ lạ, Trung Hoa, Đài Loan, hay Hàn Quốc, sang nước người bị gia đình chồng ngược đãi, có người phải tự tử chết, cứ chuyển tiếp vào email của tôi. Tôi nhận bao nhiêu email về cái clip video của các cô gái Việt Nam cởi quần áo trần như nhộng đi phô diễn trên khán đài để những ông Hàn Quốc ngồi dưới chọn làm vợ. Mới đây nhất tôi nhận vài email cùng một đề tài **"Những người con xa xứ (lấy chồng Hàn Quốc)"** kèm theo lời bàn mở đầu: *"Các cháu Gái VN thân mến, xin các Cháu tha thứ cho chúng tôi, đã không giữ được Miền Nam Việt Nam, để Miền Nam mất vào tay bọn CSBV, để giờ nầy Các Cháu phải lâm vào tình trạng đau thương như thế nầy, chúng tôi thật là rất đau lòng.."*. Câu này đọc xong tôi thấy thối oăm không ngửi được, nên tôi phải viết bài này để tẩy sạch cái mùi thối đó.

Trước hết, hãy bàn về phụ nữ Việt Nam lấy chồng ngoại quốc. Cũng như hôn nhân giữa gái Việt lấy trai Việt, một số cô gái Việt Nam lấy chồng ngoại quốc vì tình chứ không phải vì tiền:

Chẳng tham ruộng cả ao sâu,
Tham vì anh Tú rậm râu mà hiền.
Chẳng tham ruộng cả ao liền,
Tham vì cái bút cái nghiên anh đồ.
Chẳng tham nhà ngói ba tòa,
Tham vì một nỗi mẹ cha hiền lành.
Chẳng tham nhà ngói rung rinh,
Tham vì một nỗi anh xinh miệng cười.

Có những cô nhất định không xem tiền bạc của cải là gì, nếu chồng là người đần độn ngu ngốc. Họ thà lấy người trong mộng của mình:

Một đêm quân tử nằm kề,
Còn hơn thằng ngốc vỗ về quanh năm.

Do đó, bài viết của tôi không nói về những cô này. Tôi chỉ muốn đề cập đến phần phụ nữ còn lại, ở những quốc gia nghèo đói như Việt Nam lấy nhau chỉ vì hy vọng có một đời sống vật chất phong phú, trong tương lai có thể quay lại giúp đỡ gia đình, cha mẹ, anh chị em nghèo khổ còn sống ở Việt Nam, đi ngược lại những lời cảnh cáo:

Má ơi đừng gả con xa,
Chim kêu vượn hú biết nhà má đâu

và do đó lãnh hậu quả tai hại như trong tin tức chúng ta thường đọc về các cô lấy chồng nước ngoài:

NGUYỄN TÀI NGỌC

Gái ngoan lấy phải chồng đần,
Hắn là kiếp trước nợ nần chi đây.

Mỹ là quốc gia tìm thống kê gì cũng có. Ai vào Google sẽ thấy rất dễ dàng tìm dữ liệu một năm các bà vợ giận chồng mấy lần, bao nhiêu ông chồng bị dao chém phải vào nhà thương cấp cứu vì quên mua quà sinh nhật vợ, bao nhiêu ông chồng lái xe đi chơi lạc lối vì phải nghe lời vợ chỉ đường. Thế nhưng Việt Nam là quốc gia lạc hậu, rất ít thống kê để người đọc tham khảo. Tôi vào Google Việt Nam muốn tìm có bao nhiêu Việt Kiều sang Mỹ cả chục năm rồi mà vẫn nói tiếng Anh dở ẹc nhưng khi về VN thì cứ xổ tiếng Anh loạn xạ làm le thằng chột giữa đám mù, hay bao nhiêu Việt Kiều về Việt Nam ăn uống bị Tào Tháo rượt, nhưng tìm đỏ mắt cũng không thấy.

Tuy nhiên, rất may mắn tôi tìm được một nghiên cứu về đề tài *Thực trạng phụ nữ Việt Nam lấy chồng Hàn Quốc, Nghiên cứu trường hợp xã Đại Hợp, huyện Kiến Thụy - Tp. Hải Phòng,* vào năm 2009 mà Tiến Sĩ Hoàng Bá Thịnh trình bày ở trang web của Tổng Cục Dân Số (*link* trưng dẫn ở cuối bài). Tôi xin copy lại ở đây:

"Tính đến cuối tháng 8/2009, xã Đại Hợp có 721 cô gái lấy chồng nước ngoài (trong đó có 188 phụ nữ lấy chồng Hàn Quốc) chiếm 15,1% tổng dân số nữ của toàn xã. Nếu tính số phụ nữ trong độ tuổi từ 15-49 (độ tuổi sinh đẻ) chiếm 56,6% trong dân số nữ của xã, thì tỷ lệ các cô gái lấy chồng nước ngoài so với phụ nữ trong độ tuổi 15-49 ở xã Đại Hợp chiếm 26,6%. Nói cách khác, cứ 4 phụ nữ trong độ tuổi 15- 49 ở xã Đại Hợp thì có 1 phụ nữ lấy chồng nước ngoài.

Trong mẫu khảo sát, 82% số hộ gia đình có 1 con gái lấy chồng Hàn Quốc, 15,3% có hai con gái lấy chồng Hàn Quốc, và 1,3% hộ gia đình có 3 con gái lấy chồng Hàn Quốc và Đài loan, 1,4% hộ gia đình có 4 con gái lấy chồng Hàn Quốc và Đài Loan.

Phụ nữ lấy chồng nước ngoài ở xã Đại Hợp khởi đầu từ năm 1997 và trở thành một hiện tượng xã hội kể từ năm 2003 đến nay, với hai xu hướng lấy chồng Đài Loan và Hàn Quốc. Huyện Kiến Thụy có hai xã có phụ nữ lấy chồng nước ngoài, nhiều nhất là xã Đại Hợp và xã Đoàn Xá. Theo số liệu thống kê, số phụ nữ lấy chồng Đài Loan nhiều nhất với 487 người (chiếm 67,5% tổng số phụ nữ lấy chồng nước ngoài), tiếp theo là phụ nữ lấy chồng Hàn Quốc, với 188 người (26,1%), còn lại các nước khác với 46 người (6,4%). Nếu tính từ năm 2003 - thời gian có phụ nữ Đại Hợp lấy chồng Hàn Quốc - đến tháng 8/2009, số phụ nữ lấy chồng Hàn Quốc chiếm 30,2% tổng số phụ nữ ở xã Đại Hợp lấy chồng nước ngoài. Nhưng từ năm 2007, số phụ nữ lấy chồng Đài Loan có xu hướng giảm và gia tăng số phụ nữ lấy chồng Hàn Quốc. So sánh hai năm gần đây, số phụ nữ lấy chồng Hàn Quốc nhiều hơn phụ nữ lấy chồng Đài Loan là 2,9 lần (năm 2008) và 2,4 lần (tính đến tháng 8/2009).

Cả 4 làng của xã Đại Hợp đều có phụ nữ lấy chồng nước ngoài, nhiều nhất là làng Quần Mục, tiếp đến là Đông Tác, Việt Tiến và Đại Lộc. Đa số phụ nữ kết hôn trong độ tuổi 18-25 (87%), 26-30 (5,0%) và 31-35 (8,0%). Trong số 721 trường hợp lấy chồng nước ngoài, chỉ có 5 trường hợp (0,6%) lấy chồng Việt kiều. Có 15,3% gia đình có 2 con gái lấy chồng nước ngoài, 1,4% gia đình có 3 con lấy chồng nước ngoài, và 1,4% gia đình có 4 con gái lấy chồng nước ngoài.

Một trong những động lực thúc đẩy phụ nữ Việt Nam lấy chồng nước ngoài nói chung và lấy chồng Hàn Quốc nói riêng là yếu tố kinh tế. Khảo sát cho thấy, 53,0% cha mẹ có con gái lấy chồng Hàn Quốc nói rằng con họ có gửi tiền về cho gia đình. Mức độ gửi tiền như sau: 8,0% thường xuyên; 75,3% thỉnh thoảng, và 17,0% hiếm khi. Nhờ vậy, nhiều gia đình ở xã Đại Hợp đã có sự thay đổi về cuộc sống (sửa sang nhà cửa, mua đồ dùng trong gia đình). Những ngôi nhà to đẹp này được người dân địa phương gọi là 'phố Tây', 'Nàng Kiều' ".

Truyền thống của phong tục Việt Nam là trọng nam khinh nữ, như trong câu hai ở đây:

Trăm con trai không bằng dái tai con gái,
Trăm con gái không bằng cái dái con trai.

Thế nhưng bây giờ sự thể đã đảo ngược, chỉ có con gái mới có cơ hội lấy chồng ngoại quốc mang tiền về cho gia đình nên gia đình nào có con gái thì còn hy vọng được nhờ vào con.

Các cô gái trong xã Đại Hợp lấy chồng ngoại quốc tạo nên tình trạng hụt hẫng, không phải trai thiếu gái thừa thời chiến tranh, mà là trai thừa gái thiếu. Con trai trong xã Đại Hợp phải đi sang xã, huyện, tỉnh, khác để tìm vợ.

Bảng 2. Lấy chồng nước ngoài và lấy vợ nơi khác ở Đại Hợp, 2007-2009 (người)

	2007	2008	2009 (8 tháng đầu năm)	Tổng cộng
Phụ nữ lấy chồng nước ngoài	48	112	87	247
Nam giới lấy vợ ngoài xã	68	74	48	190
Phụ nữ, nam giới kết hôn cùng xã	32	43	12	87

Nguồn: Số liệu thống kê UBND xã Đại Hợp.

Tóm lại, phần đông phụ nữ Việt Nam ở xã Đại Hợp đều mong muốn lấy chồng ngoại quốc để thoát ly cảnh nghèo túng.

Theo thống kê kể trên thì kể trong hai năm sau cùng, số phụ nữ ở làng Đại Hợp lấy chồng Hàn Quốc là nhiều nhất, nhì là chồng Đài Loan.

Theo thống kê của Viện Xã Hội và Y Tế Đại Hàn thì vào năm 2011, trong số tất cả cô dâu ngoại quốc lấy chồng Hàn Quốc thì cô dâu Việt Nam là nhiều nhất: 7,636 người, vượt hơn cả số cô dâu Trung Hoa.

Đối với những cô này, nghèo đói là động lực thúc đẩy họ lấy chồng Trung Hoa, Đài Loan, hay Hàn Quốc. Thế nhưng nói rằng chỉ vì một mình Cộng Sản Việt Nam tạo ra môi trường kham khổ bắt buộc họ phải đi tìm chồng giầu (họ không tìm được chồng Việt Nam giầu vì ít đàn ông Việt Nam có đời sống sung túc như đàn ông nước ngoài) thì tôi không đồng ý.

Không thể nào chối cãi là Cộng Sản Việt Nam đã góp phần rất lớn tạo nên một quốc gia nghèo đói. Trước 1975, vì cao vọng của Cộng Sản thôn tính miền Nam mà bao nhiêu tài nguyên quốc gia của cả hai miền Nam Bắc phải đổ vào vũ khí, súng ống, quân đội. Lo ngại cho hiểm họa chiến tranh, các quốc gia trên thế giới không đầu tư, mở mang cơ xưởng, nên người dân ở Việt Nam không tìm ra được công ăn việc làm. Sau khi Cộng Sản chiến thắng miền Nam tháng 4-1975, trong vòng mười năm, Việt Nam là một trong những quốc gia nghèo đói nhất thế giới. Chỉ cho đến ngày 3-02-1994, khi Tổng Thống Bill Clinton bãi bỏ lệnh cấm vận Việt Nam, đưa đường cho Việt Nam tham gia vào WTO (World Trade Organization - Hiệp Hội Thị Trường Thương Mại Quốc Tế) vào năm 2007 thì dân chúng mới có việc làm, đỡ nghèo đói vì có ngoại quốc đầu tư.

Tình hình chính trị vững vàng (không có biểu tình, đảo chính, lật đổ chính quyền), lương bổng công nhân thấp, phí tổn xây cất mở mang cơ xưởng ít tốn kém, và giấy phép thiết kế nhanh chóng làm cho các công ty ngoại quốc thi nhau đầu tư vào Việt Nam. Đây là những điều kiện thuận lợi để tạo nên một xã hội giầu có thể nhưng tham nhũng lan rộng trong chính quyền nên vào năm 2012, theo thống kê của World Bank, GDP (PPP) per capita -Tổng sản phẩm sản xuất bình quân mỗi đầu người- của Việt Nam chỉ là $3,635/đầu người, đứng hàng thứ 128 trong 180 quốc gia World Bank liệt kê. Đây là một con số quá khiêm nhường so với nước láng giềng Thái Lan kế bên, GDP per capita của họ là $9,875, gấp 2.7 lần của VN, và của Hàn Quốc thì Việt Nam chẳng bao giờ bắt kịp: $30,722/per capita, gấp 8.45 lần của Việt Nam.

Vì nghèo nên các cô gái lấy chồng nước ngoài để tiến thân. Theo tôi, trường hợp này không khác gì thời Việt Nam Cộng Hòa. Theo thống kê của IMF (International Moneytary Fund), GDP per capita của VNCH vào năm 1974 là $442.07 dollars/một người, đứng hàng thứ 103 trong 183 quốc gia IMF liệt kê. 36 năm sau, vào năm 2012, Cộng Sản Việt Nam đứng hàng thứ 128 trong 180 quốc gia. Sự chênh lệch về nghèo giữa hai chính thể tuy có, nhưng không là bao nhiêu. Trước 1975 tự do, dân nghèo. 2012 Cộng Sản, dân cũng nghèo.

Sự nghèo khó này khiến phụ nữ phải tìm đủ mọi cách để kiếm sống. Trước 1975 và sau 1975 đều có tệ trạng chị em ta, và tìm chồng nước ngoài. Bây giờ là thời đại Internet, tin tức truyền thông nhanh hơn sao xẹt nên vì thế mọi người cảnh tỉnh hơn. Ngày xưa tệ trạng cũng thế, gái lấy chồng nước ngoài cũng vậy, nhưng vì không có Internet nên ít người biết, thế thôi. Trước 1975, không những chị em ta kiếm ăn nhan nhãn khắp phố vì có lính GI Mỹ, mà các cô cũng tìm khách Việt Nam khắp nơi. Năm tôi học lớp 10, chỉ có 16 tuổi, đạp xe đạp ở khu đường Trần Nhân Tôn thì có một bà đang ngồi ở một sạp gỗ, bước ra đường, nắm ghi-đông xe làm tôi phải dừng lại, hỏi tôi: *"Em ghé không em?"*. Ý bà ta hỏi tôi có muốn nằm ngủ với mấy cô giang hồ hay không, nhưng lúc bấy giờ tôi còn ngây thơ vô số tội, không hiểu bà ta hỏi tôi cái gì, nên hỏi bà ta ghé là ghé đi đâu?

Một điểm tôi muốn nêu ra là nhiều email chê chồng Trung Hoa, Hàn Quốc, Đài Loan là hung dữ, ác độc, hành hung vợ. Tôi không hiểu tại sao họ không chê chồng Việt Nam, vì chồng Việt Nam cũng tệ hại như thế, nếu không hơn? Ở Mỹ trong một nhà thờ tôi biết có ông chồng VN đi nhà thờ ngoan đạo lắm nhưng về nhà thì đánh vợ, bắt vợ quỳ gối. Một ông chồng tôi quen sơ sơ, cãi nhau, gọi vợ là "mày tao", đấm vào mặt vợ. Một ông chồng hiểm độc khác phân tán hết tiền của gia tài sang tên người khác trước khi ly dị để không cho vợ một xu. Một ông chồng chả làm gì ở nhà, tất cả do vợ hầu hạ. Ấy là nói ở Mỹ, luật pháp che chở cho phụ nữ, nam nữ bình quyền.

Những trường hợp này chỉ có thể xẩy ra ở Hoa Kỳ vì vợ nhịn nhục, bị đánh không thưa cảnh sát, chứ nếu thưa thì họ đã còng chồng cho vào bót lau toilette xem Paris By Night hay Asia 24 giờ một ngày. Tôi còn chưa kể đến nhiều Việt kiều về Việt Nam lấy vợ rồi khi sang đây chỉ ở với vợ một thời gian ngắn rồi ly dị vợ. Ở Việt Nam thì tệ hơn nữa, không có luật lệ bảo vệ phụ nữ như các xứ ngoại quốc thì các bà vợ trăm đường thiệt thòi, tuyệt vọng không có lối ra.

Chính quyền và xã hội phải tạo ra điều kiện để nâng cao đời sống của dân chúng, nhưng đây không phải là thiết kế một chiều. Dân chúng mỗi người phải có ý thức đóng góp phần mình vào công việc cải cách đời sống. Một người không thể nào ngoài miệng chê bai thành phố đầy rác mà chính mình vất rác. Không thể nào chỉ trích người khác ăn cướp mà chính mình tham nhũng. Không thể nào phê bình người khác không lo cho dân nghèo khi mình chỉ quan tâm đến mình. Không thể nào thấy một việc làm sai lầm mà chính mình vẫn cứ làm. Xã hội không bắt buộc các cô lấy chồng ngoại quốc. Các cô làm theo ý của mình (hay gia đình khuyến khích), cho dù biết rằng có thể lấy lầm chồng.

Tôi không biết chắc, nhưng đoán là hôn nhân của phần đông phụ nữ Việt lấy chồng các nước Á Đông như Trung Hoa, Đại Loan, Hàn Quốc được suông sẻ. Tài chính của người vợ và gia đình vợ được trở nên phong phú vì nếu không thì không cô nào ngu dại gì nhẩy vào nhà tù giam hãm tấm thân cả đời. Chỉ có một thiểu số bị kẹt vào bi kịch không có lối ra. Phụ nữ Việt biết xác suất nguy hại này, nhưng đánh cuộc là mình không bị nằm trong số người xấu số đó. Không ai có thể ngăn chặn họ đi vào một con đường mà họ, hay chính chúng ta, nghĩ rằng cơ hội thành công thoát khỏi sự nghèo khó nhiều hơn là thất bại.

Trong xóm Bàn Cờ lao động của tôi ngày xưa có đủ mọi thành phần: cô đi bán bar ở night club khách hàng là lính GI Mỹ, cô ngủ với nhiều GI Mỹ đẻ ra con lai trắng, lai đen, cô lấy chồng người Phi-Luật-Tân. Tại sao họ làm như vậy? Vì họ không có khả năng kiếm tiền bằng trí óc nên phải dùng cơ thể để kiếm sống, không khác gì các cô lấy chồng Trung Hoa, Đài Loan, Hàn Quốc, hiện thời.

Trong câu viết: *"Các cháu Gái VN thân mến, xin các Cháu tha thứ cho chúng tôi, đã không giữ được Miền Nam Việt Nam, để Miền Nam mất vào tay bọn CSBV, để giờ nầy Các Cháu phải lâm vào tình trạng đau thương như thế nầy, chúng tôi thật là rất đau lòng..."*, tôi chỉ đồng ý mỗi một điểm là Cộng Sản sau 36 năm chiến thắng miền Nam vẫn hướng dẫn quốc gia trong cái nghèo triền miên. Nếu so sánh theo xếp hạng GDP toàn thế giới thì 36 năm thời gian trôi qua vô ích vì Việt Nam bây giờ vẫn còn nghèo hơn thời chính thể Việt Nam Cộng Hòa, tạo ra nhiều mức sống bi thảm.

Thế nhưng phần còn lại của câu viết tôi hoàn toàn không đồng ý:

- Thứ nhất, thời VNCH cũng có chuyện các cô lấy chồng nước ngoài vì tình cảnh nghèo đói, và chắc chắn cũng đã có cô bị chồng ngược đãi như bây giờ.

- Thứ hai, trước tháng 4-1975, những người như người viết câu này đã làm gì để giúp các cô gái nghèo tránh tình trạng khốn khổ chưa? Hay là họ cũng tham nhũng, có tiền đút lót cho con khỏi đi lính, làm chức lớn thì cho con mình đi ngoại quốc để trốn lính, ăn cắp tiền và quân nhu của Mỹ viện trợ, nếu quen biết lớn thì chạy chọt cho con em vào trường "điểm" không cần phải thi như bây giờ, khi lính tráng chết ngoài tiền tuyến thì hậu phương ăn chơi nhảy nhót, không quan tâm đến dân nghèo, không quan tâm đất nước, không thấy hiểm họa Cộng Sản, để rồi chính họ cũng đóng góp vào việc VNCH rơi vào tay Cộng Sản, chính họ cũng đóng góp vào việc xã hội nghèo khó, gián tiếp tạo nên nhiều tệ trạng?

"Actions speak louder than words" - *"Hành động nói to tiếng hơn lời nói".* Đây là một câu thành ngữ Mỹ nghĩa tương tự như "thùng rỗng kêu to" của mình. Khi có một vấn đề nan giải cần giải quyết, chúng ta cần phân tích vấn đề, tìm hiểu nguyên do, rồi tìm phương cách trị liệu nó. Nếu mình không có phương cách giải quyết thì nên giữ yên lặng. Phát biểu oang oang vô bổ cho cả thế giới biết là mình đã định làm (không có gì chứng minh), nhưng làm không được thì chỉ là đánh võ mồm như Don Quichotte.

(Tháng 7, 2013)

Tài liệu tham khảo:
1. Wikipedia
2. http://www.gopfp.gov.vn/so-11-128;jsessionid=0FDBE98394C6B626BB3E05AD4A29CB

E9?p_p_id=62_INSTANCE_Z5vv&p_p_lifecycle=0&p_p_
state=normal&p_p_mode=view&p_p_col_id=column-
3&p_p_col_count=1&_62_INSTANCE_Z5vv_struts_actio
n=%2Fjournal_articles%2Fview&_62_INSTANCE_Z5vv_
groupId=18&_62_INSTANCE_Z5vv_articleId=84819&_6
2_INSTANCE_Z5vv_version=1.0

3. http://www.baodatviet.vn/doi-song/201211/Kho-nhuc-
gai-Viet-lay-chong-Han-2211651/

4. http://www.econstats.com/weo/V008.htm

Phụ Nữ Việt Nam
Không Thua
Phụ Nữ Âu Mỹ

Cách đây khá lâu, vài người bạn chuyển tiếp cho tôi bài viết *Phụ nữ Việt thua xa phụ nữ Tây về mọi khoản!* của tác giả Trần Quang Huy. Tôi chỉ đọc thoáng qua vài câu đầu, thấy anh này chê bai phụ nữ Việt Nam vô căn cứ nên xóa bỏ (người ở Việt Nam quen với ngôn từ mới, quên mất nghĩa của chữ vô căn cứ thì xin đọc là không có cơ sở). Vài ngày trước đây, một cô giáo Trung học cũ của tôi lại gửi nó cho tôi.

Thấy bài viết này vẫn còn chuyển tiếp trên Internet, lên án các hoa hồng Việt biết nói nhưng tác giả tranh luận bằng quan điểm chủ quan với rất nhiều nơi không dẫn chứng cụ thể, tôi mạo muội viết ý kiến phản biện đáng giá năm xu của tôi. Tôi nghĩ nếu Hiệp Hội Phụ Nữ Thế Giới đọc bài này, họ sẽ phong cho tôi chức Woman of the Year, kèm theo một giải thưởng ba bịch bánh tráng hiệu Ba Cô Con Gái.

Tôi xin thanh minh thanh nga trước là tôi chỉ nói về thế hệ của chúng ta, có nghĩa là thế hệ trời sắp lặn, trăng sắp mọc. Thế hệ trẻ của con cái chúng ta sinh ở hải ngoại thì tụi nó là dân Pháp, Úc, Canada, Mỹ..., mình không có thẩm quyền bàn luận vì mình không ở vào lứa tuổi của tụi nó.

Đây là bài viết đó (chữ nghiêng):

Phụ nữ Việt thua xa phụ nữ Tây về mọi khoản !
Trần Quang Huy

Đàn ông Việt dạo này bị xuống giá quá thể. Cứ lên internet là thấy nhan nhản các chị em kêu lấy chồng Tây sướng, rồi chỉ có chồng Tây mới xứng với phụ nữ Việt.

Là một người sinh sống ở cả Việt Nam và Mỹ một thời gian dài, tôi cảm thấy hình như các chị em Việt đang quá nâng tầm bản thân thì phải. Các chị em nghĩ chồng Tây dễ lấy thế sao? Thực tế, phụ nữ Việt so với phụ nữ Tây còn thua nhiều điểm lắm.

Thứ nhất, so về ngoại hình. Công bằng mà nói, tôi thấy từ cái dáng đến khuôn mặt đều thua bét. Mắt một mí, mũi tẹt sao so được với mắt to, mũi cao. Người Việt ta phụ nữ có dáng nhỏ thó, ngực nhỏ, nhìn làm sao cuốn hút và hấp dẫn như các phụ nữ Tây nảy nở.

Thứ hai, so về tính cách, tôi càng có thể kể ra cả rổ những thứ chị em ta thua xa chị em Tây.

Phụ nữ Việt vẫn vỗ ngực tự hào là họ đảm đang, hiền dịu, giàu đức hy sinh. Chuyện này chỉ đúng với đời các bà, các mẹ ngày xưa mà thôi. Còn chị em bây giờ vụng về thấy ớn, đã thế còn hay kêu ca, đòi hỏi. Sang Tây mới biết phụ nữ Tây đảm đang gấp ngàn lần phụ nữ Việt. Người nước ngoài được sống tự lập, cho nên việc nhà họ rất rành, nấu ăn ngon kinh khủng luôn. Mà món ăn Tây lằng nhằng, rắc rối, công phu lắm chứ không đơn giản như đồ ăn Việt, cứ xào, đổ mắm, đổ nước vào là xong. Nhiều cô còn làm bánh mì, bánh ngọt nhoay nhoáy ấy.

NGUYỄN TÀI NGỌC

Mà phụ nữ Tây không có chuyện vừa làm vừa kêu ca như chị em Việt đâu. Tôi có vài người bạn Việt Nam đã lấy vợ, nghe các cậu ấy than thở về vợ cũng thấy ớn. Lúc nào các cậu đó cũng bị vợ lấy lý do làm việc nhà hầu hạ chồng ra để làm cao, để chất vấn. Phụ nữ Tây không như vậy, họ rất vui vẻ khi nấu nướng cho những người mà mình yêu thương. Đã kêu ca thì họ không làm.

Họ không bao giờ quản chuyện tiền nong của chồng như các chị em Việt hay làm. Chỉ cần góp đủ sinh hoạt phí và lo được cho con cái là ổn. Còn đâu tiền ai nấy giữ, muốn làm gì thì làm. Đâu có khổ sở như đàn ông Việt, tiền mình làm ra mà lại phải giấu giếm như là tiền đi ăn cắp, phải quỹ đen quỹ đỏ khắp mọi nơi.

Riêng về điểm này, tôi thấy phụ nữ Việt rất vô lý. Họ không có sự tôn trọng tối thiểu đối với chồng. Nên nhớ vợ chỉ là người bạn đời chứ không phải là mẹ mà o ép, quản thúc chồng trắng trợn. Có nhiều chị em còn khùng điên tới mức tịch thu hết tiền lương của chồng rồi hàng ngày phát tiền cho chồng như kiểu mẹ phát tiền quà sáng cho con trước khi đi học. Tôi thấy thật dấm dớ hết chỗ nói.

Về đức hy sinh, tôi thấy phụ nữ Tây đầy người hy sinh còn hơn phụ nữ Việt. Bạn bè Tây của tôi có mẹ ở nhà nội trợ rất nhiều, hy sinh toàn bộ sự nghiệp cho chồng con. Mà cái quý là họ không cho đó là hy sinh, họ tự nguyện và coi công việc ở nhà chăm sóc con cái, gia đình là một công việc cao cả.

Các bà mẹ Tây rất giỏi. Một nách 3, 4 con vẫn nuôi con khôn lớn, đẹp đẽ, giỏi giang, không một lời than thở kêu ca như bà mẹ Việt. Chứ như mấy bà mẹ trẻ người Việt á, nuôi con mình mà làm như đang đi trả nợ, kêu than ầm ĩ, rồi gắn cho mình một hình tượng vĩ đại.

Mà tôi ghét nhất cái kiểu phụ nữ Việt cứ lấy cái cớ sinh con vất vả, sinh con đau đớn ra để hành hạ và đòi hỏi đàn ông. Cứ làm như đứa con ấy chỉ là con của bọn đàn ông chứ không phải là con của các chị. Đẻ con ra, được làm mẹ thì phải lấy đó làm điều hạnh phúc thiêng liêng. Cớ sao lại dùng đứa con đứt ruột đẻ ra làm lý do uy hiếp chồng thế?

Phụ nữ Tây cũng đáng yêu hơn phụ nữ Việt. Họ vui vẻ, thân thiện, xởi lởi, cư xử thật lòng. Chứ phụ nữ Việt cáo già lắm. Bên ngoài tươi cười như hoa nhưng bên trong tính toán.

Phụ nữ Việt luôn nghi ngờ, luôn đề phòng tất cả những người xung quanh, đặc biệt đối với chồng và gia đình chồng. Một điểm nữa là phụ nữ Tây không biết nói khích, nói xéo như phụ nữ Việt. Có gì không vừa lòng thì họ bảo thẳng, bàn bạc cách giải quyết sao cho hợp lý, fairplay. Đâu có như các chị em phụ nữ ở đây, nếu không được như ý mình là y như rằng sẽ đá thúng đụng nia, sưng xỉa cả ngày. Nhìn cảnh ấy tôi thấy ớn lắm.

Đi chơi với phụ nữ nước ngoài sướng một cái là họ rất hiểu chuyện. Không hiểu người Việt ta lấy đâu ra quan niệm là đàn ông phải lo kinh tế, đàn ông đi đâu cũng phải trả tiền dù chỉ là bạn bè, đồng nghiệp bình thường. Nếu không trả sẽ bị quy vào dạng kì bo, thậm chí còn bị bảo là đàn bà.

Vô hình chung, gánh nặng tiền bạc đặt lên vai đàn ông rất nhiều. Nhưng chị em Tây không như vậy. Họ share tiền, bình đẳng. Phụ nữ bên đó không có thói quen đào mỏ, ỷ lại như phụ nữ Việt Nam.

Mặt thứ ba mà tôi muốn nói tới là khía cạnh tế nhị. Đó là "chuyện ấy". Phụ nữ Việt còn nhiều quan niệm bảo thủ trong sex và không giỏi bằng phụ nữ nước ngoài. Mặt khác, họ cũng hay lười tập thể dục nên thường sức khỏe rất yếu và thiếu sự chủ động chốn phòng the.

Nhiều chị em Việt khen đàn ông Tây thoáng, không để ý chuyện trinh tiết. Tuy nhiên, người nước ngoài rất coi trọng sự chung thủy trong tình yêu. Đối với họ, sự đồng điệu về tinh thần rất quan trọng, người yêu phải là tri kỷ của họ.

Phụ nữ Việt không thế. Cái mà người Việt quan trọng lại là sự chung thủy về thể xác, còn tinh thần thì lại rất hay phản bội. Biểu hiện là họ thường xuyên đứng núi này trông núi nọ, so sánh người đàn ông của mình với người khác. Điều này tôi đánh giá là tệ hơn nhiều so với ngoại tình thể xác.

Yêu phụ nữ Việt cũng rất mệt mỏi. Một là yêu mà không được đụng đến, yêu chay, tình yêu chẳng khác gì tình bạn. Còn nếu lỡ đụng đến họ rồi thì họ lại bắt đàn ông phải chịu trách nhiệm, biến chuyện tình yêu trở nên nặng nề, trở thành gông cùm trói chân, rất nhàm chán.

Tôi thích cách yêu của phụ nữ Tây. Họ thoải mái, thậm chí có thể sống chung với người yêu. Thật ra họ không hề buông thả chút nào, mà là họ rất cẩn thận. Họ muốn xem xét mọi khía cạnh xem có phù hợp hay không rồi mới tiến đến hôn nhân, một việc đại sự cả đời, mới ký vào bản cam kết ràng buộc nhau về pháp luật.

Nói tóm lại, trong cảm nhận của tôi, phụ nữ Tây tốt hơn phụ nữ Việt rất nhiều. Bạn gái hiện tại của tôi cũng là người Mỹ. Ở bên cô ấy thoải mái, vui vẻ hơn nhiều so với bạn gái người Việt trước đây của tôi.

Tôi nghĩ trước khi đòi hỏi đàn ông Việt, chê bai đàn ông Việt để chạy theo đàn ông Tây, chị em Việt cũng nên nhìn lại bản thân mình. Thực ra, nồi nào thì úp vung ấy. Cũng chỉ có đàn ông Việt mới chịu được tính khí khó chịu của phụ nữ Việt. Chứ đàn ông Tây mà nhìn thấu bản chất của chị em Việt Nam, chắc họ cũng chạy mất dép!

Khác với ý tác giả, tôi nghĩ đa số phụ nữ Việt khi lập gia đình, muốn lấy chồng cùng giòng máu chứ không muốn lấy chồng ngoại quốc. Tôi ở Mỹ gần 40 năm, khả năng đàm thoại với một người Mỹ của tôi không quá tệ kiểu "không sao đâu –no star where", nhưng mỗi lần bạn bè tụ tập có cả chồng hay vợ người Mỹ, tôi biết sự trao đổi tư tưởng, kinh nghiệm, hay khôi hài không được sâu sắc như giữa hai người Việt. Ấy là chưa kể tiếng Anh mình nói phải trẹo quai hàm. Đây là một bất tiện theo với mình cả đời nên sẽ làm cho các cô Việt suy nghĩ khi lấy chồng ngoại quốc.

Nhưng nói thế không phải là các cô ô-tô-ma-tích muốn lấy chồng có giòng máu chung với Lê Ngọa Triều. Còn bao nhiêu tiêu chuẩn chọn lựa khác cần cân nhắc để các cô không hối tiếc chọn lầm người chung sống với mình cả đời: giỏi giắn như Cả Ngố, hiền từ như Chú Thoòng, đẹp trai như Tùng Lâm, nhiều tiền như Cường Đô-La, thông thạo Anh ngữ như Lại-Văn-Sâm, cao ráo như Tư Lùn, đạo đức như ông Bảy Thầy Chùa…, thành ra không có gì là sai lầm nếu một cô gái Việt chọn lấy chồng ngoại quốc thay vì lấy chồng An Nam Mít. Đàn ông cũng thế thôi, đi mua sắm mình cũng chọn món tốt nhất. Chỉ khác một tí là trong khi đàn ông Mỹ lấy rất nhiều gái Á Đông, rất ít gái Mỹ thèm lấy chồng Việt, chồng Á Đông. Vì thế, phần đông mấy anh Việt phải lấy gái Việt. Hỏi mấy ông Việt kiều về Việt Nam tìm vợ thì biết. Bên Mỹ không ai lấy nên họ mới về Mỹ Tho tìm vợ vì so với người ở Mỹ Tho, mấy ông này có giá hơn.

Và đây là quan điểm của tôi trả lời cho bài viết (chữ nghiêng là của tác giả Trần Quang Huy):

Thứ nhất, so về ngoại hình. Công bằng mà nói, tôi thấy từ cái dáng đến khuôn mặt đều thua bét. Mắt một mí, mũi tẹt sao so được với mắt to, mũi cao. Người Việt ta phụ nữ có dáng nhỏ thó, ngực nhỏ, nhìn làm sao cuốn hút và hấp dẫn như các phụ nữ Tây nảy nở.

- Tôi muốn nêu ra một điểm là phụ nữ Việt Nam có nhiều cô đẹp mê hồn, nhóm bạn Regina Pacis bạn của vợ tôi rất đẹp, thành ra cô Việt nào xinh đẹp không cần nổi cơn thịnh nộ khi đọc câu trên vì người đẹp tự khắc ai cũng nhận ra.

Nói về trung bình, tôi đồng ý là dân Á Đông, không phải chỉ riêng Việt Nam, mà là Nhật Bản, Đại Hàn, Trung Hoa…, chúng ta không đẹp bằng người Âu Mỹ. Điều này chẳng những đúng cho đàn bà mà đúng cho cả đàn ông. Nếu đàn ông Việt đẹp bằng đàn ông Âu Mỹ thì tác giả còn có thể chê ỏng chê eo gái Việt, nhưng tôi dám chắc tác giả cũng thấp lùn, đen đúa, mắt một mí, mũi tẹt, ngực lép (chưa kể mông teo), mặt giống Tùng Lâm, thì làm sao có thẩm quyền nào mà chê phụ nữ Việt?

Phụ nữ Việt vẫn vỗ ngực tự hào là họ đảm đang, hiền dịu, giàu đức hy sinh... Sang Tây mới biết phụ

nữ Tây đảm đang gấp ngàn lần phụ nữ Việt... Mà
phụ nữ Tây không có chuyện vừa làm vừa kêu ca
như chị em Việt đâu... Phụ nữ Tây không như vậy,
họ rất vui vẻ khi nấu nướng cho những người mà
mình yêu thương. Đã kêu ca thì họ không làm.

- Tôi quen một số cô bạn học Trung học ở Hùng
Vương, và tương đối rất thân với mười mấy cô Regina
Pacis bạn của vợ tôi. Thứ nhất, ai cũng đảm đang, giỏi
giang về nấu ăn, lo lắng cho chồng con. Thứ hai,
không một ai than phiền về công việc nặng nhọc mình
làm hằng ngày lo lắng cho chồng con. Tôi không bao
giờ đánh cá, nhưng nếu ai làm thống kê thì tôi dám
đánh cuộc một năm lương của tôi là hầu hết các bà vợ
Việt đều như thế. Thành ra tôi không hiểu phụ nữ Việt
tác giả nêu ra là từ đâu? Trung Tâm Cải Huấn Chí
Hòa? Viện Nhất Dương Chỉ Chó Bà La Sát?

Họ không bao giờ quản chuyện tiền nong của chồng
như các chị em Việt hay làm. Chỉ cần góp đủ sinh
hoạt phí và lo được cho con cái là ổn. Còn đâu tiền
ai nấy giữ, muốn làm gì thì làm. Đâu có khổ sở như
đàn ông Việt, tiền mình làm ra mà lại phải giấu giếm
như là tiền đi ăn cắp, phải quỹ đen quỹ đỏ khắp mọi
nơi. Riêng về điểm này, tôi thấy phụ nữ Việt rất vô lý.
Họ không có sự tôn trọng tối thiểu đối với chồng.
Nên nhớ vợ chỉ là người bạn đời chứ không phải là
mẹ mà o ép, quản thúc chồng trắng trợn. Có nhiều
chị em còn khùng điên tới mức tịch thu hết tiền
lương của chồng rồi hàng ngày phát tiền cho chồng
như kiểu mẹ phát tiền quà sáng cho con trước khi đi
học. Tôi thấy thật dấm dớ hết chỗ nói.

- Khi hai người lấy nhau, việc tài chánh, trả bill
tiền nợ trở nên phức tạp. Hai người xài tiền khác biệt,
không liên kết với nhau, người này tiêu người kia

không biết thì chỉ có vỡ nợ sớm. Thành ra theo tôi nghĩ trong quan hệ vợ chồng chỉ nên một người cai quản việc tiền nong. Tiền chồng là tiền vợ, tiền vợ là tiền chồng, thành ra có gì sai lầm khi vợ cai quản tiền bạc mà tác giả than phiền? Tôi nói mách có chứng: khi vợ chồng chúng tôi gặp nhau, sáu tháng trước khi lấy nhau, tôi giao sổ check và check lương của tôi, tất cả tiền bạc cho vợ tôi lo (hmm, lúc ấy tôi thiếu nợ như chúa chổm, sắp bị khánh tận nên mừng hơn người làng xóm chết khi gánh nặng nghìn cân thoát khỏi vai của tôi, để vợ nhức đầu hộ!). Hàng tuần vợ tôi lấy tiền mặt cho tôi dùng. Ba mươi tám năm sau, vợ tôi vẫn giữ tiền, lúc nào tôi cần thêm tiền mặt thì vợ tôi đưa, không bao giờ tôi phải đi nhà băng, không bao giờ chúng tôi cãi nhau vì tiền bạc. Tôi không nghĩ việc vợ tôi giữ tất cả tiền bạc là quản thúc, mà chính tôi đội ơn vợ đã lo cái nhức đầu trả bill cho tôi.

Khi vợ chồng tín cẩn nhau thì không có việc gì phải giấu giếm. Nếu chồng giấu vợ, chồng không thể nào kết tội vợ nếu vợ muốn giấu tiền dùng riêng.Tại sao anh này nói chồng phải giấu giếm tiền không cho vợ biết? Có phải là tại vì rất nhiều ông chồng Việt gian dối vợ có quỹ noir để dùng vào việc cua gái giấu vợ? Nếu vợ lo việc tài chánh, chồng cần tiền hỏi vợ, vợ đưa tiền mặt ngay cho chồng mà không tra tấn chồng kiểu CIA để tìm hiểu chồng cần tiền làm gì -như trường hợp của tôi-, thì không có lý do gì mà mấy ông chồng phải có quỹ noir.

Nên nhớ vợ chỉ là người bạn đời chứ không phải là mẹ mà o ép, quản thúc chồng trắng trợn

- Tác giả nói nghe thật chói tai. Tôi nghĩ 99% là chồng ép bức, quản thúc vợ chứ không có chuyện ngược lại, nhất là ở Việt Nam.

Về đức hy sinh, tôi thấy phụ nữ Tây đầy người hy sinh còn hơn phụ nữ Việt. Bạn bè Tây của tôi có mẹ ở nhà nội trợ rất nhiều, hy sinh toàn bộ sự nghiệp cho chồng con. Mà cái quý là họ không cho đó là hy sinh, họ tự nguyện và coi công việc ở nhà chăm sóc con cái, gia đình là một công việc cao cả.

Các bà mẹ Tây rất giỏi. Một nách 3, 4 con vẫn nuôi con khôn lớn, đẹp đẽ, giỏi giang, không một lời than thở kêu ca như bà mẹ Việt. Chứ như mấy bà mẹ trẻ người Việt á, nuôi con mình mà làm như đang đi trả nợ, kêu than ầm ĩ, rồi gắn cho mình một hình tượng vĩ đại.

- Vợ chồng chúng tôi có bốn đứa con, nhiều nhất trong đám bạn bè. Những cặp vợ chồng khác bạn chúng tôi có một, hai, hay ba con. Không một ai than thở là phải nuôi con (Tôi đưa ra thí dụ cụ thể vì nghĩ rằng anh này nói không có bằng chứng). Nếu có kêu ca thì là phụ nữ Âu Mỹ chứ không phải phụ nữ Việt Nam. Bạn trai Mỹ của con gái lớn của tôi khi đến tuổi đại học nó phải đi làm lương ba cọc ba đồng để kiếm sống. Nó phải mượn tiền đi học vì bố mẹ nó không cho, trong khi bố mẹ Việt Nam, dù rằng nếu không có tiền trăm nghìn dollars trả tiền học cho con, cũng gồng mình đứng ra vay mượn, chính mình thiếu nợ để con mình khỏi phải lo trả nợ khi học xong. Bố mẹ Âu Mỹ, và phụ nữ Âu Mỹ nói riêng, không thể nào hy sinh cho con bằng bố mẹ Việt hy sinh cho con.

Mà tôi ghét nhất cái kiểu phụ nữ Việt cứ lấy cái cớ sinh con vất vả, sinh con đau đớn ra để hành hạ và đòi hỏi đàn ông. Cứ làm như đứa con ấy chỉ là con của bọn đàn ông chứ không phải là con của các chị. Để con ra, được làm mẹ thì phải lấy đó làm điều hạnh phúc thiêng liêng. Cớ sao lại dùng đứa con đứt ruột đẻ ra làm lý do uy hiếp chồng thế?

- Tôi chưa bao giờ gặp một phụ nữ Việt nào dùng cớ sinh con vất vả để hành hạ chồng. Mà nếu có thì đã sao? Không có nỗi đau đớn cho thân xác nào bằng nỗi đau của phụ nữ khi sinh đẻ. Sau khi khoái lạc về thể xác, đàn ông phủi tay, chẳng có gì ảnh hưởng đến mình. Trái lại, thân xác đàn bà bị hành hạ, đau đớn vì thai nghén gần một năm trời. Họ ăn không ngon, ngủ không yên vì đứa bé trong bụng hành hạ, ói mửa lên xuống, xương sống đau nhức vì phải mang bầu nặng nề, tốn kém tiền bạc mua quần áo mới, thân thể xấu xí ra đường chẳng đàn ông nào dòm ngó, khi sanh đẻ thì đau đớn khủng khiếp, ấy là chưa kể có thể bị chết. Người chồng phải nhận thức sự đau đớn tột cùng này của vợ, cái đau mình không thể nào cảm thấy được, để mà tìm đủ mọi cách giúp đỡ cho vợ nguôi ngoai cái đau, cho dù là mình phải đặt chân lên lửa.

Tôi là người nhát gan, khi vợ sinh tôi ở nhà thương, ngồi kế bên nàng thấy nàng đau từng bận rồi đến lúc cơn đau cực điểm sinh con, tôi không sinh mà suýt ngất xỉu mấy lần vì sợ. Bốn lần vợ tôi sinh là bốn lần tôi nghỉ ở nhà hai tuần đầu lo tắm rửa cho con, lo cho con bú ban đêm vì tôi nghĩ vợ tôi đau đớn quá đủ, nàng cần nghỉ mệt không làm gì hết. Thay vì nói, *được làm mẹ thì phải lấy đó làm điều hạnh phúc thiêng liêng*, tôi nghĩ tác giả phải nói *được làm chồng săn sóc cho vợ khi đau đớn là một hạnh phúc thiêng liêng.*

Tuy nhiên, người nước ngoài rất coi trọng sự chung thủy trong tình yêu.

- Anh này không phải ở trên cung trăng mà là trên Hỏa Tinh khi nói đàn bà nước ngoài xem trọng sự chung thủy trong tình yêu hơn là phụ nữ Việt. Sở dĩ tôi nói Hỏa Tinh, không phải là mặt trăng vì mặt trăng còn mát. Hỏa tinh nóng như thiêu đốt nên đầu óc anh ta đã cháy than, nói không có bằng chứng.

Mặt thứ ba mà tôi muốn nói tới là khía cạnh tế nhị. Đó là "chuyện ấy". Phụ nữ Việt còn nhiều quan niệm bảo thủ trong sex và không giỏi bằng phụ nữ nước ngoài. Mặt khác, họ cũng hay lười tập thể dục nên thường sức khỏe rất yếu và thiếu sự chủ động chốn phòng the.

- Không biết tác giả đã từng có vợ hay chưa, nhưng vừa đọc xong, tôi suy luận ngay anh ta đã ngủ với nhiều đàn bà, Âu Mỹ có, Việt có, nên mới có kinh nghiệm đưa ra nhận định như thế. Ai chê tôi cổ lỗ sĩ tôi xin chịu thua, nhưng tôi quan niệm đàn ông hay đàn bà không nên ngủ với ai trừ khi mình nhất quyết lấy người đó là vợ, là chồng. Nếu mấy ông chồng, đàn ông, không làm gương cho vợ, cho đàn bà, muốn ngủ với ai thì ngủ thì không có quyền gì chỉ trích người khác phái hành động giống mình. Tôi bảo đảm một người ngủ lung tung với mọi người, dù rằng người ấy độc thân, sẽ không chung tình khi lập gia đình.

Đành rằng ái ân đóng một vai trò quan trọng trong đời sống hôn nhân, một người nên không bao giờ chú trọng sự yếu kém trong tình dục để mỉa mai người bạn đời, quên đi những cá tính tốt của họ. Tôi biết nhiều ông chồng Việt lớn tuổi ở đây bị bệnh tiểu đường, gây ra bệnh bất lực. Quay ngược thế cờ, nếu vợ chê mình bất lực, đi ngủ với người khác thì các ông chồng nghĩ thế nào? Thành thử ra vợ chồng nếu một người bị yếu sức trong việc ái ân, người khác phải tìm cách giúp đỡ để giải quyết vấn đề chứ không thể nào ngồi bình chân chữ vại mà phê bình người kia nặng nhẹ.

Chỉ trích phụ nữ Việt Nam lười tập thể dục nên

sức khỏe yếu kém trong phòng the cũng hoàn toàn vô lý. Vợ tôi, và tôi biết nhiều phụ nữ Việt ở Mỹ, là hội viên của những câu lạc bộ, rất năng tập thể thao. Chúng tôi đi du lịch thường xuyên, đi bộ rất nhiều mỗi lần đi. Cho dù cuốc bộ nhiều đến đâu đi nữa, vợ tôi cũng sát cánh bên tôi. Khi tôi về Việt Nam lần đầu tiên, điều ngạc nhiên nhất tôi thấy là tang tảng sớm đã có lũ lượt người đi tập thể dục: trong xóm có, ngoài đường có, trong thành phố có, ngoài biển có, nam có, nữ có. Trước 1975 không có hiện tượng này. Nói phụ nữ Việt không tập luyện thể thao là vô lý.

Tôi nghĩ là nếu chỉ trích, mình phải biết hơn hoặc làm hay hơn người mình chỉ trích. Nếu chê đàn bà Việt yếu đuối không tập thể dục thì đàn ông Việt phần lớn là Sam-Sông hay Hercules? Câu trả lời là không. Tôi thấy rất nhiều đàn ông Việt Nam hút thuốc, uống bia rượu, và có tập thể dục bao giờ đâu?

Nói tóm lại, trong cảm nhận của tôi, phụ nữ Tây tốt hơn phụ nữ Việt rất nhiều. Bạn gái hiện tại của tôi cũng là người Mỹ. Ở bên cô ấy thoải mái, vui vẻ hơn nhiều so với bạn gái người Việt trước đây của tôi.

- Tác giả chê phụ nữ Việt đủ mọi điều, nghe chói tai không đúng sự thật, tôi không muốn nêu ra, tốn thì giờ tranh luận vô ích.

Tôi biết chắc một điều là tác giả phải là người lớn tuổi vì anh ta nói đã từng sống ở Việt Nam và ở Mỹ. Cháu tôi sang Mỹ năm 1975 lúc 5 tuổi. Bây giờ nó 43 tuổi, thế mà nó không đọc tiếng Việt, nói chi là viết tiếng Việt cho rành rẽ. Người này viết tiếng Việt trôi chảy thành ra anh ta phải vào cỡ tuổi 50-65 (tôi đoán 65 vì anh ta vẫn còn muốn sex. Trên 65 thì sex là point final!). Một người đàn ông Việt (hay đàn bà) vào cỡ tuổi này nếu đẹp trai, hiền hậu, vui tính, giỏi giang, tháo vát, chung tình, giầu có, thì bảo đảm người khác phái đã chộp mất từ khuya, không có cơ hội cho cô khác lấy. Thế mà anh ta vẫn còn độc thân, chứng tỏ là không có phụ nữ Việt hay ngoại quốc nào thèm lấy! Gái Việt không thèm cưới thì sức mấy gái Mỹ lấy. Tôi hoàn toàn không tin câu nói anh ta có bạn gái Mỹ. Cho dù câu đó đúng sự thật, Mỹ này là Mỹ nào? Mỹ đen, Mỹ Mễ (lợi tức nghèo nhất trong số người Mỹ gốc ngoại quốc) hay Mỹ trắng nghèo xấu xí?

Không cô nào lấy anh ta vì lý do rất hiển nhiên: mình xấu mà chê gái Việt xấu. Mình tiểu nhân, đáng lẽ là đàn ông thì phải lo lắng cho đàn bà, đằng này nghĩ là đàn bà phải lo cho đàn ông. Mình trách đàn bà than thở ỉ ôi nhưng chính mình ca bài ca con cá không khác gì đàn bà. Đàn ông hẹp hòi không rộng lượng thì đàn bà nào dám lấy?

Tóm lại, tác giả:

- không có "nhân": không biết ơn phụ nữ yếu đuối sinh đẻ, không tội nghiệp cho gái Việt ngoại hình không bằng phụ nữ Âu Mỹ (lỗi không phải nơi họ mà lỗi tại ông Trời sinh ra họ như vậy).

- không có "trí": không hiểu biết phân biệt rõ là mình cũng xấu, không biết là mình ích kỷ hẹp hòi.

- không có "dũng": hèn nhát, nghĩ rằng tiền lương mình giấu vợ làm quỹ noir không có gì sai lầm, đổ lỗi cho vợ.

"Nhân" là lòng thương yêu giúp đỡ người. "Trí" là hiểu biết, phân biệt rõ đúng, sai, hay, dở. "Dũng" là gan dạ, dám vượt mọi khó khăn, gian nguy. "Nhân", "Trí", "Dũng" là ba đức trí lớn của quân tử, theo Khổng Tử: Quân tử đạo hữu tam: nhân giả bất ưu, trí giả bất hoặc, dũng giả bất cụ. (Ai muốn tìm hiểu nghĩa của câu này thì xin hỏi mấy người luyện phim chưởng).

Một người có đức tính phản nghĩa với quân tử thì bài viết của họ vô giá trị, không thể nào tin được.

(Tháng 9, 2013)

Ngày Quốc Tế Phụ Nữ 08 Tháng 3

Tuần vừa rồi qua email một vài bạn ở Việt Nam, tôi khám phá ngày 8 tháng 3 là ngày lễ Quốc Tế Phụ Nữ. Tôi ở một quốc gia văn minh nhất nhì thế giới, thường theo dõi tin tức thường xuyên, và tôi không phải là anh Sáu chân lấm tay bùn thế mà tôi không biết gì về ngày Quốc Tế Phụ Nữ. Điều này làm tôi cảm thấy thật xấu hổ.

Việc gì không biết thì phải tìm hiểu cho biết. Những lịch treo tường ở nhà tôi ngày nào đặc biệt thì có in trong ô cho biết là ngày gì. Tôi xem cả ba tấm, thấy ngày 8 tháng 3 trắng, không có gì đặc biệt cho ngày đó làm tôi hơi ngạc nhiên. Nước Mỹ là nước khỉ gió việc gì cũng đặt phụ nữ là trên hết, vậy mà họ lại không kỷ niệm ngày Quốc Tế Phụ Nữ, thế là thế nào?

Tìm hiểu về lịch sử của ngày Quốc Tế Phụ Nữ trong Wikipedia, tôi khám phá nó bắt đầu từ Đảng Xã Hội Chủ Nghĩa của Mỹ ở Chicago vào năm 1908. (Đảng Xã Hội Chủ Nghĩa đã dẹp tiệm từ năm 1956 khi ứng cử viên Tổng Thống chỉ nhận được 6000 phiếu. Lý do rất dễ hiểu là chữ "Socialist - Xã Hội Chủ Nghĩa" ở Mỹ đồng nghĩa với chữ "Cộng Sản", mà dân Mỹ thì chống Cộng khỏi nói, như mấy bà vợ chống đối việc mấy ông chồng có vợ Hai, vợ Ba).

Khích lệ bởi các đồng chí ở Mỹ, đảng viên Đức Luis Zietz và bà lãnh đạo đảng Cộng Sản Clara Zetkin đề nghị đặt ra một ngày trong năm là ngày Quốc Tế Phụ Nữ. Những năm sau đó, Cộng Sản Nga-Sô là nước tích cực giữ ngày này cho đến năm 1965 thì nó trở thành ngày nghỉ lễ chính thức ở Nga-Sô. Hiện nay có 29 quốc gia kỷ niệm ngày Quốc Tế Phụ Nữ là ngày lễ nghỉ, hầu hết đều là các nước Xã Hội Chủ Nghĩa hay quốc gia Cộng Sản, hoặc các quốc gia tách rời từ khối Cộng Sản Nga-Sô ở châu Á.

Âu Châu cũng kỷ niệm Quốc Tế Phụ Nữ, *Journée internationale de la femme,* nhưng không phải là ngày lễ nhân công được nghỉ.

Tôi bây giờ đã già, không còn trẻ, không còn nằm trong thời gian độc thân tối ngày phải o bế vợ để hy vọng mình lọt vào con mắt còn có đuôi của nàng rồi rước nàng về dinh, nên tôi muốn thẳng thắn nói ra ý nghĩ của tôi là khi nói về bình quyền thì phụ nữ đòi hỏi quá mức, hơn nam nhi chúng ta rất nhiều.

Trong năm họ đã âm mưu đen tối đặt ra ngày Valentine's Day, Ngày Lễ Tình Nhân. Mới đọc thì cứ tưởng là dành cho cả nam nữ nhưng thật ra vào ngày Valentine's Day tôi chỉ thấy mấy ông chạy hụt hơi mua quà, mua hoa hồng, mua nhẫn hột xoàn cho bồ, cho vợ, chứ có bao giờ thấy ngược lại đâu? Một ngày chưa đủ, họ còn muốn ngày thêm một ngày Quốc Tế Phụ Nữ để đàn ông chúng ta phải tấm tắc trầm trồ khen ngợi những thành quả phụ nữ đạt được trong các lãnh vực kinh tế, chính trị, xã hội,... hột xoàn, và bao nhiêu ví Chanel & Louis Vuitton họ gặt hái được trong đời.

Đàn ông chúng ta là người khiêm nhường, không muốn khoe khoang, nên thế giới không bao giờ có ngày Nam Nhi Quốc Tế, International Men's day, *Journée internationale de l'homme.* Việc gì đàn ông chúng ta làm cũng giỏi hay nhiều hơn đàn bà, thế mà chúng ta có bao giờ đòi hỏi phụ nữ phải khen thưởng chúng ta đâu? Đó là đức tính khiêm nhường mà đàn bà không có như đàn ông chúng ta.

Bước vào một tiệm ăn Việt Nam ở Mỹ, bồi bàn toàn là đàn ông, hầu như không bao giờ thấy đàn bà. Thợ sửa ống nước, nhân viên hốt rác, nhân công trong ngành xây dựng...đại đa số là đàn ông. 93.2% tù nhân ở nước Mỹ là đàn ông, chỉ có 6.8% là đàn bà. Làm gì chúng ta cũng hơn đàn bà, thế mà chúng ta có khoe khoang hay than phiền đâu?

Một điều tôi rất bực là đàn ông chúng ta làm việc sút vó nuông chiều phụ nữ, thế mà họ cứ nói là xã hội bất công, đòi hỏi nam nữ bình quyền. Họ đòi hỏi lương bổng và môi trường làm việc phải bình đẳng như phái nam. Nam nhi chúng ta đồng ý. Họ đòi hỏi khi sinh sản được nghỉ phép. Nam nhi chúng ta đồng ý. Họ đòi hỏi có quyền phá thai vì họ cưu mang đứa trẻ, không phải đàn ông. Nam nhi chúng ta đồng ý. Họ đòi hỏi quyền đi bầu. Nam nhi chúng ta đồng ý. Họ đòi hỏi các hãng xưởng không được quyền thiên vị nam phái, không được phân biệt nam, nữ khi mướn người. Nam nhi chúng ta đồng ý.

Bao nhiêu những chuyện phụ nữ đòi bình quyền, chúng ta đều thỏa thuận. Thế nhưng khi có những chuyện nặng nhọc thì tôi thấy đàn bà thật mâu thuẫn. Tôi ghét đàn ông Âu Mỹ đã đặt ra tiêu chuẩn mà bây giờ tất cả đàn ông phải noi theo là ga-lăng (*galant, gallant*), dịch ra tiếng Việt Nam là *tuy-trong-lòng-phẫn-uất-nhưng-ngoài-mặt-đàn-ông-tươi-cười-bày-tỏ-hành-động-chiều-chuộng-phụ-nữ.*

Khi ra xe, tuy phụ nữ không phải bán vé số như Hàn Mặc Tử, hay yếu đuối nằm liệt giường như Lê-Ngọa-Triều, đàn ông chúng ta phải mở cửa xe chờ cho nàng ngồi vào trong xe rồi đóng cửa lại, sợ nàng đóng cửa thì gẫy móng tay. Đến tiệm ăn nếu không có bồi bàn thì mình phải kéo ghế của nàng ra cho rộng chỗ một tí, chờ nàng dùng hệ thống điều khiển radar hướng dẫn cặp mông của nàng xòe xuống ngồi chính xác vào vị trí rồi chúng ta mới khe khẽ đẩy ghế nàng vào gần bàn.

Đã thế, *adding insult to injury*, thành ngữ tiếng Anh có nghĩa là *mình đã bị thiệt hại nặng nề rồi mà người ta còn làm tự ái mình bị tổn thương trầm trọng*, khi bồi bàn mang thức ăn ra, họ luôn luôn đem cho phụ nữ trước, đưa cho đàn ông chúng ta sau cùng, thế có tức không chức!

Khi nói về phụ nữ đòi hỏi bình quyền, tôi thấy họ rất mâu thuẫn. Những chuyện nặng nhọc trong nhà như đổ rác, lau nhà, dọn dẹp restroom thì không cần vợ ban hành sắc luật tổng động viên huy động (nam) nhân lực dưới 90 tuổi, tôi cũng tình nguyện làm vì nghĩ rằng phụ nữ chân yếu tay mềm. Đôi lúc tôi bận hay chán không muốn làm thì dĩ nhiên là nàng sẽ phụ giúp, thế nhưng đã tốt nghiệp tính nết Bắc Kỳ của tôi với bằng ưu hạng, nàng chỉ cần nói bâng quơ *"bao rác này nặng, sức em đàn bà khiêng không nổi"* là lần tới có bệnh liệt giường đến đâu đi nữa, tôi cũng cố gắng khiêng bao rác ra thùng rác to bên ngoài, không để cho nàng làm.

Ngoài miệng thì nói: *"Sức em đàn bà khiêng không nổi"*, nhưng mỗi lần xem hình chụp thì không một lần nào là nàng không nói: *"Em mập quá!"*, và vì cứ lo sợ mập nên tối ngày nàng đi tập thể dục. Đến gym thì nàng trở thành The Incredible Hulk, anh chàng Dr. Bruce Banner trong sách hình vẽ vì một thử nghiệm y học sai lầm mà khi giận dữ, anh ta biến thành một quái nhân mầu xanh lá cây khổng lồ có sức mạnh kinh khiếp. Ai thấy mấy cô đi tập ở gym mà không sợ tái mặt thì tôi...cùi sứt móng. Cô nào cô nấy dở tạ vài chục ký-lô, nhẹ hơn bông gòn. Ở gym mấy cô mạnh khỏe, bắp thịt cuồn cuộn như Anh Vọi, nhưng khi đi với đàn ông chúng ta, mấy cô bỗng dưng trở thành phái yếu để chúng ta phải dành làm việc nặng nhọc? Quá mâu thuẫn!

Trong việc đòi hỏi nam nữ bình quyền, lịch sử Hoa Kỳ đã cho thấy sự mâu thuẫn của các cô: Dù rằng nước Mỹ có bao nhiêu luật pháp bênh vực quyền lợi phụ nữ được công bằng như đàn ông, hãng xưởng không được xử bất công với phụ nữ, bảo vệ vợ nếu bị chồng ngược đãi, phụ nữ Hoa Kỳ vẫn chưa vừa lòng, đòi hỏi phải ghi rõ sự nam nữ bình quyền vào Hiến pháp Hoa Kỳ qua đạo luật bình quyền bổ xung Equal Rights Amendment (ERA).

Muốn cho một đạo luật mới bổ xung vào Hiến Pháp Hoa Kỳ, 2/3 Quốc Hội phải chấp thuận (Thượng Viện lẫn Hạ Viện), và 3/4 tiểu bang (38 trên số 50) phải đồng ý.

Sau nhiều năm phụ nữ tranh đấu, đòi hỏi, cuối cùng vào năm 1972, 2/3 Thượng Nghị Viện lẫn Hạ Nghị Viện Hoa Kỳ biểu quyết chấp thuận cho ERA trở thành một đạo luật mới bổ xung vào Hiến Pháp.

Thế nhưng đây chỉ là giai đoạn đầu. Để trở thành luật, nó phải qua giai đoạn thứ hai là 38 trong số 50 tiểu bang phải đồng ý. Quốc Hội ấn định thời gian 10 năm, cho đến năm 1982, để những người ủng hộ ERA thuyết phục các tiểu bang bỏ phiếu thuận.

Trong ba năm đầu, số tiểu bang đồng ý ào ào như chợ vỡ. Năm 1972, 22 tiểu bang đồng ý. Năm 1973, 8 tiểu bang đồng ý. Năm 1974 3 tiểu bang đồng ý, Thế nhưng đến năm 1975, và 1977 chỉ có một tiểu bang đồng ý, rồi ngưng hẳn, mang tổng số tiểu bang bỏ phiếu thuận là 35.

Đạo luật ERA như đoàn xe lửa chạy hết vận tốc rồi đâm vào một sườn núi, không thành công trong việc thuyết phục thêm một tiểu bang nào nữa, dù rằng chỉ cần thêm 3 tiểu bang là đủ số 38 để ERA trở thành luật.

Đến năm 1982, thất bại trong việc tìm đủ số 38 tiểu bang, đạo luật đề xướng ERA không trở thành luật, chìm trong quên lãng cho đến ngày hôm nay.

Lý do nào mà trong năm năm đầu 35 tiểu bang đổ xô chấp thuận đạo luật ERA, nhưng năm năm sau không một tiểu bang khác chấp thuận?

Những người chống ERA rất lo ngại trước đà tiến như vũ bão của phe ERA nên năm 1973 tung ra chiến lược là sẽ "trả thù" nếu hậu quả ERA thắng: Họ tiên đoán một khi đạo luật ERA cho phép nam nữ bình quyền ở Hoa Kỳ, xưa đến nay tổng động viên lính gia nhập quân đội chỉ bắt đàn ông thì bây giờ sẽ bắt phụ nữ gia nhập đồng đều. Luật pháp hiện thời không cho phụ nữ tham chiến. Họ tiên đoán phụ nữ sẽ sát vai với đàn ông bắn nhau với địch quân ở chiến trường nếu ERA thành luật.

Restroom hiện thời có riêng Nam/Nữ. Vì nam nữ bình quyền, họ nói sẽ không còn phân biệt, chỉ có một restroom cả hai phái đều dùng.

Hiện giờ trong trường hợp ly dị có con cái, đa số con được mẹ giữ. Họ nói sẽ đổi luật cho cả hai vợ chồng đều có cơ hội 50/50 giữ con.

Các đạo luật bảo vệ phụ nữ bị đàn ông bạo hành sẽ bị hủy bỏ vì nếu hai phái bằng nhau, luật bảo vệ một phái là thiên vị.

Một khi nhận thức hậu quả của sự đòi hỏi nam nữ bình quyền phải ghi rõ ràng trong Hiến Pháp -tất cả đều là bất lợi cho phái nữ- phụ nữ ở Hoa Kỳ thay đổi ý kiến, không muốn tiểu bang mình chấp thuận cho ERA trở thành hiến pháp nữa!

Tôi đưa ra những dữ kiện này để cho thấy rằng khi phụ nữ đòi nam nữ bình quyền, họ chỉ đòi quyền nào có lợi cho họ mà thôi. Ngày Quốc Tế Phụ Nữ là một thí dụ điển hình để thị oai với phái nam chúng ta, khoe khoang cho chúng ta để chúng ta khâm phục là phái nữ giỏi hơn phái nam. Điều này quá ư là sai lầm, không có bằng chứng thực tiễn.

Tôi viết bài này bắt đầu từ ban chiều, bây giờ đã tối đến giờ đi ngủ. Vợ tôi mà đọc được bài này thì tối nay bảo đảm tôi ra ngủ ở chuồng heo, nói chi mà được ôm iếc vợ.

Từ nãy đến giờ tôi sai lầm chỉ nói phét, không suy nghĩ. Xin bạn đọc vất bài này vào sọt rác.

(Tháng 3, 2014)

Khai Bút
Đầu Năm

Bố tôi mất khi tôi 12 tuổi. Cái chết của bố tôi ảnh hưởng tôi không những đến tinh thần vì tôi mất đi sự lo lắng đùm bọc dạy dỗ của một người cha, mà nó còn ảnh hưởng rất lớn đến vật chất đời sống: gia đình tôi mất đi nguồn lợi tức hưu bổng thường niên bố tôi lãnh làm việc cho người Pháp. Mẹ tôi không buôn bán, không khả năng làm ra tiền nên cả nhà bắt đầu rơi vào hố sâu vực thẳm của tận cùng nghèo khó.

Từ đó trở đi, mỗi năm đi học tôi chỉ có một bộ đồng phục duy nhất mẹ tôi mua ở chợ Bàn Cờ. Tiền ăn sáng tôi có được để ăn điểm tâm khi bố tôi còn sống trở nên chấm dứt vĩnh viễn. Một món tiền nữa cũng mất đi với tiền ăn sáng là tiền lì-xì buổi sáng mùng Một Tết.

Đêm giao thừa năm bố tôi chết trong khi hàng xóm, con nít, và các bạn cùng lứa tuổi hào hứng chuẩn bị đón Tết đem mâm cỗ ra trước nhà để đúng giữa đêm đốt hương thờ lậy tổ tiên, mười giờ tối tôi lên giường đi ngủ sớm vì không còn tha thiết thức khuya xem cảnh tượng mỗi năm chỉ xảy ra vào ngày cuối cùng tháng Chạp.

Sáng mùng Một những năm trước khi bố tôi còn sống, tôi thường dậy thật sớm, hớn hở vui mừng khi bố tôi lấy trong rương một bộ quần áo mới mặc cho tôi. Bộ quần áo ấy có nhiều vết nhăn vì không ủi, nhưng mắt của tôi lại không thấy những vết nhăn đó mà nó chỉ thấy lớp vải mới toanh, khuy áo bóng lưỡng, đường chỉ thẳng tắp của bộ quần áo mỗi năm tôi được mặc một lần. Trong không khí yên lặng tĩnh mịch của buổi sáng sớm chưa ai dậy, tôi ngồi ở hành lang oai nghiêm với bộ quần áo mới nhìn xuống đường kiên nhẫn chờ đợi đúng thời điểm của một đóa hoa nở nhụy: khi hàng xóm và các bạn tôi bắt đầu đổ ra đường chào đón mùng Một Tết.

Mùng Một Tết năm bố tôi mất và những năm sau đó không còn mang cho tôi cảm tưởng hào hứng, trông đợi, đón chờ mùa Xuân mới. Cái cảm giác đó theo với tôi sang tận bên Mỹ, dù rằng vì hai lý do không giống nhau. Ở Hoa Kỳ, tôi không sống ở khu vực có đông người Việt Nam mà ngược lại tôi sống hòa đồng với cộng đồng người Mỹ. Nơi tôi ở không có chợ Bolsa, không có Phở Hòa, không có Bánh mì Ba Lẹ, không có tiệm áo dài Thiết Lập, không có hột vịt lộn Long An, không có tòa soạn Việt Báo, không có cờ Việt Nam Cộng Hòa nền vàng ba sọc đỏ, không có nhạc Việt Nam ỉ ôi; mà chỉ có siêu thị Vons, tiệm fast food McDonald's, nhà hàng Cheesecake Factory, department store Macy's, báo Daily News, cờ Mỹ xanh trắng đỏ 50 ngôi sao bay phất phới ở tòa Đô Chính. Vì thế bốn mươi lăm năm nay tôi chẳng bao giờ có Tết.

Sáng hôm nay cũng như những ngày khác tôi dậy thật sớm, nhưng không như thường lệ, tôi mở nghe bài hát *Ly Rượu Mừng*. Tôi không quan tâm đến nhạc là mấy, nhất là nghe những bản nhạc xuân, nhưng phải công nhận bài *Ly Rượu Mừng* thật đặc biệt.

Có những bản nhạc mà nhạc sĩ có một biệt tài xuất sắc viết ra nó dùng âm điệu lẫn lời nhạc hớp hồn người nghe một lần không thể nào quên, nhất là khi viết nó cho một trường hợp đặc biệt: quốc thiều của một quốc gia, trường hợp của Mỹ là bài *The Star*

Spangled Banner, Silent Night trong mỗi mùa Giáng Sinh, *Amazing Grace* hay *Chiêu Hồn Tử Sĩ* khi an táng, *Auld Lang Syne (Ò E con ma đánh đu...)* khi chấm dứt một buổi tiệc, và vào dịp Tết Việt Nam của chúng ta, bài *Ly Rượu Mừng* của Phạm Đình Chương.

Bản nhạc *Ly Rượu Mừng* không những hay về âm điệu ai hát cũng được, mà cũng hay về lời nhạc. Lời chúc Tết súc tích nhưng đơn giản, tất cả tầng lớp mọi người đều được chúc mừng may mắn, từ anh nông phu nghèo khổ đến người thương gia giầu có, từ anh chiến sĩ cầm súng bảo vệ quê hương đến người mẹ già có công sinh thành người chiến sĩ, từ người nghệ sĩ cô đơn có óc sáng tạo đến đôi uyên ương cùng nhau xây tổ ấm, và cuối cùng lời chúc tối hậu là cho non sông thanh bình để muôn người khỏi bị xương máu tuôn rơi.

Sáng hôm nay tôi cũng bị hớp hồn khi nghe bản nhạc *Ly Rượu Mừng*. Nó mang tôi trở lại thời ấu thơ nhớ lại gia đình tôi cũng như những gia đình khác lau chùi, sơn phết nhà cửa để đón chào Tết, nhớ lại trong xóm ngoài đường khắp nơi chỗ nào cũng có nhạc xuân, nhớ lại lớp học trai gái vui nhộn tổ chức hát hò ăn mừng tất niên, nhớ lại chợ búa nhộn nhịp người mua, hàng sạp bày bán bánh chưng, kẹo mứt, nhớ lại chợ hoa rực vàng với hoa mai, hoa cúc, nhớ lại đường xá ngập đỏ với xác pháo nổ tung trời điếc óc, nhớ lại khắp nơi trong xóm người ta tụ năm tụ ba chơi đánh bài hay bầu cua cá cọp, nhớ lại hàng xóm không một ai đi làm mà hoan hỉ ở nhà đón mừng niềm vui Tết.

Niềm vui đó không bút mực nào tả siết. Nó vui như chú rể hồi hộp đón cô dâu về nhà chồng, như chồng căng thẳng đợi trong viện bảo sanh chờ tin vợ sanh đẻ mẹ tròn con vuông, như bố vừa xem thấy tên con trên bảng đậu Tú Tài, như người buôn bán tổng kết cuối năm chỉ lời không lỗ, như một nhân viên vừa được chủ báo tin cho thăng chức, như vợ xôn xao đón chồng trong quân đội giải ngũ trên đường về sum họp, như một người vừa dò số khám phá mình trúng lô độc đắc, như gia đình cãi nhau nhưng cuối cùng kết nghĩa thuận hòa, như một người vừa đặt chân đến một nơi mà cả đời mong ước được một lần du ngoạn đến xem, như một kẻ vừa thoát chết trong đường tơ kẽ tóc.

Tôi lắng nghe bài hát *Ly Rượu Mừng* không phải một lần mà cả chục lần, và cứ mỗi lần nghe lại, tâm hồn tôi lại rạo rực niềm vui đón Tết như mới được nghe lần đầu tiên.

Để bù lại 45 năm đã không còn có Tết trong tôi.

(Tháng 2, 2015)

Người Việt
Nói Tiếng Anh
Quên Tiếng Việt?

Tôi đọc một bài viết ở Việt Nam nói về sinh viên trẻ sau khi đi du học ở ngoại quốc vài năm về Việt Nam, không hiểu là vô tình hay cố ý, lúc nói tiếng Việt chêm vào tiếng Anh làm cho người ta cảm thấy khó chịu. Bài viết hỏi là những người trẻ này có thật sự quên tiếng Việt phải dùng tiếng Anh, hay không? (http://kenh14.vn/xa-hoi/gia-vo-quen-tieng-viet-vo-y-hay-thich-the-hien-minh-tay-20131114052125902.chn)

Câu hỏi này hóc búa như các cậu thanh niên chưa lập gia đình, khi gặp một ý trung nhân, nửa đêm trằn trọc không ngủ được, vắt tay trên trán, nặn mụn trên mặt, sờ lông trong nách, không biết nàng ta nghĩ như thế nào về mình?

Trong những bài viết trước, thỉnh thoảng tôi có đề cập đến vấn đề tương tự, nhưng thay vì sinh viên Việt Nam đi du học thì là người Việt ở ngoại quốc về Việt Nam thăm quê hương xổ tiếng Anh inh ỏi hơn mấy chú Hoa xổ tiếng Tầu trong Chợ Lớn.

Để trả lời cho những người có thắc mắc ghê gớm đó, tôi xin giơ tay tình nguyện trả lời, và để cho mọi người tin tưởng là tôi có đủ thẩm quyền chứ tôi không phải là loại người đánh trống khua kèn thùng rỗng kêu to, tôi xin niêm yết resume của tôi:

1. Tôi học Trung học ở Việt Nam, và cũng như các học sinh khác, tôi học hai sinh ngữ: Pháp là chính (từ năm lớp 6), Anh là phụ (từ năm lớp 10). Tuy rằng tiếng Pháp tôi phát âm giống bố tôi, giống mấy ông già Bắc Kỳ *"đờ-manh ma-tanh"*, và tiếng Anh có lẽ tệ hơn nữa (lỗi không phải của tôi mà là của phương pháp dạy của trường học, tối ngày vào lớp cứ phân tích văn phạm sáng trưa chiều tối mà không bắt học sinh thực tập đọc tiếng Anh), thế nhưng mọi người cứ yên chí, tôi nói tiếng Anh giỏi hơn các cô gái bán bar.

2. Tôi rời SàiGòn năm 17 tuổi, sống ở Mỹ đến giờ là đúng 40 năm. Tôi ước gì có thể nói là tôi đi Mỹ du học, nhưng không, sự thật là tôi không thông minh đến thế. Tôi may mắn sang Mỹ theo phương diện tỵ nạn, và vì bắt buộc phải hòa đồng với quốc gia mới (cầu tiêu nghẹt mà không biết gọi thợ Mỹ đến sửa thì chỉ có chết), tôi bắt buộc phải dùng tiếng Anh nói chuyện thường ngày.

Khác với ngôn ngữ của các quốc gia khác cũng dùng mẫu tự tiếng La-Tinh như Pháp, Tây-Ban-Nha, Bồ-Đào-Nha dễ phát âm tiếng Anh hơn, ngôn ngữ chúng ta xui xẻo độc âm giống Trung Quốc nên vạn sự khởi đầu nan, chưa gì mà người mình đã thất lợi trước nhiều dân tộc Tây Phương khi học phát âm tiếng Anh (mẫu tự của ta cũng là tiếng La-Tinh nhưng rất nhiều chữ dựa vào âm tiếng Hán).

Tưởng tượng nếu tiếng Anh cũng độc âm như ta thì đã chẳng có gì để nói. Gặp một cô Mỹ da trắng, một anh Việt Nam nói *"Ai lơ dzu (I love you)"* là bảo đảm sẽ bắt đầu ngay mê ly một chuyện tình, thế nhưng tiếng Anh có nhiều âm, và lại không đọc giống mình nên vì thế khó thể nào xảy ra hôn nhân Mỹ Việt. Làm sao tổ chức đám cưới nhà nàng được nếu em không hiểu mình khen em đẹp: *"Dzu a sô goóc dợt!"* *(You are so gorgeous!)*?

Tiếng Việt ta chữ dài nhất là *"nghiêng"*, có bảy mẫu tự, trong khi chữ dài nhất của tiếng Anh có 29 mẫu tự: *"floccinaucinihilipilification"* *(sự phỏng đoán một vật gì không có giá trị)*.

Chữ kế tiếp 28 mẫu tự: *"antidisestablishmentarianism"* *(quan điểm chính trị chống đối việc cấm liên hệ giữa chính quyền và nhà thờ)*.

Tên thuốc dùng trong y học thì có cả chục chữ dài hơn, tên thuốc dài nhất có đến 45 mẫu tự là: *"pneumonoultramiscroscopicsilicovolcanoconiosis"* *(bệnh liên quan đến phổi vì hít thở khói hỏa diệm sơn)*.

Chỉ có chữ *"gorgeous"* thôi mà anh Vọi không phát âm được thì làm sao phát triển mối liên hệ ngoại giao vợ chồng Mỹ Việt nửa đêm về sáng?

Đối với hầu hết người Mỹ, tiếng Việt Nam không thể nào đọc được. Tôi thường "nổ" thêm với họ là nếu không phát âm chính xác, người Việt sẽ không hiểu họ nói gì vì tiếng Việt Nam có dấu, tùy theo giọng trầm bổng mà nghĩa thay đổi, thí dụ như chữ *ma (ghost)*, với dấu huyền là *mà (but)*, với dấu sắc là *má (mother)*, với dấu hỏi là *mả (grave, tomb)*, với dấu ngã là *mã (horse)*, và với dấu nặng là *mạ (rice seedling)*. Trăm người Mỹ như một, sau khi nghe thí dụ này ai cũng lắc đầu nghĩ rằng học tiếng Việt khó nhất trần gian.

Đổi ngược lại thế cờ, nguyên âm của tiếng Anh *a, e, i, o, u*, có tiếng đọc âm dài, có tiếng đọc âm ngắn, đủ thứ hầm bà lằng um tùm hơn rừng U Minh, chi chít hơn địa đạo Củ Chi, đi vào chẳng có lối ra. Đây là một thí dụ của năm chữ có nguyên âm *a*, phát âm hoàn toàn khác nhau: *and, apple, make, water, raw.*

Về âm i, có chữ *sheet (tờ giấy)* người mình đọc không được, thường phát âm là *shit (phân)*. Lâu lắm rồi, khoảng 20 năm về trước, anh của vợ tôi sống ở Paris fax tôi ba tờ giấy. Trên mỗi tờ giấy, anh ta viết *Shit 1 of 3, Shit 2 of 3, Shit 3 of 3*, thay vì *Sheet 1 of 3...*, làm người trong văn phòng khi nhận fax có dịp cười vỡ bụng. Một số người Việt Nam, cho dù có ăn đủ thứ mắm 24 giờ một ngày như mắm tôm, mắm ruốc, mắm nêm, mắm cáy, mắm cá, mắm rươi, mắm lóc, cũng không làm lưỡi cho đủ mềm để phát âm hai chữ phân biệt rõ ràng.

Ngoài số lượng từ tiếng Anh nhiều hơn tiếng Việt mình xa lắc xa lơ -tiếng Anh có 1,025,109 từ, trong khi tiếng Việt chỉ có hơn 40,000 từ* - tiếng Anh còn có những âm tiếng Việt mình không có: *ch, sh, th*. Những âm này đọc phải uốn lưỡi, rất nhiều người không đọc được nên "*this*" người mình đọc thành "*đít*".

"this" is, Mỹ đọc thật nhanh,
người mình đọc lại, "this" thành "đít" ai?

(*Ghi chú: đây chỉ là số ước lượng của tôi, không căn cứ theo phương pháp khoa học chính xác nào cả: tôi lấy một quyển tự điển tiếng Việt, đếm 8 trang, lấy đổ đồng trung bình thì mỗi trang có 27 từ. Quyển tự điển có 1,490 trang, nhân với 27 từ mỗi trang thì ra tổng số là 40,230 từ).

Tai họa lớn lao nhất khi người Việt nói tiếng Anh là không phát âm gió mẫu tự cuối của mỗi chữ. Nói cụt lơ không phát âm mẫu tự cuối là vấn đề chung của tất cả dân Á Đông, người Tây Phương nói tiếng Anh không có vấn đề này. Tôi rất tội nghiệp cho khách hàng Mỹ vào những tiệm làm nail, vừa phải trả tiền mà vừa phải bị tra tấn nghe mấy cô Việt Nam kể chuyện:

"Dét tơ đây mai hớt bần guen soópbinh ét đờ môn, hi bót ờ gút sợc pho nai đao lơ" (Yesterday my husband went shopping at the mall, he bought a good shirt for nine dollars).

Thay vì nói: *"Dzes-tơ(r)-đêy mai hớs(s)-bần(đ) guen(t) shopping ét(t) the môôl, hi bót(t) ê gúđ(đ) shợc(t) fo(r) nai(n) đao-lơ(z).*

Khi mới sang Mỹ, so sánh tiếng Pháp với tiếng Anh, thấy tiếng Anh không có *conjugaison des verbes* cực kỳ phức tạp như tâm lý phụ nữ đàn ông không thể nào hiểu nổi nên tôi quá tự tin, tiên đoán tin tức thời tiết 24 giờ sắp tới tại Vịnh Bắc Phần có nhiều mây, và tôi sẽ nói tiếng Anh như gió trong vòng 10 năm (tiếng Anh chia động từ đơn giản hóa rất nhiều, mình yêu em mà mấy thằng con trai quỷ sứ cà chớn nó cũng yêu em của mình thì vẫn dùng một chữ *"love"*: *I love her, They love her*, trong khi tiếng Tây mắc dịch thì tùy theo mỗi đại danh từ mà chữ *aimer* đổi khác: *J'aime. Tu aimes. Il aime. Nous aimons. Vous aimez. Ils aiment).*

Những người kiêu căng thường bị Trời phạt: sau khi ở California gần 40 năm, tôi khám phá là mình nói tiếng Anh.... vẫn còn dở ẹc! Lời tiên đoán sấm Trạng Trình của tôi chẳng giá trị một cái giải dzút nào. Người Mỹ họ nói tiếng Anh như gió, còn tôi nói tiếng Anh cũng có gió, nhưng là trúng gió.

Sau 40 năm nói tiếng Anh trẹo quai hàm, tôi vẫn suy nghĩ bằng tiếng Việt, tôi vẫn đếm bằng tiếng Việt, kiến thức của tôi về tiếng Việt thu thập khi tôi ra đi không bị tiếng Anh làm suy sụp.

Có mất mát là một vài ngữ vựng của tôi bị giảm sút: thỉnh thoảng tôi quên vài chữ Hán Việt, nghĩ lâu mới ra vì đời sống của tôi ở Simi Valley chung quanh hoàn toàn là cộng đồng Mỹ, tôi ít có dịp dùng tiếng Việt Nam. Quên để rồi nhớ lại chứ không quên hẳn một chữ nào.

Để độc giả khỏi hiểu lầm, tôi xin nhấn mạnh là thỉnh thoảng tôi quên vài chữ Hán Việt, chứ chữ Việt thì không thể nào quên. Thí dụ như gặp một cô nào đẹp, tôi vẫn nhớ tiếng Việt rất rõ để nói: *"Anh yêu em không bao giờ hết"*, chứ còn nói tiếng Hán Việt thì có thể phải mất một thời gian lâu tôi mới nghĩ ra được lời để lẩm bẩm với người đẹp: *"Tại hạ ái mộ tiểu cô nương vô hạn"*.

Đàm thoại hay viết email với một người Việt khác ở Mỹ hay Canada, Australia, Anh, tuy rằng cố tình cảnh giác không dùng tiếng Anh, thỉnh thoảng tôi vẫn xen vào tiếng Anh vì biết rằng người đó sống ở ngoại quốc như tôi. Ngoài những chữ dùng quen miệng thường ngày như *"Good morning"*, *"Thank you"*, có những chữ tiếng Anh quen miệng nói nhanh hơn, chẳng hạn như tôi không dùng chữ *"máy nướng bánh"* mà dùng chữ *"toaster"*, dẫn chó đi *"the vet"* thay vì đi *"bác sĩ thú y"*, nghỉ *"weekend"* thay vì *"cuối tuần"*, đi *"cruise"* thay vì đi *"du thuyền siêu sang"*.

Nhưng mỗi lần về Việt Nam, tôi rất thận trọng cố tình không nói tiếng Anh, trừ khi với một người lạ xem họ có lừa tôi hay không. Trong trường hợp này tôi giả dạng 100% là người ngoại quốc, không phải là người Việt Nam, và thường thì tôi thành công vì nhiều người ở Việt Nam khi trông mặt mũi tôi, tưởng tôi là dân...Kăm-Pu-Chia thật.

Năm 1995 lần đầu tiên về Việt Nam đi ăn tiệm với một người bạn học, khi anh bạn hỏi tôi muốn uống gì, tôi muốn uống nước ngọt SEVEN-UP nhưng nghĩ mãi không biết tiếng Việt gọi là gì. Cuối cùng, tôi chịu thua, nói là muốn uống soda SEVEN-UP có số 7. Anh bạn tôi cười khinh bỉ, nói có thể thôi mà tôi nghĩ lâu quá. Anh ta nói với cô bồi bàn *"Cho thằng bạn tôi một lon Bảy-Úp"*. Tía tôi cũng không nghĩ ra Bảy-Úp là Seven-Up!

Biết rằng trong lúc nói chuyện với người Việt ở Việt Nam thỉnh thoảng tôi sẽ có thể buột miệng tiếng Anh, nên tôi nói chuyện chậm hơn bình thường. Lý do là để khi tôi bí tiếng Việt muốn dùng tiếng Anh, trí óc tôi có thì giờ suy nghĩ tìm chữ tiếng Việt cho ra để không dùng tiếng Anh, và 99% là tôi thành công.

Tôi không muốn xen lẫn tiếng Anh khi đàm thoại với người ở Việt Nam vì nhiều lý do:

1. Tôi nói tiếng Anh dở ẹc, không muốn làm thùng rỗng kêu to.

2. Sở dĩ tôi nói tiếng Anh được là vì hoàn cảnh may mắn tôi sang Hoa Kỳ ở với cộng đồng Mỹ nên phải bắt buộc nói tiếng Anh, chứ tôi chẳng giỏi giắn gì về sinh ngữ. Ai ở trong trường hợp của tôi cũng làm được cả.

3. Tôi sống ở Việt Nam 17 năm, tiếng Việt không thể nào quên.

4. Nếu thật sự tôi có quên thì đó là một điều xấu hổ, vì tôi rời Việt Nam là một thanh niên trưởng thành,

đã hấp thụ đủ 36 thành công lực của tiếng mẹ đẻ. Cho dù ở Việt Nam chỉ có 17 năm, lòng tự ái trong lòng của tôi luôn luôn thách thức tôi là không bao giờ để thua viết lách tiếng Việt với người sống ở Việt Nam 40, 50, 60.... năm vì tôi nghĩ họ và tôi bằng nhau học tiếng Việt trong giai đoạn cần thiết nhất: khi còn trẻ tuổi. Vì thế khi về SàiGòn, tôi càng cố tình tránh tạo ra niềm xấu hổ cho chính tôi khi người khác nghĩ tôi quên tiếng Việt.

Đọc qua những lời thú tội trên của tôi, một người sẽ trả lời được câu thắc mắc là giới trẻ đi ngoại quốc học vài ba năm, hay những người Việt gốc Mỹ, Canada, Australia, Anh Quốc, có thật sự quên tiếng Việt, phải dùng tiếng Anh khi về Việt Nam hay không?

Câu trả lời là Không! Không! tôi không còn yêu em nữa (Nguyễn Ánh 9). Xin lỗi, tôi đi ra ngoài đề. Câu trả lời là Không! Không! nhất định là không, không còn yêu anh đâu (Mai Lệ Huyền). Xin lỗi đi ra ngoài đề một lần nữa.

Câu trả lời là không, không, không bao giờ một người Việt tỵ nạn ra nước ngoài sống lúc 14, 15 tuổi hoặc già hơn, hay sinh viên Việt Nam đi du học ngoại quốc vài năm, trở về nước quên tiếng Việt phải nói tiếng Anh.

(Tháng 4, 2015)

Bí Quyết
Hôn Nhân

Năm cũ sắp sửa đi qua đón chào năm mới sắp đến. Năm nay 2016 là vợ chồng chúng tôi đã thành hôn 32 năm. 32 năm vợ chồng không là một kỷ lục trong phong tục Việt vì tôi biết nhiều cụ Nguyễn Văn Tèo và Trần Thị Mùi đau khổ sống với nhau 40, 50 năm trời, thế nhưng đối với người Mỹ thì đó là một thời gian đáng kể: ở Hoa Kỳ mỗi năm cứ hai cặp làm đám cưới thì một cặp ly dị, và thời gian trung bình của một cuộc hôn nhân chỉ kéo dài tám năm.

Ngoài lý do vợ chồng ly dị vì mấy ông chồng giấu vợ có bồ nhí thì còn có thêm một lý do khác nữa: vợ chồng xung đột vì không ai nhường nhịn ai.

Nhằm mục đích giảm thiểu sự xung đột giữa hai phái, giúp cho vợ chồng hiểu nhau hơn, bày tỏ ý tưởng của mình cho người khác thấu triệt và do đó tạo thêm sự bền bỉ cho các cuộc hôn nhân, vào thập niên 1990 một triết lý gia người Anh tên John Gray viết một quyển sách tựa đề là *"Men are from Mars, Women are from Venus"* (*Đàn ông từ Hỏa Tinh đến, đàn bà đến từ Kim Tinh*). Quyển sách này phân tích sự khác biệt giữa đàn ông và đàn bà. Theo CNN, nó là một tác phẩm giá trị hàng đầu của thập niên 1990. *"Men are from Mars, Women are from Venus"* bán chạy nhất liên tiếp trong 121 tuần. Tính đến nay, sách này bán hơn 50 triệu quyển.

John Gray cho rằng chuyện lục đục vợ chồng xẩy ra chỉ vì hai người là hai thái cực khác biệt, suy nghĩ và hành động khác nhau, không ai hiểu ai. Vì thế tác giả mới so sánh đàn ông như đến từ Hỏa Tinh, đàn bà như đến từ Kim Tinh.Hai hành tinh hoàn toàn khác nhau, hành tinh này không biết gì về hành tinh kia.

Tuy không hiểu nhau, cả hai bên trong thầm lặng cùng theo dõi cử chỉ và hành động của nhau, xem ai để ý đến ai nhiều hơn, ai chiều ai nhiều hơn, ai muốn được nuông chiều nhiều hơn. Cán cân này phải quân bình. Nếu một người nghĩ là mình chiều lòng người kia hơn là người kia chiều lòng mình, thế chiến thứ Ba bùng nổ.

Hôn nhân cũng bùng nổ vì người này - thường là đàn ông - nghĩ là chuyện không đáng gì nên không để ý đến, trong khi người kia - thường là phụ nữ - nghĩ là chuyện quá... động trời mà sao người kia cứ phớt tỉnh Ăng-Lê, xem như chẳng có chuyện gì xẩy ra.

Đàn bà có một hệ thống phê điểm mà đàn ông không bao giờ nghĩ ra. Đàn bà để ý nhiều hơn đàn ông nên lắm điều đàn ông nghĩ là không có tội thì đàn bà cho là phạm tội. Tất cả tội lỗi và sự ban thưởng, chiều chuộng của đàn ông đều bằng điểm với nhau, đàn bà đánh giá mỗi thứ một điểm. Trong khi đàn ông nghĩ tùy theo mức độ mình chiều chuộng, hay nhịn vợ mà có thể làm vợ bớt giận. Chiều chuộng vợ càng to lớn, càng nhiều bao nhiêu thì càng mua chuộc những buồn phiền mình gây cho vợ càng dễ dàng. Tôi đưa thí dụ sau đây cho dễ hiểu:

Theo đàn bà thì nếu đàn ông:

- Không khen vợ đẹp: trừ 1 điểm.
- Khen cô khác đẹp: trừ 1 điểm.
- Thấy vợ mệt không hỏi thăm: trừ 1 điểm.
- Thùng rác đầy không tự động đi đổ để vợ phải càn nhằn: trừ 1 điểm.

- Không mua hoa tặng vợ: trừ 1 điểm.
- Ăn cơm không rửa bát: trừ 1 điểm.
- Không mang giỏ giặt quần áo lên phòng: trừ 1 điểm.
- Vợ vào xe chồng không mở cửa xe cho vợ: trừ 1 điểm.

Trong đầu óc của bà vợ, những "tội phạm " chồng gây ra càng ngày càng chồng chất, không xóa sổ cho đến khi chồng chuộc tội. Tổng cộng tội chồng phạm liệt kê bên trên là trừ 8 điểm.

Ông chồng thì lại nghĩ khác, chỉ nhớ những chuyện làm cho vợ bất bình là khen cô khác đẹp, không khen vợ đẹp, không mua hoa tặng vợ, không đổ rác, không nghĩ bốn chuyện kia làm cho vợ giận. Ông ta nghĩ dẫn vợ đi ăn tối sẽ không đủ làm vợ xuôi lòng, nhưng mua một chiếc nhẫn hột xoàn nhỏ tặng vợ thì nhất định sẽ làm nàng hài lòng, quên hết tất cả mọi chuyện.

Đây là lối suy nghĩ tai hại của đàn ông vì bà vợ cho việc mua nhẫn hột xoàn chỉ là 1 điểm, bằng những hành động khác. Thành ra cho dù mua nhẫn hột xoàn tặng vợ, ông ta chỉ mới chuộc được 1 điểm. 8 trừ đi 1 còn 7, ông ta vẫn còn bị trừ 7 điểm, không thể nào làm vợ hết nguôi giận!

Cũng theo tác giả, đàn ông không hỏi ý kiến người khác. Chỉ khi nào vào đường cùng thì đàn ông mới tìm sự giúp đỡ. Trong khi phụ nữ thì thích giúp người mình yêu, thích đóng góp ý kiến của mình với chồng để giúp người mình yêu. Việc này khiến người đàn ông nổi giận vì nghĩ rằng người đàn bà muốn kiểm soát mình, không để cho mình yên thân.

Vì thích nói chuyện nên khi có chuyện bực mình trong gia đình, đàn bà muốn cả hai vợ chồng thảo luận về vấn đề đó để tìm hiểu căn nguồn của sự bực mình. Đàn ông thì trái lại, không muốn nói chuyện dài dòng. Nếu đàn bà có bực dọc chuyện gì thì đàn ông đưa ngay giải quyết, không muốn tiêu khiển thì giờ nói chuyện tầm phào tìm hiểu căn nguyên. Việc này làm đàn bà nổi sùng.

Khi bị "stress", đàn ông thường im lặng rút vào vỏ sò, không muốn nói chuyện để tự mình giải quyết. Đàn bà thì trái lại, vặn hỏi, nói chuyện lôi thôi hay đề nghị phương thức giải quyết. Sự quấy rầy này làm đàn ông điên đầu, nâng cao mức độ "stress" của mình.

John Gray tin rằng đàn ông và đàn bà không nên thuyết phục nhau ai phải, ai trái. Ngược lại, đôi bên nên nhận thức là không ai đúng, không ai sai, chỉ có cá tính của mỗi người khác nhau. Một khi đã hiểu nhau thì mình dễ dàng thay đổi quan niệm và điều chỉnh lối sống của mình để thích ứng với người kia. Hôn nhân do đó sẽ bền vững, lâu dài.

Tôi chỉ đọc sách *"Men are from Mars, Women are from Venus"* khoảng 15 năm trước đây. Sang năm vợ chồng tôi lấy nhau được 32 năm, và cho dù không đọc sách của John Gray, tôi có thể nói là vợ chồng chúng tôi rất hòa thuận, cả hai chúng tôi đến từ trái đất chứ không phải đến từ hai hành tinh khác. Trong suốt 32 năm chung sống, số lần chúng tôi cãi nhau chắc có lẽ chỉ đếm được trên đầu ngón tay.

Tôi không giỏi như ông John Gray, nhưng xin mạn phép chia sẻ bí quyết hôn nhân bền vững của cá nhân tôi cho bạn đọc.

Tôi nghĩ bất cứ một cuộc hôn nhân trường kỳ kháng chiến lâu dài nào cũng đều trải qua năm giai đoạn:

- <u>Giai đoạn thứ nhất</u>: Khi chưa lấy nhau hai người yêu nhau say đắm. Cả ngày đôi bên mơ tưởng về nhau, chỉ ước mơ ngày đám cưới đến thật nhanh để hai đứa sống chung với nhau trong một túp lều lý tưởng với hai quả tim vàng. Giờ Tí canh Ba chưa có.

- <u>Giai đoạn thứ hai</u>: Sau khi thành hôn, vợ chồng càng yêu nhau hơn. Giấc mơ đã thật sự hoàn thành, trời đã đáp ứng lời cầu nguyện cho hai trẻ được se duyên cầm tóc. Giờ Tí canh Ba mỗi đêm một lần.

- <u>Giai đoạn thứ ba</u>: Mức độ yêu nhau kém phần cuồng nhiệt vì thứ nhất là ở chung với nhau hai bên mới khám phá ra yếu điểm của nhau *"có ở trong chăn mới biết chăn có rệp"*, và thứ hai là đối tượng không cưng chiều mình như mới lấy nhau. Cả hai dễ nổi nóng, cãi nhau. Lục đục trong gia đình xảy ra. Giờ Tí canh Ba hai tuần một lần.

- <u>Giai đoạn thứ tư</u>: Hai bên cố gắng thay đổi quan điểm, hạ thấp sự mong đợi của mình để thích ứng với người kia, bớt nóng giận, chiều chuộng người kia hơn một tí, tìm phương pháp hòa giải với... đối thủ mỗi khi xung đột để vớt vát cho cuộc hôn nhân được bền vững. Giờ Tí canh Ba mỗi tháng một lần.

- <u>Giai đoạn thứ năm</u>: Đời sống trở lại hòa thuận bình thường, không chiến tranh nóng, không chiến tranh lạnh. Và con tim đã vui trở lại. Hai người nói chuyện với nhau vui vẻ như xưa. Giờ Tí canh Ba mỗi năm một lần (lý do không phải là hờn giận nhau nữa nhưng bây giờ thì già hết xí quách).

Một khi chúng ta đã hiểu trạng thái của đôi bên nam nữ qua suốt thời gian chung sống với nhau thì gìn giữ cho cuộc hôn nhân được bền vững không có gì là khó; chỉ cần áp dụng chính sách "ba Không" của tôi là đảm bảo hạnh phúc gia đình:

1. <u>Không cãi nhau</u>: Đàn ông chúng ta không nên cãi nhau với vợ, mà cũng chẳng nên cãi nhau với ai. Đàn bà thích nói chuyện nhiều hơn đàn ông nên để cho nàng cãi, mình không cãi. Một sự nhịn là chín sự lành. Hai vợ chồng ra đường có gặp ăn cướp đòi tiền, nếu không đưa nó xin tí huyết thì mình cũng không nên cãi, cứ vắt giò lên cổ bỏ chạy để vợ mình ở lại cãi với nó.

2. <u>Không đánh nhau</u>: Trong lịch sử thế giới, có rất nhiều trường hợp không cần đến võ lực mà cũng có thể đạt đến kết quả mình mong muốn. Martin Luther King người da đen Mỹ đã đấu tranh đem quyền bình đẳng cho dân da đen bằng phương thức không dùng võ lực. Mahatma Ghandi năm 1930 cũng cổ võ dân Ấn Độ bất bạo động trong cách mạng chống quân Anh.

Năm 1858, sau nhiều biến chuyển lịch sử, Anh Quốc chính thức đô hộ Ấn Độ. Là chính quyền đô hộ, Anh Quốc áp dụng luật lệ bóc lột Ấn Độ với chủ yếu làm lợi cho quốc gia mình. Một trong những luật lệ đó là cấm dân Ấn Độ không được quyền tự sản xuất muối mà phải mua muối của chính quyền Anh làm, cộng thêm tiền thuế muối (muối này lấy ngay ở biển của Ấn Độ!).

Vào ngày 12 tháng 3 năm 1930, để phản đối và khiêu khích Anh Quốc đặt luật lệ thao túng thị trường muối và bóc lột dân chúng Ấn Độ, Ghandi cùng 78 người gia nhập phong trào ủng hộ Ghandi, đi bộ 241 miles (400 km) từ thành phố Dandi đến biển Arabian lấy muối biển để tự mình làm muối, mặc dù luật cấm. Dọc trên đường đi, dân chúng lũ lượt gia nhập Ghandi và hơn ba tuần sau khi đến đích ở biển Arabian, số dân chúng đi theo với Ghandi đã lên đến trăm nghìn người.

Với lính Anh gác canh chừng, Ghandi đi ra bãi biển bốc lên một nắm muối đất tượng trưng để đem về pha chế thành muối. Hành động này trực tiếp khiêu khích quân lính, luật lệ, và chính quyền Anh Quốc. Khắp Ấn Độ dân chúng mục kích hành động khiêu khích của Ghandi, tham gia việc bất tuân luật lệ và rồi phong trào chiến đấu bất bạo động lan tràn khắp nơi, mang lại tự do cho Ấn Độ.

Tôi tin là các ông chồng nên áp dụng chính sách bất bạo động như Mahatma Ghandi. Cho dù có bị vợ đánh đập, mắng nhiếc thế nào đi nữa, chúng ta cứ chịu trận không đánh lại, mà chỉ chống trả bằng phương pháp bất bạo động.Vợ đánh mình hoài rồi cũng chán, dần dần chúng ta sẽ khắc phục các đấng phu nhân như Ấn Độ khắc phục Anh Quốc.

3. <u>Không chỉ trích tính tình khác biệt của vợ</u>: Tôi không thèm để ý, không bao giờ phê bình, khiển trách, hay nổi nóng vì tính tình của vợ khác tính tôi. Chẳng hạn như vợ tôi thích ngăn nắp, tôi thì bê bối. Vợ tôi thích sạch sẽ, tôi thích bừa bộn. Vợ tôi năng tắm mỗi ngày, tôi thì hai, ba ngày tắm một lần là đủ, tiết kiệm nước cho chính phủ. Vợ tôi thích dọn nhà, tôi thích nằm dài xem TV. Vợ tôi phải nấu nướng, tôi chỉ thích ăn. Vợ tôi thay quần áo bẩn bỏ vào giỏ rồi đem đi giặt, tôi thì bạ đâu vất quần áo ở đấy để cho vợ tôi thu dọn...Mấy ông chồng khác thì đã ngứa mồm la lối vợ vì tính nết vợ khác mình, nhưng tôi thì thông minh hơn, chả bao giờ thèm nói.

Chính sách "ba Không" đã giúp cho gia đình tôi êm ả suốt 32 năm nay. Hy vọng là các ông chồng khác sẽ thành công nếu theo được bí quyết hạnh phúc hôn nhân của tôi.

> *vợ là biển cả mênh mông,*
> *vợ là nhụy nở đóa hồng đắm say.*
> *vợ là cánh nhạn tung bay,*
> *vợ là hiền đức, áng mây dịu dàng.*
> *vợ là lòng dạ bạc vàng,*
> *vợ: người thai nghén cưu mang con mình.*
> *vợ là quân đội chi binh,*
> *đồng vui, đồng khổ, đồng tình, đồng quê.*
> *vợ mình, mình mến, đừng chê:*
> *đêm về tối ngủ, vợ OK chung giường.*

(Tháng 12, 2015)

Nói Láo
Chết Liền

Đặt mua và trả tiền cho năm ổ bánh mì thịt và xí mại, để thoát khỏi số người đông đúc trong cửa tiệm chật hẹp, tôi bước ra khỏi cửa ra bên ngoài đứng cho thoải mái trong khi chờ đợi họ làm xong phần bánh mì của mình.

Tiệm bánh mì tôi mua ở trong một khu plaza có vài hàng quán của người Việt ở Westminster. Bên phải cửa tiệm là một siêu thị. Tôi cần mua vài lon sữa đặc và bột chiên tôm. Nghĩ rằng bánh mì họ làm chắc vẫn còn lâu, tôi rảo bước đến siêu thị định mua thật nhanh rồi quay lại. Thế nhưng chỉ bước được vài bước thì một bà ngồi bệt trên vỉa hè ở cửa hàng bên cạnh ngoắc tay hỏi khi tôi vừa đi trờ tới:

- *Cậu mua bánh ít không cậu?*

Tôi rất dở nhớ tên những món ăn nào gói bằng lá. Bánh ít trần, bánh nậm, bánh phu thê... tôi nghe thì biết thế, nhưng không thấy quen thuộc như bánh xe hơi nên nếu ai hỏi tôi có thích hay không, tôi sẽ chẳng biết đường nào trả lời vì không hình dung được nó ra làm sao. Kể cả bánh ít mà bây giờ tôi nghe bà này rao bán.

Ngừng chân và quay lưng lại, chưa hỏi bà ta bánh ít là gì, tôi đã thấy một mâm trên mặt đất với hai hàng bánh lá gói như bánh giò, nhưng nhỏ hơn phân nửa. Tôi hỏi:

- Dạ, bánh ít là bánh gì hả Bác?

- Bánh ít là bên trong có nhân dừa hay nhân đậu, ăn ngọt ngọt. Cậu qua Mỹ lâu chưa vậy?
- Dạ cháu qua năm 1975.

- Trời, cậu ở đây lâu quá rồi hèn chi cậu không nhớ bánh ít là gì cũng phải.

- Dạ, bây giờ nhìn nó trước mặt thì cháu nhớ bánh ít là bánh gì. Bác sang Mỹ lâu chưa?

- Tui qua đây mới có mười mấy năm. Con gái nó bảo lãnh tui qua. Tui có một thằng con trai nữa cũng ở gần đây. Ở Châu Đốc tui còn hai đứa nữa, nhưng tụi nó làm ăn được lắm nên không thèm đi Mỹ.

- Bác ở Mỹ thích không ? Bác có về Việt Nam lại chưa?

- Tui về có một lần một cậu à. Ở đây tui giữ cháu ngoại cháu nội cho ba má tụi nó đi làm, rảnh rỗi thì giờ nên tui làm bánh ít. Cậu mua mấy cái bánh ít ăn đi cậu, tui làm ngon lắm.

Tôi vừa mua mấy ổ bánh mì, đang thèm thuồng ăn sáng một ổ bánh mì thịt nên không thấy bánh ít hào hứng. Trong bụng tôi tính kế hoãn binh nên trả lời:

- Dạ, cháu đang thèm bánh mì thịt...

- Thì cậu mua về cho vợ cậu ăn.

- Làm sao bác biết cháu đã có vợ?

- Ông nội ơi, tướng tá cậu cao ráo đẹp trai như vầy thì

làm sao mà cậu ế vợ được.

- Haha, cháu nghĩ bác cần đi bác sĩ khám mắt.

Nhất định không để bà bán hàng chiêu dụ mình, tôi nói tiếp:

- Cháu ở xa đến, tối nay ngủ ở đây một mình không có vợ, mua về để lâu ngày sợ thiu.

- Tui nói thiệt với cậu là tui làm ngon lắm, một tuần tui làm chỉ có ba ngày thôi, đem ra đây lần nào cũng bán hết, hổng còn dư đem về nhà đó cậu. Cậu mua đi, không thôi người ta mua hết thì cậu không có dịp thử bánh ít của tui.

Thấy bà bán hàng nài nỉ quá, cuối cùng tôi đành phải xiêu lòng:

- Bác cho cháu hai cái bánh đậu và hai cái bánh dừa.

- Tui làm ngon lắm, bảo đảm về nhà cậu ăn sẽ thấy ngon. Tui mà nói láo chết liền!

Bà bán hàng gói bốn cái bánh vào trong bao plastic và đưa cho tôi. Rút ví trả tiền, tôi cười hỏi cho có chuyện vì nghe bà ta quảng cáo quá:

Chắc bác làm bánh ít đã mấy chục năm rồi hả?

Câu trả lời của bà ta làm tôi bật ngửa:

- Hổng có đâu cậu. Tui mới làm có hai tháng hà. Tui mới quen với một chị bạn, chị ấy chỉ cho tui làm chứ từ đó đến giờ tui đâu biết làm bánh ít.

Câu nói thành thật của bà bán hàng người Nam làm lòng tự tin của tôi về lời quảng cáo bà ta làm bánh ít ngon, chắc nịt như dây thắt lưng không làm quần tôi rớt khỏi cái bụng xệ, bây giờ bị lung lay như răng sâu cần phải nhổ.

....

Mới có 5 giờ rưỡi chiều mà bụng tôi đã bắt đầu cảm thấy đói. Lười biếng lái xe ra tiệm ăn, tôi nhớ đến mấy cái bánh ít mua buổi sáng hôm nay. Bánh ít dừa là một món ăn tôi thích khi còn nhỏ và hy vọng hôm nay mùi vị của chiếc bánh ít dừa thơm ngon sẽ mang bao nhiêu kỷ niệm thời niên thiếu trở lại với tôi.

Cắn ăn thử một miếng và nhai chầm chậm trong miệng, tôi không thấy nó ngon lắm. Không đủ ngọt và nhân bánh không được mềm, hơi dai. Cắn thêm miếng thứ hai với hy vọng là óc tôi kết luận lầm lẫn, tôi vẫn không thấy bánh ít tôi mua sáng nay ngon.

Già đầu như tôi mà vẫn còn bị dễ dụ, nghe lời người khác. Lời bà bán hàng vẫn còn văng vẳng trong đầu tôi: *"Bánh tui làm ngon lắm. Tui mà nói láo chết liền"*.

Không biết tuần tới bà bán bánh ít có hui nhị tỳ hay không.

(Tháng 12, 2015)

Giấu Vợ

có một cặp vợ chồng nhỏ xíu,
người Việt Nam chính hiệu nai vàng.
hai người xưa ở Phan Rang
di cư từ thuở bàng hoàng 75.

ngồi xe bus đi về Merced,
cả hai nghe tiếng sét ái tình.
anh sờ, em chỉ làm... thinh,
nên cùng hòa hợp, "mình mình, em em".

kể từ ngày kết hôn năm ấy,
tính đến giờ cũng mấy chục năm.
vợ chồng vẫn diễn ái ân,
ông chồng trung tín đổ xăng đầy bình.

chuyện hôn nhân đôi bên hòa thuận,
chỉ một điều vợ giận tan tành:
chồng xài nhiều lúc hơi hoang,
làm nàng nổi giận, đổ thành, lở non.

vì như thế, chồng hay cẩn thận,
mua đắt tiền phải giấu vợ nhà,
món nào giá trị xa hoa,
chàng cho giá rẻ phần ba, phần mười.

nhà chàng có một hồ nuôi cá,
nuôi toàn là loại cá rẻ tiền.
cá này thuộc loại cá... chiên,
đi ra siêu thị mua tiền vài đô.

một hôm chàng đi xem cá kiểng,
thấy cá koi xinh tuyệt mê hồn,
chơi liều, mua đại một con,
tám trăm đô chẵn, họ còn bán sale.

đem con cá về nhà vợ hỏi,
giá bao nhiêu? chồng nói ưỡm ờ:
cá này chàng thích trong mơ,
giá mua chỉ tám chục đô, rẻ rề!

nhìn con cá tung tăng bơi lội,
ở trong hồ, một cõi vườn sau,
tuần này rồi lại tuần sau,
ông chồng đắc ý, cá "ngầu" làm sao!

một ngày, sau khi ăn vội vã,
ra nhìn hồ, cá đã mất tiêu!
kinh hoàng, ông hỏi vợ yêu,
nàng bèn chỉ bóp: *"tiền nhiều không anh?"*

chàng chẳng hiểu đầu đuôi hết trọi,
thì nàng cười, mừng nói phân bua:
bạn em thích cá anh mua,
nó đòi mua lại, trả đùa: *"hai trăm?"*

NGUYỄN TÀI NGỌC

"cá tám chục anh mua vất vả,
mà nó gan dám trả hai trăm.
thấy lời trước mắt rằng rằng,
bán liền cái rụp, em cầm hai trăm!

cá cũ mất, mình mua cá khác,
anh dễ dàng mua bắt hai con,
một trăm sáu chục hai con,
được thêm cá khác, mình còn tiền dư!"

ngoài mặt khen vợ khôn ra phết,
nhưng trong lòng chồng chết bỏ xừ.
lỗi nào tại vợ mình ngu?
mà là lỗi tại chồng ngu, giấu bà.

(Tháng 8, 2013)

Quà Valentine
Tặng Vợ

mỗi năm Mười Bốn tháng Hai,
là ngày lễ lớn Valentine's tình nhân.
dành cho trai gái yêu thân,
cơ may bày tỏ lòng thầm yêu thương.
tương tư, yêu trộm, vấn vương,
chúng mình đã trải đoạn đường khá xa.
em nay còn vẫn đóa hoa,
ngày nào anh hái về nhà nâng niu.
xưa nay anh vẫn nuông chiều,
muốn gì được nấy, trừ điều mua hoa.
đường cùng trước mặt chẳng xa,
anh nay đổi ý, cho hòa lòng em.
tiệm hoa đông đúc, bon chen,
khách hàng đông đảo, ối mèn đét ơi!
anh vào, chờ mãi ỉ ôi,
không người tiếp đón, đành thôi quay về.
làm gì cần đến hoa hòe!
ăn thua là ở lời thề của anh.
nhà mình còn bánh chưng xanh,
ở trong tủ lạnh để dành... năm nao.
với lòng chân thật khát khao,
tặng em hai bánh, đón chào Valentine's.

(Tháng 2, 2015)

NGUYỄN TÀI NGỌC

Ba Lần
Dối Chồng

hai vợ chồng sồn sồn khăng khít,
rủ nhau ăn romantic dinner.
ông chồng thương vợ mê tơi,
giai nhân tuyệt sắc, của giời ban cho.

ổng cưng nàng còn hơn múi mít,
nàng muốn gì chẳng thiết hỏi xin,
bao nhiêu của cải bạc tiền,
ổng dâng cho vợ, nàng tiên của mình.

ăn nửa chừng vợ bèn lên tiếng:
- *em có điều thầm kín giấu chồng.*
nếu anh đừng giận, hứa không,
em xin bày tỏ nỗi lòng anh nghe.

ông chồng nghe, tâm thần suy thoái,
vợ giấu gì, mình lại không hay?
nhưng vì nôn nóng biết ngay,
hứa liền với vợ: - *không rẫy em yêu.*

- *thương anh nhiều, em xin thề thốt.*
nhưng ngoài anh, em trót ăn nằm,
ba lần em đã gối chăn,
với người lạ mặt, hoạ hoằn vài đêm.

trước khi anh nổi cơn bão tố,
bình tĩnh, nghe em tỏ lý do.
rất là chính đáng, nguyên do
tại sao em phải thập thò với trai:

mới lấy nhau đôi ta nghèo khó,
đến nhà băng anh tỏ mượn vay.
có tiền, mở hãng Đông, Tây,
nhưng thằng cha chủ nó đày, không cho.

thấy anh buồn, em liều, mặc khó,
ngủ một đêm với nó cho rồi.
nó liền chấp thuận, để rồi,
anh ra mở hãng, cuộc đời giầu sang.

ông chồng nghe, bùi ngùi hạ hỏa,
chỉ vì mình vợ đã hy sinh!
không còn giận bất thình lình,
ôm choàng cô vợ, thương mình, thương em.

- lần thứ hai là lần lịch sử,
anh bệnh tình thập tử nhất sinh.
lương y chữa bệnh, hồi sinh,
nhờ em quyết định hiến trinh, giúp chồng.

nếu vợ không ngủ chung bác sĩ,
cuộc đời mình trực chỉ Tô-Bia,
lần này cũng giống lần kia,
nàng đành thân hiến, cứu nguy cho chồng.

NGUYỄN TÀI NGỌC

ông chồng ngồi suy đi nghĩ lại,
chuyện đau lòng, trái phải xử sao?
hai, ba bận đã có sao?
thương cho cô vợ lao đao vì chồng.

- *chuyện lỡ rồi, bỏ đi em ạ,*
ngủ với trai, em đã vì anh.
tim anh biết vợ trung thành,
thế còn lần cuối, kể rành anh nghe?

- *lần thứ ba cũng là lần cuối,*
em cam lòng đã dối gian anh.
anh còn có nhớ ham danh?
chủ tịch golf club, thanh danh để đời?

lần bầu đó, anh thua xa phiếu,
em nghĩ là anh thiếu hai mươi,
hai mươi số phiếu mấy người,
bầu cho ông khác, hết thời, anh thua!

nên em đành hy sinh lần nữa,
hai mươi ông đổi ngược phiếu bầu.
cục diện thay đổi thật mau:
anh lên chủ tịch, nhiệm mầu nhờ em!

tôi chỉ là người ngồi kể chuyện,
nghe vừa xong, ho suyễn lên cơn.
huống gì vai chính, mất hồn,
linh rời khỏi xác, ổng buồn nghìn thu.

(Tháng 4, 2015)

Phụ Nữ
Giỏi Hơn Nam Nhi

ai cũng biết C.I.A. bên Mỹ,
hoạt động chìm, ám sát trứ danh.
lúc gần đây nhiều kẻ công thành,
xin nghỉ việc về hưu cho khỏe.

bởi vì thế, thiếu người thay thế,
C.I.A. đăng báo mướn người,
trẻ già hay xấu xí xinh tươi,
vào nhận việc một tay ám sát.

có ba người thử xem thân xác,
cáng đáng nghề ghê gớm hay không.
một cô ngầu, với lại hai ông,
xin nộp đơn thử xem thời vận.

ông xếp lớn cớm chìm phỏng vấn,
gọi một anh ra hỏi đầu tiên:
"phòng kế bên anh thấy vợ hiền,"
"chúng tôi bắt trói tay, không thả."

"để thử xem tim anh chai đá,"
"trọng nước non hơn cả vợ mình?"
"tôi đưa anh khẩu súng nhà binh,"
"anh vào phòng, bắn nàng năm phát."

anh này nghe, tâm hồn ngơ ngác,
vợ là người số một mình yêu.
làm sao mình cho vợ tiêu diêu,
chốn bồng lai nơi miền cực lạc?

từ chối việc, thấy đời thanh thoát.
anh thứ hai tiếp đến vào bàn.
ông xếp trùm nhắc lại y chang,
rồi lạnh lùng đưa anh khẩu súng.

mở cửa phòng, một hình kinh khủng:
thấy vợ mình bị trói hai tay,
treo trần nhà, lủng lẳng sợi dây,
anh òa khóc, ôm chầm cô vợ.

trở ra phòng, tim anh run sợ:
"không thể nào tôi giết vợ tôi."
"xin trả ông khẩu súng tày trời,"
"tôi và vợ sống đời như cũ."

quan sát chuyện một lòng chăm chú,
sau khi nghe được lệnh giết chồng,
cô thứ ba dõng dạc vào phòng.
rồi đóng cửa cái ầm, rung chuyển.

chỉ tích tắc, bên ngoài nghe tiếng,
súng nổ nghe chát chúa bên tai.
rồi tiếng bàn, tiếng ghế ngắn dài,
đập vỡ vụn ầm ầm, sột soạt.

người bên ngoài lắc đầu kinh hoảng,
thì cô ta mở cửa bước ra:
"ông đưa tôi đạn giả thử à?"
"tôi phải đập chồng tôi đến chết."

(Tháng 3, 2015)

Thứ Nào
Vợ Không Dùng?

một buổi chiều đi làm về gấp,
bà vợ hiền bắt gặp quả tang,
ông chồng làm chuyện dối gian,
làm tình với gái, thật gan tày trời.

hỏa diệm sơn trong lòng bộc phát,
lồng lộn lên, chua chát, bà la:
- đồ chồng chết tiệt, chết cha,
mau mau cút khỏi nhà bà liền ngay.

chồng xuống nước ỉ ê tự thú:
- anh hiểu em giận dữ lôi đình,
xin em nghĩ đến tình mình,
nghe anh giải thích chuyện tình đầu đuôi.

anh vào xe, sắp vừa đóng cửa,
thì cô này gõ cửa quá giang.
cô nhìn có vẻ đàng hoàng,
nhưng gầy ốm đói, lậy van xin tiền.

thấy tình cảnh thật là thương hại,
anh bèn đưa cô gái về nhà,
cơm sườn anh nấu hôm qua,
em không đụng đến, anh và cô ăn.

ăn xong rồi, áo cô nát rách,
áo của em anh xách đem ra:
áo này anh tậu Thứ Ba,
nhưng em chê xấu, để nhà, làm lơ.

quần cô ta cũng mòn cũ kỹ,
có chiếc quần jean Mỹ anh mua,
tặng em, em nói không vừa,
em không thèm mặc, bỏ bừa lất lây.

anh mới lấy đem cho cô ấy,
mặc quần vào, cô thấy xinh ra,
nhìn anh cô hỏi thật thà,
xem anh còn có món nào còn dư?

món nào thuộc của anh, vợ bỏ,
vợ chê là đồ bỏ, không xài,
anh cho, cô ấy lấy ngay.
và vì như thế, chuyện này xẩy ra.

(Tháng 5, 2015)

Chết Lên Thiên Đàng

ba ông chồng chết lên thiên giới,
thấy cổng rào vời vợi tít xa.
chạy nhanh hì hục hết gas,
gặp ông thánh Gióng chận ba, cấm vào.

ông thánh hỏi người chồng thứ nhất,
ở trần gian giở tật mấy lần?
tật là nằm ngủ ái ân,
vợ không hề biết, ổng "mần" với ai.

ông chồng hơi thẹn thò mắc cỡ,
giọng run run e sợ, - *Dạ, hai.*
Thánh bèn giảng đạo, chê bai,
rồi cho ông ấy xe hai chỗ ngồi.

ông thứ hai khóc òa lên nói,
thương vợ tôi, tôi khỏi chỗ chê.
một lần tôi lỡ dại, mê,
làm tình bạn cũ, tôi thề... no more.

ông thánh nói: - *Người không là Phật,*
phạm lỗi lầm, chuyện thật dĩ nhiên.
tôi cho xe đắt giá tiền,
Honda Civic, chủ quyền là ông.

ông thứ ba ôn tồn thưa nói:
- *tôi thủy chung, chưa dối vợ mình.*
thánh nghe khâm phục, cả kinh,
cho *Mẹc-xơ-đét* mới tinh, mui trần.

ba ông chồng vui mừng hớn hở,
lái xe đi ăn phở Pasteur.
đang ăn, cười nói bâng quơ,
ông *Mẹc-xơ-đét* buồn so, im lìm.

hai ông kia bèn lên tiếng hỏi:
- *sao mày im, không nói, làm thinh*
được Mẹc-xơ-đét mới tinh,
không vui, sao lại bất bình, êm re?

bị hỏi gắt, ông đành nói nhỏ:
- *tao mới vừa ngoảnh ngó ra sau,*
tình cờ trông thấy vợ tao,
đạp xe hai bánh, không chào một ai.

(Tháng 6, 2015)

Tiệm Bán Đồ Cũ Rẻ

(Tôi cảm tác bài thơ này sau khi nghe bản nhạc "The Bargain Store" của Dolly Parton. Dolly Parton, năm nay 69 tuổi, là một nữ ca sĩ Mỹ nổi tiếng hát nhạc Country Music. Khi bà ta hát bài này lần đầu tiên vào tháng Giêng năm 1975, nó trở thành bài nhạc nghe nhiều nhất nước Mỹ vào tháng đó)

chuyện tình yêu lắm điều phiền phức,
thuở ban đầu yêu rớt mồng tơi,
cho dù núi đổi sông dời,
thề non hẹn biển chẳng đời đổi thay.

thế mà chỉ vài năm hôn phối,
tiệc hạ màn, canh nguội, cơm thiu.
ngày xưa dồn dập nuông chiều,
bây giờ tiếng bắc tiếng chì giao du.

tình nồng cháy bây giờ nguội lạnh,
kỷ niệm xưa gẫy gánh giữa đường,
tôi là người mất tình thương,
đời buồn vợ bỏ nằm giường cô đơn.

chuyện tôi, đến đây không là hết,
rất còn lâu mới đến point final.
lòng tôi không quản gian nan:
mong tìm cô khác đẹp, sang lấy về.

NGUYỄN TÀI NGỌC

tiệm lạt-xon, đời tôi giống vậy,
vài thứ đồ dùng mấy chục lần,
nếu cô lòng dạ ân cần,
sửa sang chút đỉnh, nó thành mới toanh.

thí dụ đây tim tôi tan vỡ,
chỉ cần tìm vài thứ phụ tùng,
tháo ra, lắp lại lung tung,
nó thành như mới, đón mừng chào cô.

cửa hàng mở, mời vào xem thử,
bán rẻ rề, lắm thứ đẹp xinh,
giá bằng gói trọn chân tình,
cô mua rất dễ, lợi tình cả hai.

tiệm của tôi bán đồ bảo đảm,
cô hài lòng, thỏa mãn suốt đời.
nếu cô không sợ lỗi thời,
xin mua dùng thử, đổi đời cả hai.

(Tháng 8, 2015)

Chuyện Tình Già

ông Năm già năm nay 86,
sống ở nhà dưỡng lão Bình Hà.
mỗi lần chiều tối ông ra,
vườn sau ngồi ghế thở than một mình.

bà Tư Rỗ năm nay 76,
sống cùng khu dưỡng lão với ông.
mỗi ngày để ý, bà trông,
thấy ông một cõi, vẻ không ham đời.

bà quyết định đến gần bắt chuyện:
- *chẳng hay ông có chuyện gì buồn?*
tôi nhìn ông thấy mà thương,
nói tôi nghe thử, giúp buồn được không?

- *bà đã hỏi, nghe xong đừng trách:*
tôi buồn vì thiếu sex triền miên.
bà Tư nghe nói cười liền:
- *sức ông yếu ớt, cho tiền, không lên!*

- *tôi biết sức tôi già, không thọ,*
nhưng nếu cầm thì nó sẽ lên.
nếu bà đừng nghĩ tôi điên,
giúp tôi chuyện ấy, tôi nguyền biết ơn.

bà Tư nghĩ mình nên làm phước,
nên bằng lòng: -*thôi được, tui làm.*
thế rồi lòng tốt chứa chan,
bà cầm ngày tháng, không màng công lao.

NGUYỄN TÀI NGỌC

một buổi sáng đến như thường lệ,
chẳng thấy ông ngồi ghế sau vườn.
trong lòng vương vấn tình thương,
bà đi trăm nẻo, khắp vườn tìm ông.

chẳng mấy lâu bà Tư phát hiện,
ông Năm ngồi với Thím chết chồng.
nổi cơn sư tử Hà Đông,
bà gầm tiếng hỏi: *-sao ông bội tình?*

- con này có điều gì trong nó,
giỏi hơn nên ông bỏ tôi ra?
ông Năm bèn trả lời bà:
- tay em này bị bệnh Pạc-kinh-sân (Parkinson).

(Tháng 9, 2015)

Ghi chú:

* Parkinson là một bệnh rối loạn hệ thần kinh ảnh hưởng đến động tác, tay, chân, cổ... run lẩy bẩy. Phần đông người lớn tuổi mới bị bệnh Parkinson, càng về già run càng nặng.

Bác sĩ vẫn chưa tìm ra được lý do gì gây bệnh Parkinson và tuy rằng không trị dứt được bệnh, y học hiện nay có pha chế được thuốc trị cho bệnh nhân giảm đỡ hơn xưa.

Năm 1817, một bác sĩ Anh tên là James Parkinson đặt tên bệnh run này là "Shaking Palsy" (liệt run). Dần dần, người ta dùng tên bác sĩ này để gọi bệnh Parkinson.

Mục Lục

Thơ: